COVID19: VAI TRÒ PHẬT GIÁO TRONG VIỆC CHỮA LÀNH

Thích Nữ Giới Hương

Bảo Anh Lạc Bookshelf 102

COVID-19:
VAI TRÒ PHẬT GIÁO TRONG VIỆC CHỮA LÀNH

Thích Nữ Giới Hương

Nhà xuất bản Hồng Đức

Huong Sen Buddhist Temple

19865 Seaton Avenue, Perris, CA 92570, USA

Tel: 951-657-7272, Cell: 951-616- 8620

Email: huongsentemple@gmail.com,

thichnugioihuong@yahoo.com

https://www.facebook.com/Huong.Sen.Riverside/

Web: www.huongsentemple.com

MỤC LỤC

LỜI ĐẦU

Đại Dịch Covid-19 (Coronavirus) do bị nhiễm SARS-CoV-2 virus đã xuất hiện khoảng hơn hai năm trên toàn cầu (2019-2022). Xuất phát từ ngày 17 tháng 11 năm 2019 tại Vũ Hán, Trung Quốc, diễn biến phức tạp, truyền lan dai dẳng trên khắp thế giới và đến khoảng giữa tháng 4 năm 2021 thì tạm kiểm soát được, với sự hỗ trợ của các loại vaccine như Moderna, Pfizer/ BioNtech...

Theo Tổ chức Y tế Thế giới (WHO),[1] trong một tuyên bố báo chí Tổng giám đốc WHO Tedros Adhanom Ghebreyesus cho biết rằng theo số liệu mới nhất, khoảng

1. WHO ước tính có đã có 15 triệu người trên thế giới đã chết vì COVID-19. (M.Q. Theo Nature)
World Health Organization (WHO) https://www.who.int
The United Nations agency working to promote health, keep the world safe and serve the vulnerable.
Cơ quan Y Tế của Liên Hợp Quốc hoạt động nhằm tăng cường sức khỏe, giữ cho thế giới an toàn và phục vụ những người dễ bị tổn thương.
https://bvbnd.vn/who-uoc-tinh-co-da-co-15-trieu-nguoi-tren-the-gioi-da-chet-vi-covid-19/
https://www.nature.com/articles/d41586-022-01245-6

15 triệu người đã chết trong hai năm đầu tiên của đại dịch COVID-19. Trong khi theo cổng thông tin của worldometers (ngày 28 tháng 4 năm 2023)[2], số tử vong trên toàn thế giới là 6.860.779 (7 triệu) và ca nhiễm là 704.753.890 (700 triệu).

Dù 7 triệu hay 15 triệu thì con số tổn thất thật khủng khiếp, thật đáng sợ, đến đến nỗi trên giới truyền thông báo chí có đầy thông tin khẩn cáo rằng:

"Thời buổi này, cô đơn, cô hồn không đáng sợ bằng cô-rô-na.

Khẩu súng, khẩu nghiệp vẫn chưa bằng khẩu trang.

Vũ phu, vũ nữ, không bằng Vũ Hán."

Đúng vậy! Khủng hoảng toàn cầu, thế giới rối loạn và sợ hãi bởi vì bóng ma bí ẩn virus xuất hiện bất cứ lúc nào và khắp nơi, từ trong hang cùng ngõ hẻm, đến các phố thị xa hoa diễm lệ. Con người đang ở thế đu dây giữa hai đầu sống chết mong manh. Rất nhiều thách thức trong cơn khủng hoảng toàn cầu lớn nhất của thế hệ chúng ta và vào thời điểm khó khăn đó, mọi người dân đều phải theo sự hướng dẫn của chánh phủ, bác sĩ và chuyên gia y tế để giữ môi trường trong sạch, thanh tịnh, cách ly, giữ khoảng cách an toàn xã hội (social distancing), tập trung không quá nhiều người, đeo khẩu trang, bao tay và đồ bảo hộ, phải rửa tay thường xuyên với xà-phòng.

Do cách ly, cấm túc tại chỗ, nên những người con Phật, vâng lời chỉ dạy của các bậc thầy tâm linh, dùng thời gian này trầm tư quán chiếu lại cuộc đời vô thường, mạng sống mỏng manh, sống chậm tỉnh giác, lạy Phật, tụng kinh, tọa

---

2. Coronavirus Tracker. Report Coronavirus cases. https://www.worldometers.info/Coronavirus/country/us/

thiền, trì chú, sám hối, ăn chay và góp lời cầu nguyện cho Hoa Kỳ, Việt Nam và thế giới tai ách ôn dịch chóng qua đi.

Trong thời gian đại dịch hai năm (2019-2021) này, soạn giả (Thích Nữ Giới Hương) cùng nhiều chư Ni Hương Sen đã kết nối chia sẻ Phật pháp trên phương tiện truyền thông điện tử như thay phiên tụng kinh online và giảng pháp livestream mỗi ngày trên Fanpage (Facebook): "Huong Sen." Với mục đích chia sẻ những lời dạy của Đức Phật, lấy đó làm kim chỉ nam để các Phật tử đồng hương gần xa hãy bình tĩnh, yên tâm, vững chãi tu tập, cũng như cùng đồng hành với toàn dân, toàn nước, sáng suốt, tích cực, đối phó với đại dịch.

Những tựa đề phong phú nhiều lãnh vực như Lịch sử Bệnh Dịch Thế Giới, Phòng bệnh Corona Virus (Covid-19), Hướng Dẫn của Giới Chuyên Môn Y Tế, Tiêu Chuẩn Vàng Cách Ly, Các Dự tri của các nhà Tiên Tri về Đại dịch, Tôn giáo Kết Nối Hỗ Tương Cộng Đồng, Tam bảo Điểm Tựa Tâm Linh, Tu tập Mùa Đại Dịch, Vai Trò Phật Giáo trong Việc Chữa Lành, Phật dạy Cách Trợ niệm người Hấp Hối, Những Phút Cuối Đời Của Bệnh Nhân Covid-19, Cách Tưởng niệm Người Tử Vong, Cám ơn Các Tấm lòng Hy sinh vì Đại dịch, Cám ơn Thiện-tri-thức

Cô Vy (Covid-19), Giá trị của Phật Giáo với Đại Dịch… là nội dung các bài giảng Livestream Fanpage "Phật Pháp Ứng Dụng" hàng ngày của chùa Hương Sen trong mùa đại dịch Coronavirus.

Rồi thời gian trôi qua với nhiều Phật sự đa đoan, mãi đến đầu năm 2025, soạn giả mới có thời gian ngồi biên tập, sưu tầm góp nhặt lại, để cuối cùng thành hai cuốn sách với tựa đề:

COVID-19: Vai Trò Phật Giáo Trong Việc Chữa Lành Đại Dịch Coronavirus trong Thế Kỷ XXI

Với hy vọng, sách sẽ giới thiệu cho bạn đọc những lời dạy (Pháp: Dharma) của Đức Phật thiết thực, đơn giản, sâu sắc, phù hợp và ứng dụng, chữa lành bệnh thân tâm, khi chúng ta đối diện với cuộc sống vô thường bão tố của đại dịch, tai ương, sóng thần, động đất, thiên tai… Covid-19 như một thiện tri thức của toàn nhân loại, một hồi chuông cảnh tỉnh con người trên thế giới phải biết quý giá, trân trọng những giây phút đang sống, để rồi làm những điều tốt đẹp mang lại ích lợi cho mình, người và cộng đồng thế giới.

Sách cũng ghi lại những sự kiện về đại dịch Covid-19 (Corona Virus) đã xảy ra trên hành tinh này vào năm 2019-2022 (thế kỷ 21), với những hình ảnh và bài học hy sinh quý giá từ tình người, sự thức tỉnh về quan niệm sống, sự dũng cảm vượt thử thách, sự thăng tiến về tu tập tâm linh, sự tương thân, tương ái để cùng nhau phòng bệnh và chống dịch…

Kính chân thành cảm ơn các trang mạng thông tin điện tử toàn cầu, tài liệu tham khảo, sách báo, bài viết, hình ảnh Covid-19 của các tác giả có tên hay ẩn danh trong tác phẩm này.

Cũng kính tri ân Ni sư Như Phương, Sư cô Nhuận Tường, Sư cô Nhuận Ân, cô Pamela Kirby, Nguyên Hà, Vũ Đình Trọng, và tất cả các bàn tay khác đã giúp chỉnh sửa, thiết kế, biên tập, in ấn, xuất bản cho tác phẩm này được hiện hữu, thành tựu và phổ biến.

Các tài liệu thông tin đa phần là sưu tầm online, sẽ gặp nhiều thiếu sót khi trích dẫn, kính xin chư tôn thiền đức Tăng Ni, các thiện tri thức, bạn đọc và các tác giả hoan hỉ chỉ giáo để lần tái bản sau sẽ được hoàn thiện hơn.

Kính nguyện thế giới hòa bình, nhân dân an lạc.

Kính nguyện chiến tranh, tật bệnh, tai ương sớm biến mất trên hành tinh này.

Nam mô Đông Phương Giáo Chủ Tiêu Tai Diên Thọ,

Dược Sư Phật tác đại chứng minh.

Thư phòng Chùa Hương Sen,

Mùa xuân Cali 2025

Kính bút,

Soạn giả: Thích Nữ Giới Hương

CHƯƠNG I
CÁC TÔN GIÁO CHUNG TAY CHỐNG DỊCH

1. LIÊN TÔN GIÁO CÙNG HƯỞNG ỨNG TÍCH CỰC TRONG VIỆC PHÒNG CHỐNG DỊCH

Đại dịch Coronavirus đã làm tê liệt các hoạt động của toàn cầu bao gồm kinh tế, chính trị, giáo dục, du lịch, tôn giáo, xã hội... theo nhiều cách khác nhau.

Giống như nhiều lĩnh vực khác của cuộc sống, liên tôn giáo (Kitô giáo, Hồi giáo, Phật giáo, Ấn Độ giáo, và các dạng tôn giáo dân gian) đã bị ảnh hưởng đáng kể bởi Covid-19. Các chỉ thị giãn cách xã hội, phong tỏa và những hạn chế pháp lý khác đã làm rạn nứt các mối quan hệ xã hội, buộc những nhà lãnh đạo tôn giáo và các tín đồ phải thay đổi hình thức thực hành tôn giáo thường ngày và tránh xa các không gian hành lễ tu tập đông ở chùa, nhà thờ, và đền miếu trong thời gian nhất định nào đó.

Chúng ta đang sống trong thế giới của sự kết nối và thuận tiện của công nghệ 4.0 tiến tiến và trí tuệ nhân tạo

(AI). Các tôn giáo với Phật tử, tín đồ của mình, tuy không gian cách xa, cách mặt, trong thời giãn cách, nhưng không hề cách lòng là nhờ công cụ mạng xã hội truyền thông điện tử kết nối. Các vị chức sắc trong từng tôn giáo vẫn kết nối với các tín đồ của mình để sách tấn, khuyến khích trong quá trình ổn định tâm lý, duy trì tu tập và chống đại dịch nghiêm túc.

Vào thời điểm nguy hiểm đến tánh mạng này, người dân có lòng tin tôn giáo thường hướng đến các đấng thiêng liêng của họ để cầu nguyện. Phật tử cầu nguyện Đức Dược Sư, mẹ hiền Quan Âm; Ấn Độ giáo thì cầu các vị Thần Hindu; con chiên thì hướng về Chúa và Đức mẹ Maria, đạo Hồi thì lạy đấng Allah, vv…Họ thỉnh cầu chư Tôn Đức giáo phẩm, lãnh đạo tôn giáo và bạn đạo hướng dẫn, hỗ trợ tinh thần, thực hiện các loại hình nghi lễ từ xa (zoom, online) và trong một số trường hợp cứu trợ và làm từ thiện dịch vụ xã hội mới, để hỗ trợ người dân ở những nơi cần thiết.

Nhiều chùa, nhà thờ Kitô giáo, giáo đường Do Thái, nhà thờ Hồi giáo và chùa thực hiện hình thức truyền đạo thông qua phương tiện truyền thông điện tử (livestream, facebook, zoom, youtube)…. Dù không trực tiếp, nhưng việc hướng dẫn tâm linh, cầu nguyện, ban phước, hành hương, lễ hội, khóa tu, khóa giảng, công quả, học đạo của các tôn giáo vẫn thực hiện được từ xa, góp phần không nhỏ trong việc ổn định tâm lý người dân trong mùa đại dịch.

Qua phương tiện truyền thông điện tử, zoom, facetime, các tín đồ của nhiều tôn giáo đã tập hợp lại với nhau trên màn ảnh, để cầu nguyện tập thể cho chấm dứt đại dịch Covid-19, người nhiễm bệnh dịch mau lành, cũng như cầu nguyện cho các bác sĩ và nhà khoa học sớm có phương pháp mới để chấm dứt căn bệnh nan y này.

Nhiều cơ sở tôn giáo đã cùng hợp tác với chánh quyền và cơ sở y tế địa phương, để hoạt động phụng sự xã hội như gây quỹ online và quyên góp điều động cứu trợ vật tư khử trùng, mặt nạ phòng độc làm sạch không khí, tấm che mặt, găng tay, thuốc thử phát hiện axit nucleic corona virus, máy thở, máy theo dõi bệnh nhân, bơm tiêm, bơm truyền dịch, xe cứu thương và thực phẩm đến các khu vực bị ảnh hưởng. Nhiều cơ sở hạ tầng của chùa, nhà thờ, đền thờ được mượn dùng làm nơi phát thức ăn tập thể và clinic cung cấp xét nghiệm Covid-19 miễn phí cho quần chúng.

Ở Hoa Kỳ, Việt Nam, Canada, Thái Lan, Nhật Bản và nhiều chùa Phật giáo ở nhiều nước đã dấn thân cung cấp khẩu trang, nhu yếu phẩm, nước rửa tay sát khuẩn và các bữa ăn miễn phí đến các gia đình bị ảnh hưởng bởi virus trong cộng đồng và đến cả bệnh nhân, bác sĩ, y tá, trong bệnh viện, những người đang dũng cảm trong tuyến đầu chống dịch.

Bài báo "Tôn giáo và Covid-19 ở Châu Á: Bức tranh lớn" do Tạp Chí Giác Ngộ Online[3] đã giới thiệu các cộng đồng tôn giáo trong toàn khu vực Châu Á như quê hương của Phật giáo, Do Thái giáo, Hồi giáo, Đạo giáo, Ấn Độ giáo, Kitô giáo, và các tín ngưỡng dân gian địa phương đã uyển chuyển thay đổi hình thức truyền giáo, xử lý chống dịch Corona virus và dấn thân trong công cuộc chống dịch Covid-19 như sau:

Ví dụ, ở Indonesia, nơi có dân số Hồi giáo lớn nhất thế

3. Benjamin Schonthal & Tilak Jayatilake, Tôn giáo giữa đại dịch: Trường hợp Phật giáo, Nguyên Hiệp dịch.
https://giacngo.vn/ton-giao-giua-dai-dich-truong-hop-phat-giao-post59507.html

giới, các tổ chức Hồi giáo chính của đất nước - Hội đồng Ulama Indonesia, Nahdlatul Ulama và Muhammadiyah - tất cả đều đưa ra lời kêu gọi các tín đồ hãy cầu nguyện ở nhà thay vì đến nhà thờ.[4]

Ở Philippines, nơi có khoảng 86% dân số được xác định theo Công giáo, Hội đồng Giám mục Công giáo đã yêu cầu các tín hữu ở nhà vào một trong những buổi lễ linh thiêng nhất trong năm, Thánh lễ Chúa nhật lễ Lá. Thay vào đó, sự kiện được phát qua truyền hình, đài phát thanh và internet, một yêu cầu đã làm thay đổi các hoạt động tôn giáo thông thường của khoảng 80 triệu người.[5]

Tương tự, ở các quốc gia có đa số dân chúng theo đạo Phật như Sri Lanka, Thái Lan, các Phật tử cũng được yêu cầu ở nhà vào ngày lễ Vesak, một ngày lễ quan trọng nhất của Phật giáo. Đức Đạt-lai Lạt-ma cũng đã đưa ra tuyên bố của riêng mình về vấn đề này.[6]

Tất cả những thay đổi này đều rất cần thiết, do vì các cuộc tụ họp tôn giáo đã gây ra một số đợt lây truyền virus

---

4. Nadirsyah Hosen, "When Religion Meets Covid-19 in Indonesia: More than a Matter of Conservatives and Moderates," Indonesia at Melbourne, 28 April 2020, https://indonesiaatmelbourne.unimelb.edu.au/whenreligion-meets-covid-19-in-indonesia-more-than-a-matter-of-conservativesand-moderates/.

5. Xianne Arcangel, "Catholic Church Celebrates Palm Sunday Mass Online amid Coronavirus Crisis," *CNN Philippines*, 5 April 2020. https://cnnphilippines.com/news/2020/4/5/Catholic-Church-celebrates-PalmSunday-mass-online-amid-coronavirus-crisis.html/.

6. Emily De Maio Newton and Karen Jensen, "Buddha's Quarantine Birthday," *Tricycle: The Buddhist Review*, 9 May 2020, https://tricycle.org/trikedaily/vesak-2020/. "Observe Vesak at Home - Maha Nayaka Theras," Sunday Observer, 3 May 2020, http://www.sundayobserver.lk/2020/05/03/news/observe-vesak-home-%E2%80%93-maha-nayaka-theras.

lớn trên khắp khu vực Châu Á. Ví dụ, tại một thời điểm trong đợt lây nhiễm ở Malaysia, gần 2/3 số ca bệnh được xác nhận ở nước này bắt nguồn từ một cuộc tụ họp kéo dài một tuần do Tablighi Jamaat, một nhóm truyền giáo Hồi giáo tổ chức.[7]

Tương tự, sự gia tăng đột biến về lây nhiễm cũng được nhìn thấy sau một hội nghị của nhóm Hồi giáo Tablighi Jamaat ở Ấn Độ.[8]

Vào đầu tháng 3, vào lúc cao điểm về sự lây lan của Covid-19 ở Hàn Quốc, hơn một nửa số ca lây nhiễm ở quốc gia này là do các thành viên của một nhóm Kitô giáo gây ra, mà những lãnh đạo của họ bị buộc tội "giết người, gây hại và vi phạm Đạo luật Kiểm soát Bệnh truyền nhiễm."[9] Các trường hợp khác, mặc dù ở quy mô nhỏ hơn, đã được ghi nhận từ các nhà thờ Kitô ở Singapore và Sri Lanka.[10]

Thống kê của Đại Học Mỹ Johns Hopkins, tính đến hết ngày 15/07/2020, cho thấy đứng đầu Đông Nam Á về số ca nhiễm là Indonesia (hơn 80.000), Philippines

7. A. Ananthalakshmi and Joseph Sipalan, "How Mass Pilgrimage at Malaysian Mosque Became Coronavirus Hotspot," *Reuters*, 17 March 2020, https://www.reuters.com/article/us-health-coronavirus-malaysiamosque-idUSKBN2142S4.

8. Devjyot Goshal, Aftab Ahmet, and Alasdair Pal, "The Religious Retreat That Sparked India's Major Coronavirus Manhunt," *Reuters*, 3 April 2020, https://www.reuters.com/article/us-health-coronavirus-indiaislam-insigh-idUSKBN21K3KF.

9. Laura Bicker, "Coronavirus: South Korea Religious Leader to Face Probe over Deaths," *BBC News*, 2 March 2020, https://www.bbc.com/news/world-asia-51695649.

10. Kok Xinghui, "Covid-19 Brings Spiritual Battle to Christians in Singapore and Hong Kong," South China Morning Post, 23 February 2020, https://www.scmp.com/week-asia/healthenvironment/article/3051932/coronavirus-spurs-singapore-and-hong-kongchristians.

(gần 59.000), Singapore (gần 47.000) và cách xa phía sau là Malaysia (gần 9.000). Trong lúc đó, trong khối "Phật Giáo", cao nhất là Thái Lan cũng chỉ có hơn 3.000 ca nhiễm, xa ở phía sau là Việt Nam (hơn 380 ca), Miến Điện (337) Cam Bốt (165) và Lào (19).

Số trường hợp tử vong cũng vậy: Đầu bảng vẫn là Indonesia, với 3.797 người chết, theo sau là Philippines với 1.305 người, Malaysia, với 122 người. Trong khối "Phật Giáo", bị tử vong nhiều nhất là Thái Lan, nhưng chỉ có 58 ca, theo sau là Miến Điện với 6 người chết, còn về ba nước Việt Nam, Campuchia và Lào hoàn toàn không ghi nhận bất kỳ trường hợp tử vong nào.

Một ví dụ thứ hai được tuần báo Anh nêu lên là Thái Lan, nước có 70 triệu dân, nhưng chỉ bị 58 trường hợp tử vong và không có ca lây nhiễm tại chỗ trong suốt 40 ngày gần đây.

Theo tờ báo The Economist, tại Đông Nam Á, chất lượng tốt của hệ thống y tế Thái Lan từng giúp cho nước này trở thành một nơi du lịch y tế được ưa chuộng. Hơn nữa, chính quyền Bangkok cũng đã nhanh chóng thành lập một lực lượng đặc nhiệm triệt để đối phó với Coronavirus.

Ở Bắc Kinh, các nhà thờ Tin Lành đã quyên góp được hàng nghìn đô-la để mua thiết bị bảo hộ cá nhân và nước rửa tay cho các nhân viên tuyến đầu ở Vũ Hán trong đợt bùng phát virus vào tháng 2-2020. Các ngôi đền Đạo giáo ở Trung Quốc cũng tham gia vào các nghi lễ thanh tẩy vùng đất xung quanh Vũ Hán để diệt trừ dịch bệnh và chuẩn bị đất cho các bệnh viện dã chiến mới được xây dựng.[11]

---

11. Ian Johnson, "Religious Groups in China Step Into the Coronavirus Crisis," *The New York Times*, 23 February 2020. https://www.nytimes.

Các tu sĩ Hindu ở Ấn Độ đã kê đơn các loại thuốc giúp tăng cường sức khỏe dựa trên các phương pháp truyền thống như Ayurveda và Yoga.[12]

Nhiều nhà lãnh đạo tôn giáo - Tăng sĩ Phật giáo, Linh mục Công giáo và những người khác - đã sử dụng trực thăng hay máy bay nhỏ để rải nước thánh và cầu nguyện cho các thành phố và vùng nông thôn bị nhiễm virus.[13]

Ngay cả các chính phủ cũng áp dụng những cách thức siêu nhiên để chống lại virus. Ví dụ, ở Indonesia, một thành phố đã triển khai một nhóm thanh niên hóa trang làm ma quỷ nhằm khiến cho mọi người sợ hãi mà ở yên trong nhà.[14]

Cuộc sống của hầu hết chư Tăng ở Sri Lanka vẫn tiếp tục với các công việc như tu tập, học kinh, ăn uống, hành lễ và chấp tác ở trong chùa - những công việc thường nhật này dễ dàng thích ứng với lệnh "ở yên trong nhà" do chính phủ ban hành. Tuy nhiên, một số khu vực khác ở châu Á, vấn đề không giống như vậy, bởi ở đó (không giống như ở Sri Lanka) các nhà sư mỗi ngày phải vào các thị trấn và làng mạc lân cận để khất thực sinh sống, bây giờ giãn

---

com/2020/02/23/world/asia/china-religion-coronavirusdonations.html.

12. Aarti Betigeri, "In India, Praying the Covid Away," *The Interpreter*, 24 March 2020, https://www.lowyinstitute.org/theinterpreter/in-india-praying-covid-away.

13. Ví dụ, "Burmese Monks Protect Myanmar from the Coronavirus by Chanting Buddhist Suttas Aboard a Helicopter," *Burma Dhamma Blog, Insight Myanmar*, 17 March 2020. https://insightmyanmar.org/burmadhammablog/2020/3/17/burmese-monksprotect-myanmar-from-the-coronavirus-by-chanting-buddhist-suttas-aboard-ahelicopter.

14. "'Ghosts' Used for Virus Patrol in Indonesia Town," *BBC News*, 13 April 2020, https://www.bbc.com/news/world-asia-52269607.

cách, nên gặp trở ngại về thực phẩm.[15]

Giáo hội Phật giáo Việt Nam, Giáo hội Công giáo cùng các tôn giáo khác đã đóng góp vào công tác phòng, chống dịch Covid-19 hàng trăm tỉ đồng, nhiều tín đồ tôn giáo cũng đã ra quân hỗ trợ người dân, hỗ trợ tuyến đầu, ủng hộ xe cứu thương, thiết bị y tế, máy oxy, quần áo bảo hộ, khẩu trang, thực phẩm…

Tính từ ngày 27-4 đến 26-8-2021, Giáo hội Phật giáo Việt Nam ủng hộ 382,5 tỉ đồng (tương đương 14 triệu Mỹ Kim lúc đó) cho công tác chống dịch trên cả nước và có hơn 1.250 tín đồ trực tiếp đăng ký tham gia chống dịch.[16]

Đồng thời, Giáo hội Phật giáo Việt Nam còn ủng hộ trang thiết bị vật tư y tế gồm khẩu trang KN95, 25 máy thở đa năng cao cấp, 400 máy tạo oxy, 10 xe cứu thương và hàng hóa nhu yếu phẩm cho TP.HCM, Long An, Bình Dương.

Không chỉ đóng góp kinh phí chống dịch, các chức sắc, tín đồ, tình nguyện viên Phật giáo đã tham gia vào công tác phòng, chống dịch, hỗ trợ người dân tại các khu cách ly, phong tỏa.

Đến nay, số lượng tình nguyện viên Phật giáo đăng ký tham gia hỗ trợ người dân các khu cách ly, phong tỏa là 1.250 người, đã tham gia tại Bệnh viện dã chiến số 10, 13 (TP.HCM) và tại Bình Dương, Đồng Nai, Long An là 150 người.

---

15. Randy Thanthong-Knight, "Thailand's Downturn Means Even the Monks Are Going Hungry," Bloomberg Quint, 23 April 2020. https://www.bloombergquint.com/onweb/thailand-s-downturn-means-even-themonks-are-going-hungry.

16. Kim Út, Các tôn giáo chung tay chống dịch. https://tuoitre.vn/cac-ton-giao-chung-tay-chong-dich-20210828150111496.htm

Ngoài ra, Giáo hội Phật giáo Việt Nam đã cho mượn 13 điểm tại Quảng Ninh, Bắc Giang, Nghệ An, Bình Dương để trưng dụng thành nơi chăm sóc bệnh nhân mắc Covid-19, làm nơi cách ly.

Cùng với đó, các tòa giám mục cũng quan tâm, kêu gọi các linh mục, tu sĩ và tín đồ phát huy tinh thần chia sẻ và chung tay tham gia các hoạt động thiện nguyện trong công tác phòng, chống dịch Covid-19.

Đến nay, hơn 350 linh mục, tu sĩ đã tình nguyện lên đường vào các bệnh viện dã chiến để chung tay góp sức với ngành y tế nơi tuyến đầu chống dịch và chăm sóc các bệnh nhân.

Tất cả các tình nguyện viên đều đã trải qua khóa học tập huấn kiến thức, kỹ năng y tế trong môi trường có bệnh nhân mắc Covid-19, đã được tiêm vắc xin và có kết quả âm tính xét nghiệm PCR trước khi lên đường.

Tính đến giữa tháng 8, các tôn giáo khác như Hội thánh Tin Lành Việt Nam quyên góp ủng hộ Quỹ vắc xin phòng, chống Covid-19 và nguồn lực cho công tác phòng, chống dịch hơn 2 tỉ đồng, Phật giáo Hòa Hảo ủng hộ trên 34,4 tỉ đồng.

Các Hội thánh Cao Đài Việt Nam quyên góp ủng hộ Quỹ phòng, chống Covid-19 và Quỹ vắc xin quốc gia là 1,2 tỉ đồng, Tịnh độ Cư sĩ Phật hội Việt Nam quyên góp ủng hộ trên 1,2 tỉ đồng.

Đạo Bửu Sơn Kỳ Hương, Phật hội Tứ Ân Hiếu Nghĩa, các ban đại diện Cộng đồng Hồi giáo, Giáo hội Cơ đốc Phục lâm Việt Nam... đã ủng hộ Quỹ phòng, chống COVID-19 và Quỹ vắc xin quốc gia hàng trăm triệu đồng.

Virus đã khiến các tôn giáo nhận thức lại mối quan

hệ truyền thống giữa chùa, nhà thờ, đền, miếu và xã hội, nhấn mạnh đến việc chia sẻ tình thương và vật chất cho quần chúng đang cần. Vì giãn cách, không ai đến chùa, đền thờ, nên việc cúng dường bị giảm hay hầu như không có. Ngược lại, trong đại dịch này, các cơ sở tôn giáo được ghi nhận có nhiều hành động từ thiện hào hiệp và vị tha "thương người như thể thương thân" như chia sẻ nhiều tài vật, công sức cho quần chúng và đất nước như Phật Giáo của nước Việt nam, Hoa Kỳ, Đài Loan, Nhật bản, Tích Lan, thái Lan, Nhật bản và nhiều nước nữa.

Đó là những giá trị đề cao sự chia sẻ và tinh thần vì cộng đồng của các tôn giáo đã cùng đồng hành với dân tộc và đất nước để cùng tồn tại và thăng hoa.

Tóm lại, các tôn giáo đã sát cánh cùng với chánh quyền và các cơ sở y tế chung tay hỗ trợ phương tiện chống dịch vì an toàn cho cộng đồng, đất nước, thế giới ngày nay. Đây là trách nhiệm của toàn nhân loại, bởi lẽ ai cũng muốn sống, ai cũng muốn khỏe, ai cũng muốn đẹp, và ai cũng muốn hạnh phúc.

Nhân loại bị ảnh hưởng thì ta cũng không còn. Mỗi cá nhân là một nhân tố của cộng đồng, của nhân loại, nên khi lâm nạn thì tất cả hỗ trợ lẫn nhau.

Khi đại Covid-19 diễn biến phức tạp, ảnh hưởng đến cuộc sống của nhiều người dân, thì việc ngăn chặn, đẩy lùi, chống dịch trở thành ưu tiên hàng đầu. Những gì bất mãn, không hài lòng, mâu thuẫn, chiến tranh, bất đồng ý kiến nếu có giữa các tôn giáo hay giữa các đất nước trở thành thứ yếu.

Lúc này, tất cả đều quên những sai khác mà đồng lòng ủng hộ lẫn nhau, vì lúc này "một con ngựa đau cả tàu bỏ cỏ," hay "Một con ngựa đau cả tàu đều phải chết vì lây nhiễm" nên tinh thần thương yêu tương thân, tương ái, đoàn kết, đùm bọc, giữa các tôn giáo và người dân giúp nhau vượt qua đại dịch để cùng sống mạnh mẽ là cần thiết hơn hết.

2. HIỂU BIẾT VỀ KẾT NỐI GIỮA CHÚNG TA

Tenzin Gyatso, Đức Đạt Lai Lạt Ma thứ 14 đã có nhiều bài diễn thuyết nói về giá trị và sức mạnh của sự kết nối liên tôn giáo toàn cầu, nhất là khi đối mặt với khủng hoảng đại dịch Covid-19[17] như sau:

-"Tất cả các truyền thống tôn giáo đều liên quan đến con người. Mặc dù có sự khác biệt về thời gian, nơi chốn và quan điểm triết học, nhưng tất cả đều truyền dạy về tầm quan trọng của tình yêu thương.

Trong quá khứ, chúng ta đã bị công nghệ quyến rũ, nhưng tôi nghĩ rằng, mọi người đang trở nên trưởng thành hơn. Họ đang chú ý nhiều hơn đến các giá trị nội tâm và tìm kiếm sự bình yên trong tâm hồn. Tôi cảm nhận một cách mạnh mẽ rằng, nền giáo dục nên bao gồm cả sự hướng dẫn về thế giới nội tâm của chúng ta - sự hoạt động của tâm thức và cảm xúc của chúng ta. Ví dụ, ta cần phải học rằng - chính những cảm xúc tiêu cực như sự tức giận sẽ phá hủy sự bình yên nội tâm của chúng ta. Cũng giống như việc chúng ta huấn luyện trẻ em cách giữ gìn vệ sinh thân thể để sống khỏe mạnh, chúng ta cũng cần phải giữ gìn vệ sinh về tinh thần."

---

17. Thông điệp của Đức Tenzin Gyatso, Đạt-lai-lạt-ma thứ 14, về Covid-19
https://thuvienhoasen.org/a33678/thu-cua-duc-dat-lai-lat-ma-ve-dai-dich-coronavirus

Chúng ta thở cùng một bầu khí quyển. Sự sinh tồn và hạnh phúc của chúng ta dựa vào hạnh phúc và sự sinh tồn của những người khác như Đức Đạt-lai Lạt-ma nhấn mạnh:

- "Sự hỗ tương là một định luật căn bản tự nhiên. Ngay cả các côn trùng nhỏ bé cũng sinh tồn bằng sự hợp tác lẫn nhau, dựa trên bản chất hỗ tương của chúng. Đó là vì chính sự hiện hữu của nhân loại cũng phụ thuộc vào sự giúp đỡ của người khác đến nỗi nhu cầu thương yêu nằm ngay ở sự hiện hữu của ta. Do đó, ta cần biết trách nhiệm thực sự và quan tâm chân thành đối với sự an toàn của người khác."

"Mặc dù mọi người rất phấn khích trước sự phát triển công nghệ của mình, nhưng họ dần dần nhận ra rằng việc sử dụng vũ khí hạt nhân là quá nguy hiểm. Vào cuối thế kỷ 20, con người - nói chung - đã trở nên nhân đạo hơn.

Chúng ta thuộc loài động vật xã hội. Ta có ý thức về cộng đồng; bởi vì nếu không có nó, thì các cá nhân không thể tồn tại. Ngay từ khi chào đời, chúng ta đã phụ thuộc vào sự chăm sóc của mẹ; và mẹ đã chăm sóc chúng ta một cách không nghi ngờ gì cả. Mẹ đã thể hiện được tầm quan trọng của con người là thái độ vị tha. Ngay cả loài động vật cũng tồn tại trên cơ sở quan tâm chăm sóc lẫn nhau.

Thời gian này không phải là lúc mà chúng ta chỉ biết nghĩ tổ quốc của tôi, cộng đồng của tôi. Chúng ta cần phải nghĩ đến toàn thể nhân loại. Chúng ta đang phải đối mặt với những vấn đề ảnh hưởng đến tất cả chúng ta. Chúng ta phải cùng nhau làm việc vì lợi ích của tất cả tám tỷ con người đang sống hiện nay. Cùng nhau làm việc vì lợi ích chung của cộng đồng đã trở nên vô cùng quan trọng."

CHƯƠNG 2
PHẬT GIÁO QUỐC TẾ HỖ TRỢ CỘNG ĐỒNG

2.1. CÁC NƯỚC VÀ KHU VỰC CHUNG TAY CHỐNG DỊCH

Đạo Phật là đạo từ bi-cứu khổ, nên dù nhiều hệ phái Phật giáo hay văn hóa mỗi nước khác nhau, nhưng căn bản vẫn là tình yêu thương và hạnh bố thí tương thân tương ái, nhất là trước nguy cơ corona virus xâm lăng diệt chủng loài người. Vì thế, Phật giáo của từng nước không thể làm ngơ trước hậu quả không lường của virus SARS-CoV2 ở Vũ Hán - Trung Quốc, đang lây lan truyền khắp thế giới.

Chư Tôn đức Tăng Ni và tín đồ Phật tử các nước thường thiết lập một quỹ hỗ trợ khẩn cấp, một lập trình công nghệ trao đổi thông tin, và tổ chức các buổi cầu nguyện (on zoom), hướng dẫn ngồi thiền chữa lành tâm lý và từ thiện hỗ trợ tài vật, thiết bị y tế, để giúp đỡ bệnh viện và những người cần thiết trong thời kỳ đại dịch, nhất là nâng đỡ tinh thhần người dân được vững chãi đối mặt với đại dịch.

Các tổ chức Phật giáo ở khắp nơi đã dấn thân, cống hiến, để chữa lành đại dịch trên thế giới như sau:

2.1.1. ĐÀI LOAN

Hội Từ Tế (Tzu Chi Foundation, Đài Loan)[18] với dự án "Làm Phẳng Đường Cong" do Chi Nhánh Hoa Kỳ công bố rằng đây là một Tổ chức nhân đạo Phật giáo khổng lồ đặt trụ sở trung ương tại Đài-loan, có trên 10 triệu hội viên và 45 chi nhánh khắp thế giới. Trong một thông cáo báo chí vào đầu tháng 4 - 2020, Hội Từ Tế Hoa Kỳ tuyên bố rằng họ sẽ phân phối hằng triệu khẩu trang và dụng cụ y tế cho các nhân viên y tế làm việc ở tuyến đầu chống dịch, và khởi động một chương trình hỗ trợ cho những người chịu tác động của đại dịch về mặt kinh tế xã hội.

> Những sáng kiến ấy ở Hoa Kỳ bổ sung cho những nỗ lực quốc tế rộng khắp của Hội Từ Tế để giúp khống chế và giảm thiểu tác hại của đại dịch khắp nơi trên thế giới. Suốt thời gian này, trụ sở trung ương của Hội cũng liên tục phổ biến Giáo pháp được soạn thảo cho những thời điểm khó khăn như hiện nay. Giáo pháp ấy gồm có "Lời nhắc nhở hằng ngày" khích lệ Phật tử cầu nguyện, giữ vững chánh niệm, thanh lọc tâm, phát triển lòng từ bi, thực hành ăn chay và xem đại dịch như là

18. Đáp ứng của Phật Giáo trước Đại Dịch Covid-19 từ gốc độ lịch sử (Buddhist Responses to the Covid-19 Pandemic in Historical Perspective), Nguyên Tác : C. Pierce Salguero. Việt dịch: Trần Như Mai https://quangduc.com/a71642/dap-ung-cua-phat-giao-truoc-dai-dich-covid-19-tu-goc-do-lich-su-buddhist-responses-to-the-covid-19-pandemic-in-historical-perspe

một dịp để thức tỉnh tâm linh.

Hội Từ Tế nhắc nhở tụng kinh cầu nguyện, trì thần chú mỗi ngày hay nhớ lời khuyên của Đức Đức Đạt Lai Lạt Ma về cầu nguyện danh hiệu Bồ Tát Tara, một vị thần có công năng bảo vệ sức khỏe trước đại dịch Covid-19.

Hội Từ Tế có nhiều chi nhánh hùng mạnh đã thành lập và tài trợ rất nhiều bệnh viện và trạm xá y tế khắp các nước như Campuchia, Trung Hoa, Nhật Bản, Hàn Quốc, Tích-lan, Thái Lan, Và Tây-Tạng. Các cơ sở y tế đó thường do những Tăng Ni Phật giáo điều hành, đôi lúc còn được đặt ngay trong khuôn viên của chùa.

Thậm chí các cơ sở Phật giáo đôi lúc còn đóng vai trò trực tiếp trong việc thi hành những sáng kiến cứu trợ về y tế hay tai ương thảm họa công cộng ở cấp bậc địa phương. Trong lúc các bệnh viện tiền-hiện đại chăm sóc bệnh nhân bằng đủ loại y dược truyền thống, thì nhiều tổ chức Phật giáo đương đại đã chuyển sự hỗ trợ của họ sang những biện pháp can thiệp khoa học và y sinh học. Như vậy, các tổ chức từ thiện Phật giáo ngày nay đã tích cực hỗ trợ hoặc trực tiếp điều hành nhiều bệnh viện, phòng khám bệnh, có những sáng kiến y tế đóng góp cho cộng đồng khắp thế giới.

2.1.2. HOA KỲ

Trong suốt mùa đại dịch, có rất nhiều Tăng Ni, Phật tử ở Hoa Kỳ và trên toàn cầu đã mở ra các lớp dạy trực tuyến để mỗi ngày hướng dẫn cho các đệ tử Phật giáo cách đối phó với đại dịch Coronavirus. Các Phật tử gốc Châu Á tại các tiểu bang của Hoa Kỳ thường may các khẩu trang tặng bệnh viện, trường học, viện dưỡng lão và người dân.

Bằng tình thương nhân ái của những người con Phật, họ chuẩn bị những bữa ăn bổ dưỡng, tinh khiết cho các bác sĩ, y tá đang ngày đêm phục vụ bệnh nhân Covid trong bệnh viện, hoặc cung cấp các dịch vụ tang lễ miễn phí cho những người đã khuất do hậu quả của Covid. Các tổ chức Phật giáo thường an ủi các nạn nhân cô đơn, hướng dẫn tập thiền và tụng kinh hàng ngày để chia sẻ năng lượng tốt cho tất cả mọi người.

Từ cuối tháng 3, 2020, Liên minh Phật giáo Hoa Kỳ (ABC)[19] đã bắt đầu các hoạt động quyên góp và trao tặng thiết bị y tế phòng hộ, ngăn chặn lây lan Covid-19 đến các bệnh viện, trung tâm y tế và các cơ quan ở thành phố New York. Mạng lưới thành viên của tổ chức Liên minh Phật giáo Hoa Kỳ gồm tu sĩ, cư sĩ Phật tử ở Hoa Kỳ và các nơi.

Theo đó, tổ chức Phật giáo này đã tặng hàng triệu khẩu trang y tế, găng tay, mắt kính và trang phục bảo hộ đến

19. Liên minh Phật giáo Hoa Kỳ tích cực chống dịch Covid-19. Việt dịch: Trần Trọng Hiếu
(Theo The Interfaith Center of New York) lien minh HK.jpg
https://giacngo.vn/lien-minh-phat-giao-hoa-ky-tich-cuc-chong-dich-covid-19-post52333.html

các Bệnh viện Mount Sinai, Elmhurst, văn phòng quận Brooklyn và Sở Cảnh sát Dove (New Jersey). Họ cũng gởi lời khuyên Tăng Ni Phật tử hợp chủng quốc hãy cùng tụng kinh cầu nguyện và góp phần chống dịch.

Được biết, trong tháng 2, trước khi dịch bệnh Covid-19 bùng phát mạnh ở Hoa Kỳ, tổ chức này cũng đã quyên góp và tặng thiết bị phòng hộ trị giá 20.000 USD đến người dân thành phố Vũ Hán (tỉnh Hồ Bắc, Trung Quốc) - nơi dịch bệnh khởi phát và lây lan hầu hết các quốc gia, lãnh thổ trên thế giới.

Còn tại Hoa Kỳ, khi dịch bệnh bùng phát mạnh vào tháng 3 2020, "không chút do dự, Hòa thượng Ming Yu - người đứng đầu tổ chức Liên minh Phật giáo Hoa Kỳ đã nhanh chóng kêu gọi các thành viên cùng bạn bè, người thân thực hành và lan tỏa tâm từ một cách cụ thể, qua việc kịp thời hỗ trợ cho cư dân New York trong đại dịch này.

ABC đã vận động và tiếp nhận số tiền hơn 120.000 USD, dành mua thiết bị phòng hộ tặng nhân viên y tế điều trị Covid-19 và các cơ quan phòng chống dịch tuyến đầu, trước tình trạng thiếu hụt nguồn cung các sản phẩm y tế bảo hộ cần thiết tại đây..." - theo Trung tâm Interfaith New York.

Sau đó, lực lượng phản ứng nhanh của ABC tiếp tục vận động 343.000 USD. Và toàn bộ số tiền trên cũng được dùng để mua thiết bị bảo hộ y tế. Tổ chức này nhanh chóng thành lập 3 đội di chuyển, phân phối thiết bị đến các nơi ở New York.

Ghi nhận nỗ lực này, vừa qua Trung tâm Interfaith New York đã trao tặng Giải thưởng Interfaith về Bình đẳng Niềm tin tôn giáo đến thầy Ming Yu - Chủ tịch ABC vì những đóng góp thiết thực và kịp thời trong việc cung cấp thiết bị bảo hộ chống dịch bệnh Covid-19 đến các cơ sở y tế, cơ quan hành chính tại thành phố New York.

Nhiều tự viện Việt Nam ở California và tiểu bang khác đã nêu cao đức từ bi và tương thân của đạo Phật, thường xuyên cung cấp thiết bị y tế, nhu yếu phẩm và hỗ trợ tinh thần cho những người bị ảnh hưởng bởi đại dịch như Chùa Điều Ngự (Westminster), Chùa Việt Nam (Los Angeles), Chùa An Lạc (San Jose), Chùa Hương Sen (Perris, Riverside), Chùa Viên Minh (Westminster), Chùa Phước Quang (Santa Ana)... Chư Tăng Ni tự động tổ chức các khóa tụng kinh cầu an, cầu siêu, tu học, trì chú, giảng pháp và sinh hoạt tâm linh trực tuyến mỗi ngày ít nhất một thời để giúp cho người dân giữ được niềm tin, giảm thiểu những lo lắng và tăng cường sức mạnh về tinh thần.

Cũng như các chùa cùng các Phật tử và mạnh thường quân đã tặng khẩu trang, nước rửa tay sát khuẩn, thực phẩm chay tịnh cho những vị trong tuyến đầu chống dịch (Bác sĩ, y tá, điều dưỡng, bệnh nhân...) những người gặp khó khăn trong thời kỳ đại dịch, đặc biệt phát quà, tặng thẻ cào cho các trẻ em mồ côi và những người khó khăn trong khu vực cách ly giãn cách xã hội.

Cảm niệm sự cống hiến này, Thống đốc Gavin Christopher Newsom, thị trưởng Major Tạ Đức Trí (thành phố Westminster), thị trưởng Steve Jones (thành phố Garden Grove)... đã tán thán chư Tăng Ni Phật tử trong công tác "Chung tay Chống Dịch, mang An Toàn cho Cộng Đồng."

2.1.3. HÀN QUỐC (KOREA)

Hàn Quốc là một quốc gia có nửa dân số theo đạo Phật, nửa Thiên Chúa giáo. Phật giáo đứng đầu, chiếm

43% tổng số người theo đạo ở Hàn Quốc với 10,7 triệu Phật tử.[20]

Hàn Quốc có một hệ thống chăm sóc sức khỏe tốt, trong mạng lưới chính phủ, chính sách và quản lý hiệu quả, sự hợp tác hài hòa với người dân. Trong cuộc bầu cử gần đây, chiến thắng của Đảng Hàn Quốc Tự do (자유한국당), phản ánh thành công của chính phủ trong việc giải quyết các vấn đề do Covid-19 gây ra.

Tại Hàn Quốc, tinh thần yêu thương, chia sẻ hài hòa và hợp tác bắt nguồn giữa những người từ Cơ Đốc giáo và Phật giáo, đã góp phần tạo nên thành công trong phòng chống dịch bệnh Covid-19.

Cộng đồng Phật giáo ở các quốc gia khác nhau có thể học hỏi từ kinh nghiệm của Hàn Quốc và Đài Loan, cùng với lời khuyên của Tổ chức Y tế Thế giới (WHO): xét nghiệm virus, giữ khoảng cách an toàn, đeo khẩu trang những nơi công cộng.

2.1.4. TÍCH LAN

Cũng như ở các quốc gia khác, công việc phúc lợi xã hội và cứu trợ thiên tai được các tổ chức Phật giáo và Tăng sĩ Phật giáo chú ý hỗ trợ.

Từ tháng 3 năm 2020 đến tháng 5 năm 2020, nhiều báo cáo trên các phương tiện truyền thông của Sri Lanka[21] về

---

20. Góc Nhìn Phật Giáo Về Khủng Hoảng Covid-19 .Giáo sư Tavivat Puntarigvivat. Thích Vân Phong dịch Việt. https://thuvienhoasen.org/a36909/goc-nhin-phat-giao-ve-khung-hoang-covid-19-tavivat-puntarigvivat-thich-van-phong-dich-viet

21. Neena Mahadev, "Conversion and Anti-Conversion in Contemporary Sri Lanka: Pentecostal Christian Evangelism and Theravada Buddhist

việc chư Tăng và Phật tử đã tham gia phân phối nhu yếu phẩm như trao thức ăn và đồ uống cho cảnh sát đang tuần tra giới nghiêm, phát thực phẩm khô và gạo cho các gia đình nghèo, tặng khẩu trang và thiết bị bảo hộ y tế cho nhân viên y tế, thậm chí cho chó và mèo đi lạc ăn, v.v. Trong một số trường hợp, các ngôi chùa đã quyên góp được ngân quỹ khá lớn cho đội ứng phó đại dịch quốc gia.[22]

Chư Tăng Ni cũng đã thực hiện các buổi lễ cầu nguyện nhằm mong dịch bệnh sớm được tiêu trừ. Một trong những nghi lễ phổ biến nhất là tụng những bài kinh bảo hộ/cầu an được gọi là *pirit* (*paritta* trong tiếng Pāli). Những bài kinh này thuộc Kinh tạng của truyền thống Phật giáo Nguyên Thủy, được viết bằng ngôn Pāli và dịch ra tiếng Sinhalese. Phật tử tin rằng các bài kinh này có sức mạnh tiêu trừ nhiều loại nguy hiểm, bao gồm rắn độc, ma quỷ, bệnh tật.[23]

Trên cổng truyền thông điện tử (facebook), nhiều Tăng

Views on the Ethics of Religious Attraction," in Proselytizing and the Limits of Religious Pluralism in Contemporary Asia, ARI - Springer Asia Series, eds. Juliana Finucane and R. Michael Feener (Singapore: Springer, 2014), 211–235, https://doi.org/10.1007/978-981-4451-18-5_11.
Jeffrey Samuels, "Buddhist Disaster Relief: Monks, Networks, and the Politics of Religion," Asian Ethnology 75, no. 1 (2016): 53-74.
Charles B. Jones, "Modernization and Traditionalism in Buddhist Almsgiving: The Case of the Buddhist Compassion Relief Tzu-Chi Association in Taiwan," Journal of Global Buddhism 10, no. 0 (2009): 291-319.

22. Cāmara Sampat, "koviḍ aramudalaṭa asgiri saṁgha sabhāven ru miliyana 5-k [5 million Rupees to the Covid fund from the Asgiri Sangha Council]," 27 March 2020, http://www.ada.lk/religion.

23. Về việc tụng đọc các kinh bảo hộ ở Thailand, xem Justin McDaniel, The Lovelorn Ghost and the Magical Monk: Practicing Buddhism in Modern Thailand (New York: Columbia University Press, 2013), 72-90.

Ni vẫn tiếp tục thời khóa sinh hoạt thuyết giảng, chủ lễ tụng kinh cầu an, trì chú ở thời gian cố định trên online để Phật tử có thể mỗi ngày tham dự đều đặn giống như chưa có đại dịch. Bản kinh cầu an thường được trì tụng nhiều trong đại dịch là kinh *Kỳ-lợi-ma-nan* (Girimandanda). Bản kinh này, trong hình thức Đức Phật hướng dẫn một Tỷ-kheo bị bệnh nặng nên thực hành những phương pháp hành trì làm thuyên giảm chúng.[24] Ví dụ, tại một ẩn thất nhỏ của năm sư Ni ở Kandy, quý sư cô ở đó đã tụng những bản kinh cầu an như thế hàng ngày vào lúc 5 giờ chiều, phát qua loa cho các người dân địa phương cùng nghe hoặc lắng tâm tung theo.[25]

Việc tụng kinh cầu an cũng được nâng lên tầm mức toàn quốc, tức chùa nào cũng tổ chức như vậy. Vào giữa tháng 3 năm 2020, khi tỷ lệ lây nhiễm bắt đầu gia tăng ở Sri Lanka, các vị sư trụ trì của hai tu viện lớn nhất và lâu đời nhất đã tổ chức một khóa tụng niệm quốc gia kéo dài một tuần tại chùa Răng Phật Kandy, một địa danh Phật giáo linh thiêng nhất của đảo quốc, cùng với những vị Trưởng lão Hòa thượng đến từ khắp đảo quốc. Chư Tăng và Phật tử cùng nhau liên tục tụng kinh cầu an để cầu nguyện cho dịch bệnh sớm tiêu trừ, quốc thới, dân an. Có chùa chọn trì tụng kinh *Châu báu* (Ratana), một bản kinh đã được tụng đọc cho cư dân của thành phố Rajagaha của Ấn Độ cổ đại vào thời kỳ đói kém và dịch bệnh.[26] Sái tịnh

---

24. "Girimananda Sutta: To Girimananda," (AN 10.60), trans. Thanissaro Bhikkhu, Access to Insight (BCBS Edition), 30 November 2013, http://www.accesstoinsight.org/tipitaka/an/an10/an10.060.than.html.

25. Phỏng vấn qua điện thoại một sư Ni ở Kandy, 17 April 2020.

26. Asela Kuruluwansa, "Ratana Sutta to Be Chanted at Sri Dalada Maligawa," Daily News, 16 March 2020, http://www.dailynews.lk/2020/03/16/local/214540/ratana-sutta-be-chanted-sridalada-

ly nước "cam lồ bảo hộ" (*pirit paen*) được chú nguyện trong thời gian tụng kinh sau đó từ hai chiếc trực thăng nước được rải xuống những khu vực bị ảnh hưởng bởi virus. Đến đầu tháng Tư, chính vị lãnh đạo Tăng già Sri Lanka đã kêu gọi tất cả chư Tăng Ni khắp đảo quốc cùng tụng niệm các bản kinh đó vào mỗi buổi tối. Việc tụng đọc những bản kinh này cũng được thực hiện khá đều đặn ở Thái Lan và Miến Điện là hai nước cũng theo truyền thống Phật giáo Nguyên Thủy.

Bên cạnh tụng kinh, Tăng già Sri Lanka cũng khuyên Phật tử giữ gìn thân khẩu ý, giới luật và thiền định như một cách giải quyết tận gốc cuộc khủng hoảng Covid-19 này. Một Tăng sĩ từ Kandy đã trình bày:

"Một trong những giáo pháp cơ bản của Phật giáo là sống bằng cách chế ngự (saṅvara kara gena) thân. Giới luật giúp chế ngự thân, chế ngự thân trong một thời gian dài sẽ giúp ích cho việc loại bỏ đại dịch này. . . Bằng việc chế ngự thân và khẩu, tình trạng của thế giới có thể được cải thiện và chúng ta có thể thoát khỏi tình trạng này. Ngày nay, chúng ta khó kiểm soát thân: giống như một nhà máy hoạt động cả ngày lẫn đêm. Vì lo tìm kiếm của cải, các quốc gia hùng mạnh như Hoa Kỳ, Trung Quốc và Ấn Độ đang bốc cháy, xoay như một chiếc cối xay... Phải chăng không có bất kỳ sự kiềm chế nào ở đó? Do đó, những cuộc khủng hoảng như thế này có thể xuất hiện. Giáo pháp của Đức Phật có liên quan đến việc rèn luyện tâm trí và xây dựng một môi trường mà ở đó con người có thể sống lâu dài không bị bệnh tật, bởi vì họ tự phát triển

---

maligawa.
Cũng xem "Ratana Sutta: The Jewel Discourse" (Sn 2.1), trans. Piyadassi Thera, Access to Insight (BCBS Edition), 30 November 2013, http://www.accesstoinsight.org/tipitaka/kn/snp/snp.2.01.piya.html.

khả năng miễn dịch của mình. Nhờ việc phát triển tâm trí của mỗi người, xã hội sẽ được lợi ích. Phát triển cá nhân giúp phát triển xã hội; sự suy đồi của các cá nhân gây ra sự suy đồi của xã hội."[27]

Trong nhiều trường hợp, sự khởi đầu của đại dịch là do có liên quan với sự suy thoái môi trường, mà nguyên nhân sâu xa là kết quả của lòng tham và sự thiếu từ bi của con người. Thói quen ăn mặn, sát hại sinh vật cũng là một trong những lý do trọng yếu như Covid-19 đến từ một chợ thực phẩm ở Trung Quốc, một sư Ni đã nêu ra mối liên hệ giữa những tư tưởng Phật giáo và thói quen ăn uống:

"Đạo Phật dạy người ta kiểm soát tâm tham, sân, si của mình, những thứ vốn đang không ngừng gia tăng. Đời sống của chúng ta phụ thuộc vào thói quen ăn uống của chúng ta; những gì chúng ta ăn ảnh hưởng đến đời sống của chúng ta."[28] Một Tăng sĩ-học giả khác từ Kandy giải thích rằng đại dịch cũng như xung đột xã hội phát sinh từ "sự mất cân bằng" (*samaviṣamatāvayan*) trong môi trường, do đó dẫn đến sự suy giảm các đức tính như lòng từ bi. Một giải pháp cho cuộc khủng hoảng nhiều mặt hiện nay - về sức khỏe, môi trường và lòng tham của con người là phải lấy cảm hứng từ các lối sống "truyền thống" hay "làng quê", lối sống bền vững với môi trường đưa ra các phương pháp tự nhiên của riêng họ cho việc chữa bệnh và duy trì sức khỏe. Những ý tưởng tương tự cũng xuất hiện thường xuyên trên các tờ báo của Sri Lanka và trên các tài khoản mạng xã hội của các chính trị gia nổi tiếng, nhiều người trong số đó đã thúc giục người dân Sri Lanka trồng trọt ở vườn sau nhà như một cách vừa để khắc phục vấn

27. Phỏng vấn qua điện thoại với một sư ở Kandy, 18 April 2020.

28. Phỏng vấn qua điện thoại với một sư Ni ở Kandy, 17 April 2020.

đề phân phối lương thực của đảo quốc vừa hướng tới vấn đề tự cung tự cấp của địa phương.

2.1.5. NHẬT BẢN

Những hỗ trợ có tầm mức rộng lớn khác của Phật giáo trước đại dịch Covid-19 bao gồm các hoạt động của tổ chức Soka Gakkai International (SGI), một Hội Phật giáo lớn có trụ sở trung ương tại Tokyo, với khoảng 12 triệu hội viên ở 192 quốc gia.[29]

Trong một thông cáo báo chí ngày 10/ 4 /2020, chủ tịch hội SGI là ông Minoru Harada thông báo rằng các chi nhánh tại Ý, Mã-lai, và Hoa kỳ đang tặng khẩu trang và gây quỹ để giúp đỡ các nhân viên y tế ở tuyến đầu chống dịch, trong lúc các hội viên trẻ ở Nhật chia sẻ một sáng kiến về giãn cách xã hội "Ở Nhà" trên Twitter.

Cũng giống như Hội Từ Tế (Đài Loan), Hội Soka Gakkai International (Nhật Bản) là phiên bản hiện đại của sự dấn thân của Phật giáo trong công tác từ thiện về mặt y tế, giúp đỡ bệnh nhân, thành lập bệnh viện, clinic, để cứu dân theo truyền thống đã có từ nhiều thế kỷ trước.

Phật tử Nhật thường niệm Nam-myoho-renge-kyo[30]

---

29. C. Pierce Salguero, Việt dịch: Trần Như Mai, Đáp ứng của Phật Giáo Trước đại dịch covid-19 Từ góc độ lịch sử
(Buddhist Responses to the Covid-19 Pandemic in Historical Perspective)
https://www.buddhistdoor.net/features/buddhist-responses-to-the-covid-19-pandemic-in-historical-perspective
https://thuvienhoasen.org/a36487/dap-ung-cua-phat-giao-truoc-dai-dich-covid-19-tu-goc-do-lich-su

30. Rising from Crisis: Responding to the Pandemic.
https://www.sokaglobal.org/in-society/initiatives/rising-from-crisis-1.html

(Nam-myoho-renge-kyo: con xin về nương tựa Diệu Pháp Liên Hoa Kinh)[31] để cầu nguyện và làm mọi thứ có thể để cải thiện tình hình. Cho nên, tặng các thiết bị y tế và nhiều vị lảnh đạo các chi hội cho mượn khách sạn làm bệnh viện cách ly, nơi cách ly hai tuần cho những công dân Nhật Bản trở về từ nước ngoài, với hơn 800 phòng được sử dụng cho mục đích này, đã có thể đóng góp vào nỗ lực phòng ngừa của chính phủ và đồng thời được bảo vệ tài chính.[32]

Một tiệm thuốc Tây chính gốc Nhật Bản Eli Japan do sư cô Itsumi Fiwara cùng cha mẹ điều hành, cũng đã bỏ cả công của để may hàng ngàn cái khẩu trang gởi biếu cho các bệnh viện hoặc các cư dân cư ngụ quanh vùng…

2.1.6. THÁI LAN

Đạo Phật là quốc giáo trong đất nước Thái Lan. Chư Tăng và các Phật tử là một lực lượng rất mạnh, dựa trên hạnh "Từ bi tâm" để thực hành bố thí, thí pháp, tài thí, vô úy thí tương trợ với người dân nghèo đang đối mặt với đại dịch và sự khó khăn của một cuộc khủng hoảng kinh tế.

Tháng 4 năm 2020, tổ chức Dhammakaya của Thái-lan

---

31. Namu Myōhō Renge Kyō (南無妙法蓮華経)
"Devotion to the Mystic Law of the Lotus Sutra" or "Glory to the Dharma of the Lotus Sutra" in English. It can also be interpreted as "I take refuge in the Lotus of the Wonderful Law
https://www.google.com/search

32. C. Pierce Salguero, Việt dịch: Trần Như Mai, Đáp ứng của Phật Giáo Trước đại dịch covid-19 Từ góc độ lịch sử
(Buddhist Responses to the Covid-19 Pandemic in Historical Perspective)
https://www.buddhistdoor.net/features/buddhist-responses-to-the-covid-19-pandemic-in-historical-perspective
https://thuvienhoasen.org/a36487/dap-ung-cua-phat-giao-truoc-dai-dich-covid-19-tu-goc-do-lich-su

đã sử dụng YouTube để kêu gọi khoảng 3 triệu hội viên khắp thế giới cùng đến với nhau để "hành thiền chống coronavirus." Tổ chức này nỗ lực tích lũy một triệu phút hành thiền tập thể vào ngày 22/04/2020 là một hành động sẽ "chữa lành vết thương trên thế giới."[33] Trong lúc đó Đức Dalai Lama đã xuất hiện rất nhiều lần trên các phương tiện truyền thông báo chí để truyền bá đáp ứng của Ngài trước đại dịch Covid-19.

Các nhà sư Phật giáo ở Bangkok không chỉ cung cấp bữa ăn miễn phí cho các gia đình bị nhiễm virus trong cộng đồng, mà các Ngài còn dẫn đầu sáng kiến sản xuất khẩu trang cần thiết cho đất nước bằng cách dệt hỗn hợp sợi nhựa tái chế và sợi bông. Trong một số trường hợp đặc biệt, Tăng đoàn gắn kèm những lời chú nguyện vào các thiết bị bảo hộ với mong muốn giúp người dùng, có thể tránh khỏi nguy hiểm nhiễm corona virus.

2.1.7. BHUTAN

Tại Bhutan, những buổi lễ cầu nguyện vẫn diễn ra hàng ngày với niềm tin rằng lễ nghi này sẽ bảo vệ người dân khỏi mối đe dọa của đại dịch Covid-19. Với 20 ca mắc Covid-19, chưa có ca tử vong nào (tính đến ngày 15/5/2020), nhiều người dân ở Vương quốc nằm dưới dãy Himalaya này tin rằng họ được những vị thần Phật giáo bảo hộ.

Sau khi thực hiện các biện pháp dựa trên những cơ sở khoa học như xét nghiệm, cách ly hiệu quả và kiểm soát

33. Pitcha Dangprasith and Lillian Suwanrumpha, "Thai Monks Make Virus Masks from Recycled Plastic," *Agence France-Presse*(via The Jakarta Post), accessed 17 April 2020, https://www.thejakartapost.com/seasia/2020/03/24/thai-monks-make-virusmasks-from-recycled-plastic.html.

biên giới chặt chẽ, không nhận du khách, Bhutan đã có thể tránh được tình trạng hệ thống y tế bị quá tải do Covid-19. Từ nhà vua, quan dân, chánh phủ đến người dân đều đồng lòng chống lại đại dịch Covid-19.

2.1.8. ẤN ĐỘ

Chư Tăng Ni và Phật tử quốc tế đang cư trú tại Ấn Độ, đặc biệt tại các thánh địa Phật giáo như Lâm-tì-ni, Bồ-đề-đạo-tràng, Lộc uyển, Câu-thi-na đều tụng kinh, đưa hình ảnh đại tăng cầu nguyện và thuyết pháp lên đài ti-vi, giảng các bài pháp ứng dụng với đại dịch (khế cơ, khế lý), để giúp các Phật tử và công dân Ấn Độ không sợ hãi trước bão táp của dịch.

Nhiều chùa quốc tế tại Ấn Độ phát gạo, nhu yếu phẩm, tặng khẩu trang và thiết bị bảo hộ y tế cho dân nghèo trong đại dịch. Tuy nhiên, vì dân số quá đông, người nghèo nhiều quá, nên dịch Covid-19 tràn lan, kiểm soát không kịp, thiếu thốn giường nằm, vật tư y tế, nên Ấn Độ là nước thứ hai sau Hoa Kỳ có số tử vong rất lớn.

Sáng 18/5, tại Thành phố Hồ Chí Minh, Giáo hội Phật giáo Việt Nam[34] tổ chức lễ trao tặng lô thiết bị y tế trị giá 1,8 tỷ đồng do Phân ban Ni giới Trung ương ủng hộ cho Chính phủ, nhân dân Ấn Độ phòng, chống COVID-19.

Tối 15/5/2021, tại Tu viện Khánh An (TP Hồ Chí Minh), Ban Văn hóa Giáo hội Phật giáo Việt Nam TP Hồ Chí Minh phối hợp với Ban Trị sự Giáo hội Phật giáo Việt

---

34. Xuân Khu, Giáo hội Phật giáo Việt Nam trao tặng thiết bị y tế hỗ trợ Ấn Độ phòng, chống dịch COVID-19. https://baotintuc.vn/thoi-su/giao-hoi-phat-giao-viet-nam-trao-tang-thiet-bi-y-te-ho-tro-an-do-phong-chong-dich-covid19-20210518133542303.htm

Nam Quận 12 tổ chức lễ cầu nguyện bày tỏ đồng cảm với những mất mát mà nhân dân Ấn Độ và thế giới đang hứng chịu do đại dịch COVID-19; trao tài vật ủng hộ chia sẻ khó khăn với Phật tử, người dân Ấn Độ.

Trước đó, ngày 12/5, tại Hà Nội, Giáo hội Phật giáo Việt Nam đã trao cho Đại sứ quán Ấn Độ tại Việt Nam 100 máy thở, 50 máy tạo oxy (trị giá 14 tỷ đồng) để hỗ trợ Chính phủ và nhân dân Ấn Độ phòng, chống dịch COVID-19.

Đại sứ Ấn Độ tại Việt Nam Pranay Verma bày tỏ, thông điệp về lòng yêu thương, sự quan tâm, lòng tốt của đức Phật là sợi dây bền chặt gắn kết nhân dân hai nước và cả nhân loại cùng nhau chiến đấu với bệnh dịch, xoa dịu nỗi đau do dịch COVID-19 để lại. Sự kiện hôm nay là lời nhắc nhở khủng hoảng toàn cầu do COVID-19 đang tác động tới cả nhân loại và chúng ta cần có đầy đủ trí tuệ để ngăn chặn sự tác động toàn cầu. Kinh nghiệm đối phó với cuộc khủng hoảng trong suốt hơn một năm qua cho thấy, không đất nước nào có thể một mình đánh bại việc này, cũng như tầm quan trọng trong hợp tác quốc tế, nỗ lực đối phó với khủng hoảng. Ấn Độ luôn tin tưởng vào triết lý "thế giới là một nhà."

2.1.9. VIỆT NAM

Hơn hai ngàn năm hiện diện và đồng hành cùng dân tộc, Phật giáo Việt Nam đóng vai trò quan trọng trong đời sống tâm linh, là thành tố không thể thiếu của nền văn hóa dân tộc. Thời gian qua, trước diễn biến phức tạp của dịch bệnh Covid-19, Giáo hội Phật giáo Việt Nam đã chung tay phòng, chống dịch bệnh, bảo vệ sức khỏe của nhân dân, cụ thể như:

-Không chỉ đóng góp kinh phí chống dịch khoảng 382,5 tỉ đồng (khoảng 14 triệu Mỹ Kim, tính từ ngày 27-4-2021 đến 26-8-2021),[35] mà các chức sắc, tín đồ, tình nguyện viên Phật giáo đã tham gia vào công tác phòng, chống dịch, hỗ trợ người dân tại các khu cách ly, phong tỏa.

-Tăng Ni trẻ "Cởi áo cà sa khoác áo blouse trắng tham gia tuyến đầu phòng, chống dịch" như có 1.250 vị Tăng Ni đệ đơn đăng ký tình nguyện tham gia vào tuyến đầu chống dịch, trong số đó 150 người đã tham gia tại bệnh viện dã chiến số 10, 13 ở TP.HCM và tại Bình Dương, Đồng Nai, Long An, hỗ trợ người dân tại các khu cách ly, phong tỏa.

-Nhiều chùa, cơ sở thờ tự ở Việt Nam Phật Quốc Tự, chùa Phổ Quang (TP Hồ Chí Minh), Trung tâm Văn hóa Phật giáo (Bình Dương), Học viện Phật giáo Việt Nam (Huế), chùa Keo (Thái Bình), Chùa Ích Minh (Bắc Giang), Chùa Trình Yên Tử, Cung Trúc Lâm, Thiện viện Trúc Lâm, chùa Ba Vàng (Quảng Ninh), Chùa Vĩnh An (Bến Tre)... được trưng dụng thành nơi chăm sóc bệnh nhân mắc Covid-19, làm nơi cách ly.

-Lan tỏa bữa cơm yêu thương vùng tâm dịch với tinh thần "Lá lành đùm lá rách." Hàng chục nghìn bữa cơm nhân ái đã được Ban Trị sự hoặc các chùa công đức tới 5 triệu suất ăn cho người dân khó khăn ở vùng dịch, các y bác sĩ tuyến đầu, các bệnh viện dã chiến, cơ sở cách ly tại TP Hồ Chí Minh, như

---

35. Giáo hội Phật giáo Việt Nam ủng hộ hơn 300 tỉ đồng chống dịch https://dangcongsan.vn/tu-tuong-van-hoa/giao-hoi-phat-giao-viet-nam-ung-ho-hon-300-ti-dong-chong-dich-590855.html

chùa Vĩnh Nghiêm mỗi ngày phục vụ từ 10.000 đến 20.000 suất; chùa Tường Nguyên mỗi ngày nấu hơn 20.000 suất ăn phục vụ các bệnh viện dã chiến, phát thức ăn, nước uống miễn phí cho dân nghèo...

Tóm lại, rất nhiều Tăng đoàn Phật giáo các nước dấn thân cùng chính phủ chống dịch. Mỗi nước theo hệ phái Phật giáo (Nguyên Thủy, Đại Thừa, Kim cang Thừa) truyền thống hay hậu truyền thống, địa phương hay toàn cầu khác nhau, nhưng đều tích cực hợp tác với cơ quan y tế và chánh quyền địa phương để giúp đỡ cứu trợ các người dân và cộng đồng của nước họ và các nước khác bằng nhiều phương cách tương tự trong lúc hoạn nạn dịch bệnh này.

Đại diện Giáo hội Phật giáo Việt Nam tặng quà cho Bệnh viện dã chiến số 10 tại TP.HCM. Ảnh: Giáo hội Phật giáo Việt Nam

Phật giáo đã được Đức Phật thành lập cách đây hơn 2600 năm trước và vẫn tồn tại và phát triển cho đến ngày nay vì Phật giáo luôn gắn bó, đồng hành với đất nước, có những đáp ứng đặc biệt, trực tiếp và cụ thể trước các dịch bệnh truyền nhiễm.

Trong các nền văn hóa Á châu hiện đại, các tu viện Phật giáo là một trong những tổ chức có nhiều gắn bó và tương quan xã hội nhất, vì thế thường có nhiều ảnh hưởng trong việc vận động quần chúng đáp ứng các vấn đề sức khỏe cộng đồng.

2.2. MỐI LIÊN HỆ TOÀN CẦU QUA ĐẠI DỊCH

Đại dịch bệnh viêm phổi do Coronavirus (SARS-CoV-2) gây ra đã làm toàn cầu "chao đảo" bởi tính chất nguy hiểm và tốc độ lây lan "thần tốc"[36] của nó. Thế giới đang chứng kiến sự suy yếu nhiều mặt do những tác động của đại dịch viêm đường hô hấp cấp Covid-19 và chúng ta ý thức hơn về sự toàn cầu hóa, khi nhận ra rằng một vấn đề xảy ra ở bất kỳ nơi nào trên hành tinh này đều là vấn đề chung của toàn thế giới.

Trong mối liên hệ toàn cầu, chúng ta nhanh chóng nhận ra những trải nghiệm sai lầm như để dịch tràn lan, chưa nghiêm túc triệt để ngăn chặn, chỉnh sửa, kịp thời khiến một nơi bị nhiễm và lan tràn cả 217 nước trên thế giới cũng bị lây. Phải đưa ra những biện pháp tốt hơn, thay vì đứng đó trách móc những người thiếu hiểu biết và dại dột. Hãy bắt đầu những cuộc đối thoại để phổ biến và lan tỏa những điều đúng đắn cho những người xung quanh và những cộng đồng trên khắp thế giới. Hãy xây dựng các mối quan hệ để gắn kết mọi người trên thế giới cũng như đừng để những đợt bùng phát Covid-19 và các bệnh dịch xảy ra tương tự trong tương lai.

---

36. Khánh Linh, COVID-19 ra sao sau 3 năm WHO tuyên bố đại dịch? https://dangcongsan.vn/tieu-diem/covid-19-ra-sao-sau-3-nam-who-tuyen-bo-dai-dich-636336.html

Có thể nói, bối cảnh đại dịch Covid-19 đang diễn ra, buộc nhiều nước sẽ phải chuyển trạng thái từ quyết tâm chiến đấu chống dịch, miễn dịch, sang "học cách sống chung"[37] với Covid-19 trong điều kiện bình thường mới. Đại dịch tiếp tục đặt ra nhiều thách thức nghiêm trọng đòi hỏi nền chính trị thế giới và các lãnh đạo quốc gia phải thích ứng để tồn tại và phát triển.

Nhiều sự thay đổi đang diễn ra. Chúng ta có thể ý thức về sự toàn cầu hóa rõ hơn khi nhận ra rằng một vấn đề xảy ra ở bất kỳ nơi nào trên hành tinh này đều là vấn đề chung của toàn thế giới. Sự tương tác đa dạng giữa địa phương và toàn cầu, đây là một đặc tính rất phù hợp với tinh thần của Phật giáo về lý Cộng sinh (Duyên-khởi), y báo-chánh báo, và cộng nghiệp.

Đã trải gần hai năm toàn cầu chịu đựng sự tác oai, tác oái lấy gần bảy triệu[38] hay 15 triệu[39] mạng người của Covid

---

37. PGS.TS. Đinh Xuân Lý, Đại dịch Covid-19: Những thách thức chính trị đối với thế giới.
https://sps.ussh.vnu.edu.vn/vi/nghien-cuu-khoa-hoc/tac-gia-tac-pham/bai-viet-dai-dich-covid-19-nhung-thach-thuc-chinh-tri-doi-voi-the-gioi-cua-pgs-ts-dinh-xuan-ly-1833.html

38. Coronavirus Tracker. Report coronavirus cases.
https://www.worldometers.info/coronavirus/country/us/

39. WHO ước tính có đã có 15 triệu người trên thế giới đã chết vì COVID-19. (M.Q. Theo Nature)
World Health Organization (WHO) https://www.who.int
The United Nations agency working to promote health, keep the world safe and serve the vulnerable.
Cơ quan Y Tế của Liên Hợp Quốc hoạt động nhằm tăng cường sức khỏe, giữ cho thế giới an toàn và phục vụ những người dễ bị tổn thương.
https://bvbnd.vn/who-uoc-tinh-co-da-co-15-trieu-nguoi-tren-the-gioi-da-chet-vi-covid-19/
https://www.nature.com/articles/d41586-022-01245-6

19 và nhiễm lây hơn 700 triệu người trên toàn cầu.[40]Bắt đầu xuất hiện Covid-19 từ ngày 17 tháng 11 năm 2019 đến giữa năm 2021, thì các tổ chức y tế thế giới mới chế tác được vaccine như Moderna, Pfizer/ BioNtech... Hầu như ai trên thế giới cũng phải chích ngừa để miễn dịch và do đó, tạm chặn đứng dược sự lây lan của Coronavirus (SARS-CoV-2) trên khắp toàn cầu. Tenzin Gyatso, Đức Đạt Lai Lạt Ma thứ 14, vị Phật sống, Thầy tâm linh của thế giới[41] đã nhấn mạnh sự hiểu biết kết nối toàn cầu giữa chúng ta như sau:

"Mặc dù mọi người rất phấn khích trước sự phát triển công nghệ của mình, nhưng họ dần dần nhận ra rằng việc sử dụng vũ khí hạt nhân là quá nguy hiểm. Vào cuối thế kỷ 20, con người - nói chung - đã trở nên nhân đạo hơn.

Chúng ta thuộc loài động vật xã hội. Ta có ý thức về cộng đồng; bởi vì nếu không có nó, thì các cá nhân không thể tồn tại. Ngay từ khi chào đời, chúng ta đã phụ thuộc vào sự chăm sóc của mẹ; và mẹ đã chăm sóc chúng ta một cách không nghi ngờ gì cả. Mẹ đã thể hiện được tầm quan trọng của con người có một thái độ vị tha. Ngay cả loài động vật cũng tồn tại trên cơ sở quan tâm chăm sóc lẫn nhau….

Đao Phật chúng ta tin rằng cả thế giới đều phụ thuộc lẫn nhau qua lý Duyên-khởi. Đó là lý do tại sao tôi thường nói về trách nhiệm toàn cầu. Sự bùng phát của loại Coronavirus khủng khiếp này đã cho thấy rằng - những gì xảy ra đối với một người có thể sẽ nhanh chóng ảnh hưởng đến mọi người khác. Nhưng nó cũng nhắc nhở chúng ta

40. Như trên.

41. Tenzin Gyatso, Đức Đạt Lai Lạt Ma thứ 14, "Cầu nguyện thôi chưa đủ. Chúng ta cần chiến đấu với vi rút corona với lòng Từ Bi. https://vn.dalailama.com/news

rằng, một nghĩa cử từ bi hoặc một hành động tích cực - cho dù làm việc trong các bệnh viện hay chỉ quan sát quán chiếu xã hội từ xa - thì vẫn có khả năng giúp đỡ được nhiều người.

Kể từ khi có tin tức về Coronavirus ở Vũ Hán, tôi đã cầu nguyện cho các anh chị em của mình ở Trung Quốc và mọi nơi khác. Hiện nay, chúng ta có thể thấy rằng, không ai có thể miễn dịch được với Coronavirus này. Tất cả chúng ta đều lo lắng cho những người thương yêu, cho tương lai của cả nền kinh tế toàn cầu và của riêng quê hương tổ quốc chúng ta. Nhưng nếu chỉ có sự cầu nguyện thôi thì sẽ không đủ.

Cuộc khủng hoảng này cho thấy rằng tất cả chúng ta đều phải có trách nhiệm trong những lĩnh vực mà chúng ta có thể. Chúng ta phải kết hợp với các bác sĩ và những y tá dũng cảm - những người đang thể hiện bằng khoa học thực nghiệm để khởi sự giải quyết tình trạng này và bảo vệ tương lai của chúng ta khỏi những mối đe dọa như thế.

Trong lúc hoảng loạn này, điều quan trọng là chúng ta phải nghĩ đến những thách thức - và những tình trạng lâu dài của toàn cầu. Những hình ảnh về thế giới của chúng ta được chụp từ không gian vệ tinh cho thấy rõ ràng rằng không có ranh giới thực sự trên hành tinh xanh của chúng ta. Thế nên, tất cả chúng ta đều có bổn phận phải chăm sóc nó và cùng nhau hành động để ngăn chặn sự biến đổi khí hậu và các lực lượng phá hoại khác. Cơn đại dịch này đóng vai trò như một lời cảnh báo rằng - chỉ bằng cách đoàn kết gắn bó cùng nhau - với sự hưởng ứng phối hợp toàn cầu thì chúng ta mới đương đầu được với những thức thách lớn chưa từng thấy mà chúng ta đang phải đối mặt.

Chúng ta cũng phải nhớ rằng, không ai thoát khỏi khổ

đau, và hãy dang rộng vòng tay của mình đến với những người khác - những người vô gia cư, không tài sản, không gia đình - để bảo vệ họ. Cuộc khủng hoảng này cho ta thấy rằng, chúng ta không hề tách biệt nhau cho dù chúng ta đang sống cách xa nhau. Thế nên, tất cả chúng ta đều có trách nhiệm thực hành hạnh từ bi và giúp đỡ lẫn nhau.

Là một Phật tử - tôi tin vào luật vô thường. Cuối cùng thì nạn virus này cũng sẽ qua, như tôi đã từng thấy những cuộc chiến tranh và các mối đe dọa khủng khiếp khác đã đi qua trong đời tôi; chúng ta sẽ có cơ hội để xây dựng lại cộng đồng toàn cầu của mình như chúng ta đã từng thực hiện nhiều lần trước đây. Tôi thành tâm mong cầu rằng mọi người có thể giữ an toàn và bình tĩnh. Vào lúc nguy hiểm này, điều quan trọng là chúng ta không nên để mất niềm tin và hy vọng vào những nỗ lực tích cực mà nhiều người đang thực hiện."

CHƯƠNG 3
TAM BẢO - ĐIỂM TỰA TÂM LINH

3.1. CÁCH LY LÀ THẮNG DUYÊN ĐỂ TU TẬP

Hiện nay loài người trên khắp hành tinh này đã trải qua những cơn địa chấn về tinh thần. Khắp nơi trong cõi Ta Bà này không nơi nào không có lai vãng của tử thần từ nước nghèo đến giàu, từ cường quốc đến nước nhỏ. Khẩu ngữ "ở nhà hay là chết" dường như đã trở thành khẩu lệnh của nhiều quốc gia. Do giãn cách xã hội, ở nhà sẽ ngăn chặn sự lây lan của bệnh viêm đường hô hấp cấp do chủng mới của vi rút Corona (Covid-19) ảnh hưởng đến sức khỏe và sinh mạng của mỗi người dân.

3.1.1. Nguyên tắc cách ly nghiêm khắc

Tại Hoa Kỳ, chánh quyền của mỗi tiểu bang đã yêu cầu khẩn cấp các người dân cách ly: "Ở nhà và giãn cách xã hội để giảm bớt số lượng người bị lây nhiễm dịch bệnh. Tránh xa những người có nguy cơ nhiễm là điều cực kỳ quan trọng."[42]

Ở Việt nam, ngày 31 tháng 03 năm 2022, cũng có lịnh cách ly toàn xã hội trên toàn quốc: "Thực hiện cách ly toàn xã hội trong vòng 15 ngày kể từ 0 giờ ngày 1/4/2020 trên phạm vi toàn quốc theo nguyên tắc gia đình cách ly với gia đình, thôn bản cách ly với thôn bản, xã cách ly với xã, huyện cách ly với huyện, tỉnh cách ly với tỉnh, phân xưởng, nhà máy sản xuất phải bảo đảm khoảng cách an toàn, đeo khẩu trang, thực hiện khử trùng, diệt khuẩn theo quy định."[43]

Tại Ấn Độ, ngày 24 tháng 3 năm 2020, Thủ tướng Ấn Độ Modi đã thông báo lệnh phong tỏa toàn quốc trong 21 ngày cho 1,3 tỷ người Ấn vì bất cứ ai ra ngoài cũng đều gặp rủi ro mang bệnh Covid-19 về nhà.

Từ ngày 23 tháng 03 năm 2020, chính phủ và trung tâm y tế nước Đức đã ra thông báo chung cấm túc, người dân phải ở nhà, hạn chế tối thiểu quyền đi lại; nghiêm cấm tụ tập, hội họp. Bà Angela Merkel, Thủ Tướng nước Đức đã cách ly sau buổi tiếp xúc với một bác sĩ nhiễm Covid-19 và điều khiển đất nước từ xa và Thủ tướng nước Anh Boris Johnson cũng đã bị nhiễm Coronavirus…

Hầu như khắp toàn cầu, nhiều nước đang thực hiện phương pháp cách ly. Thường chúng ta sống gần gũi thân thiện giữa người với người như khi gặp nhau ôm chầm mừng rỡ, bắt tay nhau, cùng ngồi tụng kinh, nghe pháp, ăn uống, đàm đạo v.v… Nhưng bây giờ Covid - 19 đang

42. COVID-19 and Flu Data. COVID-19 County Check.
https://covid19.ca.gov/vi/isolation/

43. Công khai tiếp nhận, phân bổ đóng góp hỗ trợ công tác phòng, chống dịch COVID-19.
https://moh.gov.vn

ngự trị toàn thế giới và hơn một nửa thế giới loài người đang trốn chạy, cho nên chúng ta phải nghiêm túc thực hiện phương cách phòng ngừa như chánh quyền và bộ y tế đã đưa ra phải ẩn náu trong nhà, cách ly xã hội và cách ly từng thành viên trong nhà luôn với "khoảng cách 2 mét an toàn xã hội."

Trong thời thế hiện tại của tai họa đại dịch Corornavirus, tự chăm sóc mình, tự cách ly mình một phòng có vẻ như ích kỷ, nhưng thật ra đây là một hành động có ý nghĩa một cách hiệu quả để bảo vệ người khác.Vì vậy, có một hình ảnh minh họa trên báo, một em bé xách cặp đi học, nhưng vừa bước ra cửa vội quay trở về, thưa với ba rằng: "Về nhà không đi học là hành động cao cả của cứu nước." (staying in home is the good action to save the country." Điều này chính xác đúng cho thời điểm đại dịch Covid-19 này.

Ở yên nhé, đâu có gì khó quá?

Chịu ở yên rồi dịch bệnh sẽ qua

Sống chậm lại, thư thả sống sâu hơn,

Bấy nhiêu thôi là lợi nước, an nhà.

(Thích Đồng Trí)

3.1.2. Cách Ly là thời gian tiêng cho chính mình hoàn thành các việc ấp ủ từ lâu

Phật tử thuần thành thì không cảm thấy lệnh cách ly giãn cách xã hội là chướng ngại mà mừng, vì có thắng duyên, để được ngồi một chỗ học hỏi giáo lý, nghiên cứu kinh sách, thực hành các pháp môn, trì chú, tụng kinh, lắng nghe hơi thở, soi rọi lại chính mình, làm mới chính mình.

Hãy trầm tư quán chiếu xem hàng ngày có thói quen nào khiến gây ô nhiễm môi trường, vô tình gây lan thêm dịch bệnh và đã hoàn toàn tự giác theo luật phòng bệnh chưa? Dịch bệnh là cộng nghiệp chung của loài người, do đó, hãy cùng nhau sám hối, tu tập để sống tốt hơn và chuyển hóa nghiệp chướng.

Những giây phút hợp mặt trong các buổi tiệc hay trò tiêu khiển không lành mạnh, thì rất nguy hiểm trong giai đoạn này. Hãy yên tĩnh, như ly nước đục để yên, cát bụi lắng xuống, nước sẽ trong, tựa như tâm hồn sẽ lắng sâu khi tỉnh tâm một mình. Đây là thời gian để thực tập sống chậm, sống sâu, sống nhàn, với chánh niệm quán chiếu đầy đủ, khiến trở nên sâu sắc, đằm thắm, thanh thản và sáng suốt hơn.

Giống như một chiếc xe hơi chạy nhiều quá suốt thời gian dài vài chục năm thì máy móc cũng bị cũ hư; thân con người cũng vậy, hơn 60 năm, 50 năm sử dụng, vắt kiệt, nên sức sống mòn mỏi. Đó là lý do, chúng ta hiểu tại sao những người thành danh nổi tiếng thế giới như Bill Gates, George W. Bush, Bill Clinton, Steve Jobs, Twitter CEO Jack Dorsey… đều cân bằng thời gian giữa công việc và thiền quán, dành thời gian đều đặn trong ngày để tĩnh tọa lắng tâm. Đây là lúc bảo trì thêm năng lượng cho thân và tâm (như nâng cấp chiếc xe hơi lâu năm của mình).

Đã rất nhiều lần, chúng ta từng than thở, quá bận rộn, vòng xoáy công việc của cuộc sống, lôi kéo đến nỗi không có thời gian để đầu tư trí tuệ như học kinh, ngồi thiền, đọc sách, viết sách, tập thể dục, học online các lớp theo sở thích... thì hôm nay lấy cơ hội cách ly, giãn cách xã hội này để trang bị, bổ sung, luyện nội công, rèn luyện thân thể, làm phong phú tâm hồn, bổ sung vào những gì mà chúng ta còn thiếu hoặc ấp ủ từ lâu mà chưa thực hiện được.

Mỗi ngày chúng ta có 24 giờ để sống, thậm chí, có những tù nhân[44] mà họ cũng biết tranh thủ làm được những điều lợi ích khi ở trong ngục. Họ xem nhà tù như là cõi tịnh độ để rèn luyện tâm, thì lẽ nào chúng ta không biết cách tận dụng thời gian cách ly thì rất uổng.

Nếu chúng ta biết trân trọng cơ hội, thì sẽ cảm thấy cuộc đời không đủ thời gian để ta làm việc. Ngược lại, nếu thấy cấm túc trong phòng, ăn ngủ chán ngán, thời gian dài lê thê, mỏi mòn chờ đợi ngày được sổ lồng, tung cánh, bởi lẽ không biết làm gì cho hết thời gian, sẽ dễ sanh tiêu cực, đưa đến trầm cảm, có người tự tử, vì cảm thấy quá cô đơn.

3.1.3. Cách ly xã hội là thời gian quý báu để được sống trọn vẹn bên cạnh những người thân thương

Giãn cách xã hội, nhưng lại được nhiều thời gian quay quần bên gia đình. Đây là thời gian quý báu bởi vì trước kia chúng ta không có thời gian cho nhau. Sống với nhau quá ít, nhiều khi mỗi ngày chỉ gặp nhau vài phút, vì đi làm khác giờ, ăn fast food bên ngoài và về là ngủ, không có

44. Mời xem cuốn Nữ Tu và Tù Nhân Hoa Kỳ, Thích Nữ Giới Hương, tái bản lần thứ 6, NXB Hồng Đức, 2020. https://www.dieungu.org/a40179/nu-tu-va-tu-nhan-hoa-ky

thời gian gặp nhau, chào nhau và càng không có thời gian để ngồi chia sẻ vui buồn với nhau.

Cuộc sống hối hả, nhất là ở Hoa Kỳ, khi mà gánh nặng chi phí, khiến người Phật tử, phải làm 2,3 công việc trong ngày thì càng bận rộn. Thời đại công nghiệp 4.0, nhịp sống quay như chong chóng, đến nỗi những thành viên trong gia đình ăn trong gấp gáp, ăn trên xe, đi trong vội vã, thời gian ngồi bên nhau, chia sẻ với nhau quá ít ỏi. Một Phật tử chia sẻ, nhiều khi cho con học đại học, nhất là nghành y, cả năm trời không hề được gặp con, dù giỗ, lễ hay Tết, vì bài học quá nhiều, quá căng thẳng, con cái quá bận rộn với chữ nghĩa, hết biết gia đình là gì, cho đến khi tốt nghiệp. Tốt nghiệp lại bận rộn với sự nghiệp rồi gánh nặng gia đình tiếp nối quay cuồng khác, vv…

Giãn cách xã hội là cơ hội tốt để chúng ta chia bùi sẻ ngọt, sống trọn vẹn ý nghĩa hiện diện với người thân. Hãy trân quý những gì chúng ta đang có, đừng để đến khi mất đi rồi mới thấy hối tiếc.

3.1.4. Cách ly là thời điểm tốt nhất để chuyên tu, phát triển tâm linh

Trong đạo Phật, thời điểm tập sống một mình (cách ly, độc cư) được xem là một thắng duyên để được ẩn tu, ẩn dật, tránh bớt thế sự rộn ràng bên ngoài, giảm bớt lo âu, sợ hãi, trầm cảm, có nhiều thời gian để tập trung học kinh-luật-luận, bồi dưỡng giới-định-tuệ. Đây là truyền thống tu tập của đạo Phật. Ai nắm được cơ hội độc cư tu tập này sẽ thấy nhà tù, ngôi nhà, giữa đường, trong rừng vắng...đều là đạo tràng lý tưởng cho tâm linh. Vì tại chùa hay tại nhà, hoặc bất cứ một khoảng không gian nào cũng là nơi có thể tu tập, lạy Phật, trì chú, hành thiền, v.v…

Cho nên, chúng ta tự nguyện thân cách ly và tâm cũng hoan hỉ cách ly. Nhiều người chưa quen, cảm thấy buồn chán, trầm cảm, tuyệt vọng, không muốn sống, bởi lẽ cô đơn, lẽ loi, sợ hãi quá. Nhưng đệ tử Phật hiểu giáo lý độc cư là điều kiện thăng tiến tâm linh, tận hưởng thời gian của tâm tĩnh lặng, trong sáng, không bị lôi cuốn vào những kỷ niệm quá khứ hay dự tính tương lai, sẽ hưởng giây phút hiện tiền và tại đây (here and now). An tĩnh trong vườn thiền, cây cảnh, suy ngẫm trầm tư thiền quán. Hãy tận hưởng những điều bình dị, nho nhỏ với thiên nhiên và đời sống bình thường hàng ngày rất có ý nghĩa dung dị, tạo sự cân bằng của tạo hóa, mà thời gian qua vì bận rộn chúng ta dễ bị bỏ quên.

Vào thời Phật, khi dịch bệnh xảy ra, có một gia chủ trình thưa Đức Phật[45] vì sao ngày nay làng mạc xơ xác, hạn hán, dịch bệnh, nhiều người mạng chung. Đức Phật đã trả lời:

"Này Bà-la-môn, ngày nay, các loài người bị tham ái phi pháp làm cho say đắm, và bị ác tham chinh phục, bị các tà kiến chi phối. Vì bị tham ái phi pháp làm cho say đắm, vì bị ác tham chinh phục, vì bị tà kiến chi phối, trời không mưa xuống đều đặn. Vì vậy, bữa ăn khó tìm, mùa màng hư mất, trắng xóa với côn trùng, chỉ còn lại cọng dẹp. Do vậy, nhiều người mạng chung.

Đây là nhân, này Bà-la-môn, đây là duyên, vì sao ngày nay loài người bị tiêu diệt, bị giảm thiểu trông rõ như thế, các làng trở thành không phải làng, các thị trấn trở thành không phải thị trấn, các thành phố trở thành không phải thành phố, các quốc độ trở thành không phải quốc độ.

Lại nữa, này Bà-la-môn, ngày nay, các loài người bị

45. Kinh Tăng Chi (Anguttara Nikaya), Phẩm Ba Pháp, Dịch Việt: Hòa thượng Thích Minh Châu.

tham ái phi pháp làm cho say đắm, và bị ác tham chinh phục, bị các tà kiến chi phối. Vì bị tham ái phi pháp làm cho say đắm, vì bị ác tham chinh phục, vì bị tà kiến chi phối, các loài Yakkha (Dạ-xoa) thả ra các loài phi nhân dữ tợn. Vì vậy, nhiều người mạng chung.

Đây là nhân, này Bà-la-môn, đây là duyên, ngày nay loài người bị tiêu diệt, bị giảm thiểu trông rõ như thế, các làng trở thành không phải làng, các thị trấn trở thành không phải thị trấn, các thành phố trở thành không phải thành phố, các quốc độ trở thành không phải quốc độ."

Như vậy, Đức Phật chỉ ra, vì sao đại dịch phá tan tành làng mạc không còn là làng mạc, đất nước không còn là đất nước, là do dân chúng không biết độc cư, cách ly, tu tập, khiến cho lòng tham ái, sân giận, si mê, tà kiến bao phủ.

Ngược lại, nếu chúng ta biết an tĩnh, sống tịch tịnh, cách ly, an cư (stay at home), độc hành, thật tâm, trở về với Tam bảo nơi tự tâm (Phật, pháp, tăng), rèn trau đạo đức, giới hạnh, chế ngự tâm tham, sân si thì dịch bệnh sẽ sớm biến mất. Bởi vì tĩnh tâm mới là chất kháng thể vi diệu nhất, chất bảo trì thân, ngăn ngừa được bệnh tật, nâng cao sức khỏe, tuổi thọ, sống an bình và hạnh phúc.

3.2. PHẬT PHÁP TĂNG LÀ NGÔI NHÀ TÂM LINH

Trong Kinh Chánh Pháp Diệt Tận[46] Phật Thích Ca từng cảnh báo:

---

https://phatphapungdung.com/phap-bao/kinh-tang-chi-bo-chuong-3-ba-phap-111555.html

46. Kinh Tạp A-hàm, Kinh 640. Pháp diệt tận tướng. https://suttacentral.net/sa640/vi/tue_sy-thang?lang=en&reference=none

"Khi chánh pháp sắp diệt, người nữ tinh tấn, thường làm các công đức, người nam thì biếng nhác không thực hành giáo pháp, nhìn thấy Sa-môn như thấy đất cát, không có lòng tin, giáo pháp sắp mai một.

Vào lúc ấy, chư Thiên đều xót xa rơi lệ, mưa nắng bất thường, năm thứ lúa thóc mất mùa, bệnh dịch tràn lan, người chết rất nhiều, dân chúng cực khổ, quan quyền hà khắc, không theo đạo lý, đều thích việc làm loạn, kẻ ác như vậy rất nhiều như cát trong biển, người thiện rất ít, chỉ một hay hai. Khi kiếp tận, ngày tháng ngắn đi, mạng người cũng giảm, bốn mươi tuổi đầu, tóc đã bạc. Người nam dâm dật, kiệt sức chết yểu, hoặc thọ đến sáu mươi tuổi. Đàn ông chết sớm, đàn bà sống lâu, bảy mươi, tám mươi, chín mươi cho đến một trăm. Nước lụt dâng cao, không theo định kỳ, người không tin nên không biết trước. Chúng sinh nhiều loại không kể sang hèn, chìm đắm trong biển, bị cá, rùa nuốt ăn..."

Đúng như lời huyền ký của Đức Phật, do lòng người ít tu tập và sát đạo dâm vọng khởi lên, tạo nhiều ác nghiệp và tổn phước, nên thiên tai, song thần, động đất, đại dịch Covid-19 xảy ra. Để chuyển đổi nghiệp này, không còn con đường nào tối thắng hơn là nương vào Tam Bảo, tức nương vào Phật-Pháp-Tăng, là ba ngôi quý báu nhất trên trần gian vô thường khổ não đầy tai ương này.

1. Con nương theo Phật, người đưa đường chỉ lối cho con trong cuộc đời.
2. Con nương theo Pháp, con đường của tình thương và sự hiểu biết.
3. Con nương theo Tăng, đoàn thể của những người

&highlight=false

nguyện sống cuộc đời tỉnh thức.

- Quy Y Phật: Nguyện đời đời kiếp kiếp không quy y thiên, thần, quỷ vật.
- Quy y Pháp: Nguyện đời đời kiếp kiếp không quy y tà ma, ngoại đạo.
- Quy y Tăng: Nguyện đời đời kiếp kiếp không quy y tổn hữu, ác đảng.

Nhờ công đức quy y Tam Bảo này mà người quy y sẽ tránh được ba đường:

- Quy y Phật: Không đoạ địa ngục
- Quy y Pháp: Không đoạ ngạ quỷ
- Quy y Tăng: Không đoạ bàng sanh.

Tại sao nói nương Phật-Pháp-Tăng là tối thắng hơn cả? Trong Kinh Công Đức Thọ Tam Quy Ngũ Giới,[47] Đức Phật dạy rằng: "Người thọ Tam quy là bố thí sự vô úy cho tất cả chúng sanh, cho nên quy y Phật, Pháp, Tăng, phước đức người ấy không thể tính kể được."

Giữa cơn ba đào của Đại Dịch Corona bùng phát, hàng triệu triệu người đã ngã xuống vì con virus bé tí không thể nhìn thấy bằng mắt nhưng có khả năng bóp nghẹt hơi thở, khiến ngay cả những thanh niên trai tráng bắp cơ khỏe mạnh bao nhiêu cũng phải nằm xuống, huống chi những người già yếu khác. Gia đình, bạn bè, người thân, nhà cửa, xe cộ, bảo hiểm... tất cả đều trở nên mỏng manh, dễ mất. Nhiều người bắt đầu biết trầm tư, dành thời gian để nhìn

47. Phật Thuyết Kinh Công Đức Tam Quy Ngũ Giới Từ Tâm Nhàm Chán, Hán dịch: Xuất xứ từ bản ghi chép vào đời Đông Tấn, tên người dịch đã bị thất lạc, Việt dịch: Tại gia Bồ-tát giới Ưu-bà-tắc Nguyên Thuận.
https://www.buddhamountain.ca/VT0072.php

lại, sống chậm, tận hưởng những điều bình thường nho nhỏ và biết tìm về chỗ nương tựa tinh thần vững chắc để lan tỏa tình thương và hiểu biết vào cuộc đời.

Một mình ở nhà tịnh tu để suy ngẫm về giá trị của Phật-pháp-tăng. Hãy quán tưởng hình ảnh thánh thoát và trầm lắng của Đức Phật lan tỏa năng lượng từ bi và trí tuệ để bản thân mình cũng thật trầm lắng, sâu sắc và biết phát khởi tâm yêu thương người vật đồng cảnh ngộ xung quanh mình.

Pháp là lắng lòng nghe lời kinh tiếng kệ, thấm sâu ý nghĩa của chân lý vào xương tủy của mình. Những lời kinh nói về bản chất sự thật của cuộc đời vô thường, khổ, không, vô ngã, là những lời dạy tăng trưởng giới định tuệ.

Tăng là hình ảnh thân giáo, khẩu giáo và ý giáo của quý Thầy và quý Ni Sư chân tu còn vang vọng mãi trong chúng ta. Các Ngài hướng dẫn chúng ta ngồi thiền, học kinh Phật, tụng kinh, sám hối các lỗi lầm, khiến chúng ta tích cực tinh tấn tu tập giữa đại dịch Virus qua các ứng dụng phương tiện truyền thông điện tử như Facebook, Youtube, Zoom, Intergram, Twitter...

Là những người con Phật, chúng ta có thể chia sẻ sự trải nghiệm tu tập của mình để giúp đỡ người khác và hướng họ nương tựa Tam bảo. Chúng ta cũng có thể sử dụng các công nghệ trực tuyến để kết nối với những người cùng chí hướng.

Cho nên, đại dịch Coronavirus như một cơ hội giúp chúng ta và mọi người xung quanh có thời gian thật sự quay trở lại nương tựa ba ngôi Tam bảo, biết tìm cách tu dưỡng, phát triển lòng từ bi và sự kết nối vòng tay thương yêu.

3.3. THÔNG ĐIỆP GIỮA ĐẠI DỊCH

-Đức Đạt-Lai-Lạt-Ma

Trong thế kỷ XXI này, Đức Tenzin Gyatso, Đạt-lai-lạt-ma thứ 14, như một vị Phật sống, một thánh tăng, một bậc thầy tâm linh giữa cõi đời, đã có lời động viên và sách tấn[48] để tất cả mọi người bất kể tôn giáo nào, vững chải giữa bão táp của đại dịch Covid 19 như sau:

Dharamshala, ngày 30 tháng 3 năm 2020

Các anh chị em thân mến của tôi, tôi đang viết những lời này để đáp lại các khẩn cầu tha thiết từ nhiều người trên khắp thế giới. Ngày nay, chúng ta đang trải qua thời điểm đặc biệt khó khăn do sự bùng phát của đại dịch vi rút corona.

Thêm vào đó, các vấn đề tiếp theo mà nhân loại phải

48. Thông điệp của Đức Tenzin Gyatso, Đạt-lai-lạt-ma thứ 14, về Covid-19 https://thuvienhoasen.org/a33678/thu-cua-duc-dat-lai-lat-ma-ve-dai-dich-coronavirus

đối mặt là sự biến đổi khắc nghiệt của khí hậu. Nhân đây, tôi xin bày tỏ sự ngưỡng mộ và lòng biết ơn của tôi đối với mọi chính phủ trên khắp thế giới, bao gồm cả Chính phủ Ấn Độ, đối với các bước họ đang thực hiện để vượt qua thách thức lớn này.

Truyền thống triết học Ấn Độ cổ đại có nói về sự hiện sinh, tồn tại và hủy hoại của thế giới theo thời gian. Trong số các nguyên nhân của sự hủy diệt là xung đột vũ trang và tật bệnh, điều này phù hợp với những gì chúng ta đang trải qua ngày nay. Tuy nhiên, bất chấp những thách thức chúng ta phải đối mặt to lớn đến thế nào, sinh vật sống, bao gồm cả con người, đã cho thấy một khả năng sinh tồn mãnh liệt.

Cho dù tình hình có khó khăn đến đâu, chúng ta nên tin tưởng vào khoa học và trí tuệ của con người với quyết tâm và lòng can đảm để vượt qua những vấn đề như hiện nay. Đối mặt với các mối đe dọa đối với sức khỏe và hạnh phúc của chúng ta, việc cảm thấy lo lắng và sợ hãi là điều tự nhiên. Tuy nhiên, tôi có lời khuyên chân thành sau như một sự an ủi cho bạn lúc này: **"Không có điều gì phải lo lắng cả. Nếu có việc gì đó cần làm - hãy làm đi; còn nếu chưa làm được, thì lo lắng mấy cũng không giúp được gì."**

Tất cả mọi người hiện đang cố gắng hết sức để ngăn chặn sự lây lan của vi rút corana. Tôi hoan nghênh nỗ lực phối hợp của các quốc gia để hạn chế mối đe dọa này. Đặc biệt, tôi đánh giá cao sáng kiến mà Ấn Độ đã thực hiện với các quốc gia trong Hiệp hội Hợp tác Khu vực Nam Á (South Asian Association for Regional Cooperation: SAARC), thiết lập một quỹ trợ cấp khẩn cấp và một lập trình công nghệ trao đổi thông tin, hiểu biết và các thẩm định để giải quyết sự lây lan của Covid-19. Điều này cũng sẽ phục vụ như là một mô hình đối phó với các cuộc khủng hoảng tương tự trong tương lai.

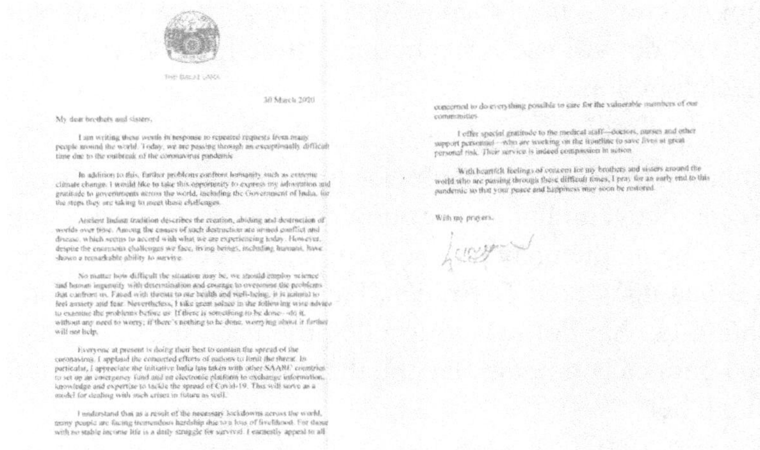

THE DALAI LAMA

30 March 2020

My dear brothers and sisters,

I am writing these words in response to repeated requests from many people around the world. Today, we are passing through an exceptionally difficult time due to the outbreak of the coronavirus pandemic.

In addition to this, further problems confront humanity such as extreme climate change. I would like to take this opportunity to express my admiration and gratitude to governments across the world, including the Government of India, for the steps they are taking to meet these challenges.

Ancient Indian tradition describes the creation, abiding and destruction of worlds over time. Among the causes of such destruction are armed conflict and disease, which seems to accord with what we are experiencing today. However, despite the enormous challenges we face, living beings, including humans, have shown a remarkable ability to survive.

No matter how difficult the situation may be, we should employ science and human ingenuity with determination and courage to overcome the problems that confront us. Faced with threats to our health and well-being, it is natural to feel anxiety and fear. Nevertheless, I take great solace in the following wise advice to examine the problems before us: If there is something to be done—do it, without any need to worry; if there's nothing to be done, worrying about it further will not help.

Everyone at present is doing their best to contain the spread of the coronavirus. I applaud the concerted efforts of nations to limit the threat. In particular, I appreciate the initiative India has taken with other SAARC countries to set up an emergency fund and an electronic platform to exchange information, knowledge and expertise to tackle the spread of Covid-19. This will serve as a model for dealing with such crises in future as well.

I understand that as a result of the necessary lockdowns across the world, many people are facing tremendous hardship due to a loss of livelihood. For those with no stable income life is a daily struggle for survival. I earnestly appeal to all concerned to do everything possible to care for the vulnerable members of our communities.

I offer special gratitude to the medical staff—doctors, nurses and other support personnel—who are working on the frontline to save lives at great personal risk. Their service is indeed compassion in action.

With heartfelt feelings of concern for my brothers and sisters around the world who are passing through these difficult times, I pray for an early end to this pandemic so that your peace and happiness may soon be restored.

With my prayers,

Tôi hiểu rằng do hậu quả của sự cần thiết phong toả trên toàn thế giới, nhiều người đang phải đối mặt với những khó khăn to lớn do mất kế sinh nhai. Đối với những người không có cuộc sống thu nhập ổn định đây là một cuộc đấu tranh để tồn tại hàng ngày.

Tôi tha thiết kêu gọi các nhà chức trách làm mọi thứ có thể để hỗ trợ cho các bà con thiếu may mắn trong cộng đồng chúng ta.

Tôi cũng dành sự biết ơn đặc biệt cho các nhân viên y tế - bác sĩ, y tá và các nhân viên hỗ trợ khác - những người đang làm việc trên tuyến đầu bất chấp nguy hiểm để cứu người. Đây thật sự là hành động của lòng từ bi.

Với những xúc cảm chân thành dành cho các anh chị em trên khắp thế giới đang trải qua những tháng ngày khó khăn này, tôi cầu nguyện cơn cho đại dịch mau chấm dứt để sự bình yên và hạnh phúc sớm được trở lại.

Chân thành cầu nguyện.

Dalai Lama

Dịch Việt: Lac Tam

3.4. ĐÔI LỜI TÂM CẢM

- Hòa Thượng Thích Như Điển

GIÁO HỘI PHẬT GIÁO VIỆT NAM THỐNG NHẤT
Chi Bộ Đức Quốc e.V (gemeinnütziger Verein)
(Thành lập năm 1979 tại Hannover)
Tổ Đình Viên Giác Karisruher Str. 6,
30519 Hannover, Germany.
Tel:+49-511-879630; Fax:+49-511-8790963
Homepage:www.viengiac
Email:info@viengiac.de

Hannover, ngày 05.05.2020

Đôi Lời Tâm Cảm nhân mùa dịch Covid-19 xảy ra trên toàn thế giới

Kính gửi: Quý Đồng Hương Phật Tử xa gần

Nam Mô Bổn Sư Thích Ca Mâu Ni Phật

Kính thưa Quý Vị,

Đã hơn 3 tháng nay, kể từ sau Tết âm lịch năm Canh Tý 2020, thế giới đang ngưng đọng lại mọi vấn đề: công ăn việc làm, giao thông, học hành, hội họpv.v... trong đó có vấn đề liên quan đến Tôn Giáo về việc tụ tập đông người khi cầu nguyện. Chính phủ các nước sở tại đã dùng nhiều biện pháp cách ly khác nhau, nhằm đảm bảo an toàn sức khỏe của sự lây lan nhanh chóng dịch bệnh này và kết quả như chúng ta được thấy là có một vài nước đang trên đà đẩy lùi bệnh tật cũng như sự chết chóc; nhưng thuốc chủng ngừa cho đến hôm nay thì vẫn chưa tìm ra hay đang trong vòng thử nghiệm. Do vậy, Tổ Đình Viên Giác tại Hannover và tu viện Viên Đức cũng phải tuân theo những lời khuyến cáo này từ chính phủ.

Từ đó, những ngày lễ lớn như Phật Đản 2644 năm, Phật lịch 2564, dự định tổ chức vào ngày 05 đến 07 tháng 06 năm 2020 sẽ được hủy bỏ. Tuy nhiên, ngày Nhập Hạ An Cư ba tháng của chư Tăng Ni vẫn cử hành vào sáng ngày 06.06.2020. Lễ Phật Đản tại Tu Viện Viên Đức ngày 17.05.2020 cũng ngừng tổ chức.

Từ ngày 01 đến ngày 10.07.2020 những khóa xuất gia gieo duyên và khóa tu miên mật tại Tổ Đình Viên Giác cũng xin tạm ngưng. Tuy nhiên, những ngày chủ nhật tại chùa vẫn cử hành trong sự giới hạn tối đa có thể.

Khoá tu học Phật Pháp Âu Châu kỳ thứ 32 từ ngày 20 đến 29.07.2020 cũng được huỷ bỏ. Tuy nhiên, ngày tự tứ của chư Tăng Ni vẫn được cử hành vào sáng ngày 29.07.2020. Lễ Hội Quan Âm và Đại Lễ Vu Lan từ ngày 28 đến ngày 30. 08. 2020. Chùa dự định dời ngày lễ Vu Lan đến ngày 11, 12 và 13 tháng 09 năm 2020 (nếu lệnh cấm tụ tập đông người được nới lỏng hoàn toàn).

Đứng trước những hoàn cảnh khó khăn chung của nhân loại, chúng tôi liền nghĩ đến điều Giác Ngộ thứ tám trong Kinh Bát Đại Nhân Giác do Phật dạy như sau: "**Sanh tử thiêu đốt, khổ não vô viên, phát tâm Đại Thừa, cứu độ tất cả, nguyện thế chúng sanh, chịu vô lượng khổ, khiến cho tất cả, thảy được an vui.**"

Vậy đây cũng là cơ hội rất tốt để cho chúng ta thực hành hạnh Bồ Tát đi vào đời nhằm cứu độ chúng sanh bằng cách này hay cách khác như: nên ăn chay trường, thọ Bát Quan Trai, sám hối định Kỳ, tụng kinh, trì chú v.v... đó chính là những dược liệu quan trọng nhất trong giai đoạn này.

Kính chúc Quý Vị và bửu quyến luôn được an lạc, bệnh khổ sớm tiêu trừ và luôn được cát tường như ý.

Thay mặt Tổ Đình Viên Giác và Tu Viện Viên Đức,

Hòa thượng phương trượng Thích Như Điển

GIÁO HỘI PHẬT GIÁO VIỆT NAM THỐNG NHẤT
Chi Bộ Đức Quốc e.V. (gemeinnütziger Verein)
(Thành lập năm 1979 tại Hannover)
Tổ Đình ViênGiác- Karlsruher Str. 6 - 30519 Hannover, Germany
Tel.: +49-511-879630 - Fax: +49-511-8790963 -homepage: ... - Email: ...

Hannover, ngày 06.06.2020

Đôi lời Tâm Cảm nhân mùa dịch Corona 19 xảy ra trên toàn thế giới

Kính gửi: Quý Đồng Hương Phật Tử xa gần
Nam Mô Bổn Sư Thích Ca Mâu Ni Phật
Kính thưa Quý Vị,

Đã hơn 3 tháng nay, kể từ sau Tết âm lịch năm Canh Tý 2020, thế giới đang ngưng đọng lại mọi vấn đề: công ăn việc làm, giao thông, học hành, hội họp v.v... trong đó có vấn đề liên quan đến Tôn Giáo về việc tụ tập đông người khi cầu nguyện. Chính phủ các nước sở tại đã dùng nhiều biện pháp cách ly khác nhau, nhằm đảm bảo an toàn sức khỏe của việc lây lan nhanh chóng dịch bệnh này và kết quả như chúng ta được thấy là có một vài nước đang trên đà đẩy lùi bệnh tật cũng như sự chết chóc; nhưng thuốc chủng ngừa cho đến hôm nay thì vẫn chưa tìm ra hay đang trong vòng thử nghiệm. Do vậy Tổ Đình Viên Giác tại Hannover và Tu Viện Viên Đức cũng phải tuân theo những lời khuyến cáo này từ chính phủ.

Từ đó những ngày lễ lớn như Phật Đản 2644 năm, Phật Lịch 2564, dự định tổ chức vào ngày 5 đến 7 tháng 06 năm 2020 sẽ được hủy bỏ. Tuy nhiên ngày nhập Hạ An Cư 3 tháng của chư Tăng Ni vẫn cử hành vào sáng ngày 06.06.2020. Lễ Phật Đản tại Tu Viện Viên Đức ngày 17.05.2020 cũng ngưng tổ chức.

Từ ngày 01 đến ngày 10.7.2020 những ngày xuất gia gieo duyên và tu miên mật tại Tổ Đình Viên Giác cũng xin tạm ngưng. Tuy nhiên những ngày chủ nhật tại chùa vẫn cử hành trong sự giới hạn tối đa có thể.

Khóa Tu Học Phật Pháp Âu Châu kỳ thứ 32 từ ngày 20 đến 29.07.2020 cũng ngừng việc tổ chức.

Lễ Hội Quan Âm và Đại Lễ Vu Lan từ ngày 28 đến ngày 30.08.2020 cũng được hủy bỏ. Tuy nhiên ngày Tự Tứ của chư Tăng Ni vẫn được cử hành vào sáng ngày 29.08.2020. Chùa dự định dời ngày lễ Vu Lan đến ngày 11, 12 và13 tháng 09 năm 2020 (nếu lệnh cấm tụ tập đông người được nới lỏng hoàn toàn).

Đứng trước những hoàn cảnh khó khăn chung của nhân loại, chúng tôi liền nghĩ đến điều Giác Ngộ thứ 8 trong Kinh Bát Đại Nhân Giác do Phật dạy như sau: "***Sanh tử thiêu đốt, khổ não vô biên, phát tâm Đại Thừa, cứu độ tất cả, nguyện thế chúng sanh, chịu vô lượng khổ, khiến cho tất cả, thấy được an vui***".

Vậy đây cũng là cơ hội rất tốt để cho chúng ta thực hành hạnh Bồ Tát đi vào đời nhằm cứu độ chúng sanh bằng cách này hay cách khác như: nên ăn chay trường, thọ Bát Quan Trai, Sám Hối định kỳ, tụng kinh, trì chú v.v... đó chính là những dược liệu quan trọng nhất trong giai đoạn này.

Kính chúc Quý Vị và bửu quyến luôn được an lạc, bịnh khổ sớm tiêu trừ và luôn được kiết tường như ý.

Thay mặt Tổ Đình Viên Giác và Tu Viện Viên Đức

Hòa Thượng Phương Trượng Thích Như Điển

3.5. NIỀM TIN NƠI PHẬT

-Hòa Thượng Thích Trí Quảng

Ban Biên Tập Báo Giác Ngộ: Theo báo Giác Ngộ, cơ quan truyền thông Phật Giáo TP HCM, trước tình hình dịch Covid-19 phức tạp, Sài Gòn có 599 bệnh nhân tử vong trong 2 ngày 21 và 22-8-2021. Như vậy cứ mỗi giờ ở Sài Gòn có hơn 12 người tử vong do dịch bệnh Covid-19 biến chủng Delta và người đứng đầu Giáo Hội Phật giáo Thành phố HCM - Hòa thượng Thích Trí Quảng, đã có bài viết[49] cùng nhiều bài giảng trên Youtube[50] để trấn an đồng bào Phật tử, đặt niềm tin nơi Phật như dưới đây:

Thành Tỳ Xá Ly (Vesāli) đang có nạn dịch bệnh. Dân chúng đều hoang mang lo sợ. Với tín tâm mãnh liệt nơi Đức Phật, nữ Phật tử Am-ba-bà- lị (Āmrapālī, Ambapālika, Ambapali) nói rằng Đức Phật và Tăng đoàn có đầy đủ sức khỏe siêu việt, tâm an định cao tột và trí sáng vô cùng, các Ngài không hề lo lắng, sợ hãi bất cứ điều gì. Vì thế, chỉ có Đức Phật và Thánh Tăng mới thoát và cứu chữa được dịch bệnh.

Nói đến việc người tu không lo sợ, khiến tôi nhớ có lần quý thầy nói với tôi rằng chết tới nơi mà sao thầy không

---

49. Hòa thượng T Trí Quảng, "Không Lo Sợ, Bình Tĩnh Để Vượt Qua Khó Khăn"
https://giacngo.vn/khong-lo-so-binh-tinh-de-vuot-qua-kho-khan-post58175.html

50. Đây là nội dung Trưởng lão Hòa thượng thuyết giảng trong khi đại dịch Covid-19 với nhiều ca nhiễm cộng đồng làm ảnh hưởng mọi lĩnh vực của đời sống con người, TP.HCM và nhiều địa phương khác phải thực hiện giãn cách xã hội.
https://giacngo.vn/8g30-sang-mai-19-6-truong-lao-hoa-thuong-thich-tri-quang-giang-ve-su-cau-nguyen-trong-phat-giao-post57041.html
https://www.youtube.com/watch?v=zIoiUK14Lqs

sợ. Tôi nói sợ cũng chết, không sợ có thể chết, có thể không chết, nhưng nếu không sợ và có niềm tin Phật thì hết số phải chết, mà được về với Phật. Còn chưa hết số chắc chắn không chết. Phật nói người hết số thì không cứu được. Cũng như người bệnh chưa nặng nhưng sợ quá khiến mất sức đề kháng thì siêu vi dễ tấn công. Còn người tuy bệnh nhưng có định lực vững vàng tạo thành sức đề kháng đẩy lùi được siêu vi.

Khi Đức Phật và đoàn y tế do Thánh y Kỳ Bà dẫn đầu tới thành Tỳ Xá Ly, một trận mưa lớn trút xuống đẩy lùi dịch bệnh. Lịch sử ghi nhận như vậy, nhưng thực ra do đức hạnh và tâm thánh thiện của Phật soi rọi vào tâm của người dân trong thành này, khiến họ tin Phật cứu được và thực tế họ cũng khỏi bệnh, đó là sức mạnh của niềm tin. Thiết nghĩ chữa bằng thuốc được một phần, nhưng chữa bằng tâm quan trọng hơn.

Tôi đọc kinh *Dược Sư*, vững niềm tin ở Phật. Vậy Tăng Ni và Phật tử cũng vậy, tất cả đều tin chắc chắn vượt qua được dịch bệnh thì chúng ta vượt qua một cách mau chóng. Không có sức mạnh của niềm tin là hàng rào bảo vệ thân tâm đã bị lung lay thì làm bất cứ việc gì cũng khó thành công, bởi đã nhận lấy sự thất bại từ chính mình ngay từ khởi đầu.

Khi Đức Phật vừa tới thành Tỳ Xá Ly, chưa chữa bệnh nhưng tinh thần người dân đã tăng cao là đã chữa được 50%. Còn lại 50% mà ngày nay chúng ta nói là người mất sức đề kháng, người có bệnh nền thì dùng thuốc cho khỏe mạnh, cho tăng sức đề kháng và người bệnh không thở được thì trợ giúp bằng máy thở. Làm như vậy là giúp những bệnh nhân này có sức đề kháng để họ tự chống lại được dịch bệnh trong cơ thể của họ.

Tôi nghĩ chúng ta không có thuốc trị con siêu Coronavirus, nhưng nếu chúng ta có tinh thần vững mạnh, sức khỏe tốt, sức đề kháng mạnh sẽ đẩy lùi con siêu virus này không khó. Đức Phật và Thánh chúng đã làm được. Kỳ Bà Thánh y đã làm được. Chúng ta theo mô hình của các Ngài mà chữa lành cho mình.

Tăng Ni, Phật tử cần bình tĩnh, sáng suốt thấy rõ nếu không tiếp xúc thì không bị lây nhiễm, chỉ chừng đó thôi đã ngăn chặn được dịch bệnh rồi. Vì thực tế, người chưa bệnh nhưng mới tiếp xúc với người bệnh liền bị nhiễm bệnh. Vì vậy, chúng ta tự cách ly, tự chữa, được khỏe mạnh thì giúp đỡ người yếu cũng khỏi bệnh.

Riêng trường hạ chùa Huê Nghiêm, hơn một tháng qua, chư Tăng không ra khỏi chùa, chỉ lo tu, ăn uống kham khổ, nhưng khỏe mạnh. Tôi tin rằng các trường hạ cả nước cũng được như vậy. Ở yên một chỗ, giữ vững tinh thần, không dao động, giữ sức khỏe tốt, lực đề kháng tốt là chống được dịch bệnh.

Cầu mong Tăng Ni, Phật tử TP.HCM và các tỉnh thành đang có dịch hoành hành, quý vị sẽ tiếp tục đẩy lùi con siêu virus không có hình tướng ẩn ẩn hiện hiện. Nếu chúng ta yếu thì nó tấn công. Chúng ta giữ gìn thân tâm khỏe mạnh, nó phải lùi xa. Tăng Ni, Phật tử hãy vững tâm, người mạnh giúp người yếu cùng nhau vượt qua dịch bệnh dễ dàng.

Cầu Phật gia hộ Tăng Ni, Phật tử Việt Nam và nước ngoài, cũng như nhân dân nước Việt và nhân dân thế giới sớm thoát khỏi đại dịch.

Nam mô Dược Sư Lưu Ly Quang Vương Phật.

3.6. LỜI TÂM SỰ TRONG ĐÊM RẰM KHÔNG CẦM ĐƯỢC NƯỚC MẮT

-Thích Pháp Hòa

Vừa tụng kinh khóa lễ Tịnh Độ xong, Tôi vào mạng để xem tin tức cập nhật về bệnh Corona, bỗng dưng xem mà nước mắt rưng rưng.

Phút giây này tôi chỉ có khóc vì biết số người chết ở Trung Quốc và số người bệnh không thể tưởng tượng "Họ liệt kê báo cáo chỉ phần nào đó thôi, còn người bệnh chết rất nhiều nữa."[51]

Cuộc sống này đã đến lúc trả vay cho kiếp người vô thường này rồi các bạn ạ!

Các bạn còn muốn tranh đấu hơn thua, thị phi, ganh tị, nói xấu, toan tính, ác độc, tiền của, danh lợi hoặc phỉ báng nữa chăng!

Mọi thứ đó có mua được mạng sống và sức khoẻ của chúng ta không!

Chắc chắn là không!

Những thứ tôi vừa nói chỉ là phương tiện đối đãi và sanh ra nghiệp chướng trong nhân gian này, chúng ta sẽ không mang theo được bất cứ thứ gì ngoài ba điều: phước đức, công đức và tội lỗi.

Nhưng chúng sinh phần nhiều mang theo tội lỗi nên mới đọa vào ác đạo và xuống lên trong sáu đường sanh tử.

Nhìn lại Tôi cảm thấy hổ thẹn cho chính mình vì chưa

51. Thích Pháp Hòa, Lời Tâm Sự trong đêm rằm, Không cầm được nước mắt, ngày 24 tháng 04 năm 2020.
https://huongsentemple.com/index.php/vn/ung-dung/suc-khoe-doi-song/5028-loi-tam-su

tu được gì và chưa làm được gì cho chúng sinh..

Dịch bệnh lần này là cơn lốc xoáy vào tâm khảm của từng người, tỉnh thức nhận ra mọi thứ đều quá vô thường, không có gì bền bĩ, sanh ra tay trắng, còn thêm bệnh già, ân oán, sanh tử chia lìa tám khổ nung nấu.

Xin dừng lại một phút giây này mà quán chiếu để từ đó trong tâm sẽ nảy mầm ngọn lửa yêu thương, từ bi và trí tuệ, để rồi ấm lòng và xua tan cái lạnh khủng khiếp của lòng người nghiệt ngã.

Tôi đã nghe tiếng khóc của con tim nhỏ lệ, khi xung quanh tôi, chúng sanh con người đang phủ trùm một màu trắng tan thương, những tiếng khóc của kẻ ở người đi, trong mùa dịch bệnh.

Xin Phật xót thương cứu độ những vong linh này được siêu thoát, không khổ đau đoạ lạc vào sáu đường sanh tử, khổ quá rồi Phật ơi!

Lại nguyện cho những người đang mắc bệnh được tiêu trừ an lành sức khỏe. Từ đó, tôi lập nguyện cho riêng mình xin được cố gắng và cố gắng hết mình.

Tôi dùng tiếng kệ lời kinh, công đức trì Đại Bi Thần Chú, giữ tâm thiện, rãi lòng từ qua năng lượng cứu khổ của Đức Quan Thế Âm xin một lòng hướng về chúng sinh thân yêu đang khổ nạn.

Tôi tự chất vấn và hỏi mình, "Rồi khi nào dịch bệnh mới hết?"

Một câu hỏi chưa có câu trả lời và sự mong cầu sẽ hết để người dân trở lại với cuộc sống an hoà. Tôi hy vọng sau dịch bệnh sẽ là sự tỉnh thức của mọi người để nhìn lại đời người mà tự rèn luyện đức tâm cùng an nhiên, khoẻ vui, trí tuệ, như ý, cát tường.

Tôi xin và năn nỉ quý vị hạn chế sát sinh, miếng ăn có ngon cũng qua lưỡi là hết mà để lại lòng oán hận của những chúng sinh bị giết, "lấy đi nội tạng" để ăn thịt cao thấu trời xanh, oan hồn không siêu thoát, oán hận nhân gian nhất định báo thù.

Xin quý vị hãy dùng công đức tu tập hồi hướng cho họ. Nếu không thế gian này sẽ khổ.

Nguyện khắp nơi sống an lành phúc thiện, giác ngộ tiến tu viên thành Phật đạo.

Chia sẻ lan tỏa để cảm ứng và xoa dịu nỗi đau trần thế. Tri ân vô lượng.

Đêm an lành hạnh phúc niệm Phật, chúc Quý Vị bình an và hạnh Phúc.

"Một giấc ngủ ngon lành trong đêm."

3.7. TƯ DUY LỜI PHẬT DẠY NHÂN MÙA DỊCH

- Thích Tánh Tuệ

Namo Sakya Muni Buddha

Kính thưa chư Tôn đức, và chư vị pháp hữu,[52]

...Đã từng tu học Phật Pháp, chắc rằng Phật tử chúng ta ai cũng biết tất cả mọi hiện tượng xấu tốt trong hiện tại đều phát xuất từ nghiệp cảm của chúng sanh. Chúng sanh biết tu tập, hàm dưỡng nội tâm, dùng năng lượng tích cực hướng đến tha nhân, muôn vật, môi trường, thì sẽ chiêu cảm cảnh an lành, tốt đẹp. Ngược lại, chúng sanh gây

52. Thích Tánh Tuệ, Tư Duy Lời Phật Dạy Nhân Mùa Dịch. https://thuvienhoasen.org/a33622/tu-duy-loi-phat-day-nhan-mua-dich

tạo ác nghiệp, sát hại chiêu cảm thiên tai, nhân hoạ, dịch bệnh lan tràn.

Một khi quả báo chín muồi thì không thể tránh khỏi. Thế nhưng, trong khi nhận quả báo đó, không phải tất cả mọi chúng sanh đều phải nhận lấy báo khổ như nhau. Bởi, trong chúng sanh thì cũng có chúng sanh toàn tạo ác nghiệp, cũng có chúng sanh vừa tạo nghiệp ác vừa tạo nghiệp thiện, cũng có chúng sanh tạo nghiệp thiện nhiều, ác nghiệp ít, có chúng sanh tạo nghiệp ác nhiều, nghiệp thiện ít, nên quả báo cũng sai khác nhau.

Cùng trong môi trường thiên tai khổ nạn, nhưng có chúng sanh không bị cảm nhiễm bởi hoàn cảnh xung quanh, tránh được kiếp nạn khổ đau lầm than. Nói theo Phật pháp, đây là biệt nghiệp trong cộng nghiệp của chúng sanh. Chúng sanh cùng sanh trong cõi Ta-bà này là cộng nghiệp, thế nhưng mỗi người có phước báo hoàn cảnh sống khác nhau, mà cảm lấy quả báo khổ hoặc vui tuỳ theo túc nghiệp hoặc hiện nghiệp tạo nên.

Ca nhiễm đầu tiên đến nước Bhutan là vợ chồng người Mỹ, cùng đi du lịch với nhau, khi được Test sức khỏe, người chồng dương tính và người vợ âm tính, vợ chồng với nhau mà rõ ràng Biệt Nghiệp khác nhau. Sau khi thử nghiệm xong, cả hai người đều được chuyên cơ đưa ngay ra khỏi nước Bhutan..

Chỉ có sự tu tập, chỉ có thiện nghiệp (phước báu) của chúng ta, mới cứu rỗi được chúng ta!

Hôm nay, đại dịch Corona đang hoành hành dữ dội, chúng ta hãy suy gẫm những lời Phật dạy, hãy từ bỏ sự tham lam đắm say vào các thứ phù phiếm, từ đó rèn trau đạo đức, rèn trau lòng yêu thương chân chánh, để cùng nhau vượt qua khó khăn, hoạn nạn trong cuộc đời này.

Nam Mô Phật Pháp Tăng Thường Trú Tam Bảo..

Nguyện ngày an lành, đêm an lành cùng khắp cả..

Như Nhiên

Thích Tánh Tuệ

3.8.a. NHÂN MÙA PHẬT ĐẢN GÓP LỜI CẦU NGUYỆN ĐẠI DỊCH CORONAVIRUS CHẤM DỨT

-Thích Nữ Giới Hương

Phật Đản (*sinh nhật của đức Phật Thích Ca Mâu Ni - Birthday of Sakyamuni Buddha*) hay Vesak là ngày kỷ niệm thái tử Sĩ-đạt-đa (*Siddhārtha Gautama - con trai của Vua Tịnh Phạn và Hoàng hậu Maya*) sinh ra tại vườn Lâm-tì-ni vào ngày 8 tháng 4 âm lịch (*hoặc 15 tháng 4 âm lịch*) năm 624 trước công nguyên.

Giống như lễ Giáng Sinh của Chúa Jesus (*Christmas*) được tổ chức hàng năm, các người con Phật trên khắp thế giới vào tháng 4 âm lịch cũng cùng nhau tổ chức lễ Mừng Phật đản (*Happy Buddha Birthday!*). Tuy nhiên, theo văn hóa, phong tục và hoàn cảnh mỗi đất nước mà ngày này có thể xê dịch thay đổi cho thuận tiện, như ở Hoa Kỳ thường tổ chức vào Chủ nhật là ngày người dân được nghỉ làm và có thời gian để đến chùa dự lễ hội.

Theo Kinh Phật Bản Hạnh Tập[53] kể rằng theo thông lệ xứ Ấn độ cổ đại, người phụ nữ mang thai phải về nhà cha mẹ, nên vào ngày 8 tháng 4, Hoàng hậu Ma-ya trên đường

53. Kinh Phật Bản Hạnh Tập
http://daitangkinh.org/images//lspbdtk/T012/

về quê ngoại để chờ ngày khai hoa nở nhụy. Lúc đó, trời trong sáng, nắng ấm chan hoà và muôn hoa đua nở. Hoàng hậu cùng các thị nữ vào nghỉ chân nơi vườn thượng uyển Lâm-tì-ni. Ngay khi Hoàng hậu vịn cành hoa vô ưu, đang toả hương thơm ngạt ngào, Bồ tát Sĩ Đạt Đa thị hiện đản sanh. Ngài (*the Buddha baby*) tươi sáng, nhẹ nhàng, thánh thoát đi bảy bước trên mặt đất ấm áp. Lạ thay! Dưới mỗi bước chân Ngài đều có những hoa sen đỡ gót chân hồng. Rồi Ngài ngẩng nhìn bốn phương và cất tiếng sư tử hống, vang khắp trời người:

"Trên trời dưới đất chỉ có cái Ta chân thật là đáng quý."

Sau đó, vua Tịnh Phạn mời vị Tiên ẩn sĩ A-Tư-Đà vào xem tướng Bồ Tát. Tiên thưa rằng Thái tử Sĩ Đạt Đa khi trưởng thành sẽ xuất gia học đạo, quyết định thành Phật, chuyển đại pháp luân, độ trời người vô số kể. Bởi vì Thái tử Sĩ Đạt Đa có 80 tùy hình hảo và 32 đại hảo tướng. Những tướng như thế, nếu ở đời sẽ là Chuyển Luân Thánh Vương và nếu xuất gia sẽ là bậc Đại Giác Ngộ, Phật, Thế Tôn.

Vua Tịnh Phạn nghe xong, liền phóng thích các tù nhân, phóng sinh các cầm thú, cúng dường các Bà-la-môn, tháp miếu, làm đủ phước thiện và bố thí người nghèo để ghi nhớ ngày 8 tháng 4, cõi ta bà có được phúc báo bậc thánh nhân tức Thái tử Sĩ Đạt Đa giáng thế như thế.

Bồ tát Sĩ Đạt Đa đã ra đời vì mục đích trọng đại là mang thông điệp hạnh phúc, chỉ ra "cái Ta chân thật" tức là tâm Phật mà ai cũng có và cũng có thể trở thành Phật như kinh Pháp Hoa, Lăng Nghiêm, Hoa Nghiêm và các kinh Đại Thừa khác đã đề cập.

Nếu cõi đời không có đau khổ, tham dục, ganh ghét, chiến tranh, hận thù, tai biến tối tăm hay dại dịch thì Ngài đã chẳng xuất hiện ra đời. Mừng mồng tám tháng tư Ngày

Phật Đản, chúng ta nguyện sẽ trân quý những điều hy hữu, thắng duyên mà chúng ta đang hưởng và có được như kinh Pháp Cú đã tán dương rằng:

"Hạnh phúc thay, đức Phật giáng sinh!
Hạnh phúc thay, giáo pháp cao minh!
Hạnh phúc thay, chúng Tăng hòa hợp!
Hạnh phúc thay, tứ chúng đồng tu!"[54]

Năm nay Mùa PHẬT ĐẢN Phật Lịch 2565 – tức dương lịch 2021 lại rơi giữa nạn đại dịch Covid-19 bùng phát trên toàn thế giới. Tính đến ngày hôm nay ngày 06/04/2021, theo thống kê của Worldometers, thế giới đã ghi nhận tổng cộng 85.493.384 (85 triệu) ca nhiễm virus SARS-CoV-2 gây bệnh viêm đường hô hấp cấp Covid-19, trong đó có 1.850.243 (gần 2 triệu) ca tử vong. Hoa Kỳ vẫn là quốc gia chịu ảnh hưởng nặng nhất bởi dịch bệnh Covid-19 với hơn 31,1 triệu ca nhiễm và hơn 560 nghìn ca tử vong, tiếp đó là Ấn Độ và Brazil...

Từ trái: Sư cô Viên Trang, Sư cô Viên Tiến, Ni sư Giới Hương và Sư cô Viên Chân mừng lễ Phật đản với chiếc bánh Sinh Nhật tại Chùa Sen vào ngày 06/04/2021

54. Luận A-tỳ-đạt-ma Câu-xá, T29, no. 1558, p. 2.

Kể từ tháng Ba năm 2021, Vaccine Moderna, Pfizer/BioNtech... đã được phổ biến và nhiều người dân trên toàn cầu được chích ngừa nhưng dịch bệnh vẫn diễn biến phức tạp, dai dẳng, chưa dứt hẳn.

Vào thời điểm rất khó khăn này, chúng ta là những người con Phật phải theo sự hướng dẫn của chánh phủ, các bác sĩ và chuyên gia y tế để giữ môi trường trong sáng, trong sạch và thanh tịnh cũng là một cách để đón mừng ngày Đức Phật đản sanh vào mồng 8 tháng 4 sắp tới.

Do cách ly, giữ khoảng cách an toàn xã hội (social distancing), chúng ta có thể tổ chức lễ Phật đản nội bộ tại chùa, tập trung không quá nhiều người.

Chúng ta đeo khẩu trang, bao tay và đồ bảo hộ, phải rửa tay thường xuyên với xà-phòng, thường xuyên sám hối lễ lạy để tiêu nghiệp báo oan khiên.

Chúng ta cũng nên dành nhiều thời gian tụng kinh, tọa thiền, và góp lời cầu nguyện cho Hoa Kỳ, Việt Nam và thế giới tai ách ôn dịch chóng qua đi.

Nguyện tất cả chúng ta có được một nội tâm an tĩnh, giàu nghị lực, niềm tin, lạc quan, có tinh thần trách nhiệm với nhau để cùng nhau vượt qua cộng nghiệp chung của giai đoạn khó khăn này.

Chúng ta mỗi người luôn chân thành trì giữ Giới-Định-Tuệ mà Đức Thế Tôn đã giảng thế đã trao cho nhân loại. Đây là thông điệp hạnh phúc và con đường thanh tịnh duy nhất để chuyển hóa, đưa đến một thế giới an lạc và hòa bình.

Nam Mô Cam Giá Nguyên Lưu, Ứng Thân Hiện Thoại,

Ta Bà Giáo Chủ Bổn Sư Thích Ca Mâu Ni Phật
tác đại chứng minh.

3.8.b. PRAY FOR THE CORONAVIRUS PANDEMIC IN THE BUDDHA'S BIRTHDAY

"Phật đản" (Vietnamese) means Vesak, the birthday of Prince Siddhārtha Gautama, the son of King Śuddhodana and Queen Maya. He was born in the Lumbini Royal Garden on the eighth of the fourth lunar month in 624 BC. Later he attained enlightenment and became Sakyamuni Buddha.

Buddhist followers around the world celebrate the Buddha's birthday on the fourth lunar month. However, according to the cultures, customs, and circumstances of each country, this date can be different for convenience, as in the United States where it is often held on a Sunday when people are off from work and have time to attend the festival in the temple.

The Scripture on the Main Conduct of the Buddha (Kinh Phật Bản Hạnh Tập)[55] narrates that according to ancient Indian custom, pregnant women must return to their parents' homes to give birth, so on April 8th Queen Maya was on her way home. At that time, it was clear, sunny, and the flowers were blooming. The queen and her maids stopped at Lumbini, the Royal Garden, to rest. As soon as the imperial queen leaned over the fragrant uḍumbara flower branch, Prince Siddhartha was born. He was bright, gentle, and began seven holy steps on the warm ground. Amazingly with every step, pink rose lotus flowers bloomed under his feet. Then he looked up at the four directions and uttered a cry echoing throughout the sky: "In heaven and earth, the True Self is the most valuable."

55. http://daitangkinh.org/images//lspbdtk/T012/

The sky became clear and the sacred rain of eight merits came down. The earth quaked in six ways. When that happened, all species detached from greed, anger, and ignorance. The hungry and sick people seemed to forget their problems. Angry and embittered people suddenly were awakened and everyone felt tranquility in all their six senses. Animals seemed to escape their fear. Hungry ghosts found themselves full enough. So it came to be that all species enjoy the peace and happiness from the wonderful birthday of the Bodhisattva Siddhartha.

After that, King Śuddhodana invited the ascetic Asita to see Prince Siddhartha's statue. Asita said that when he was mature, he would be ordained, become a Buddha who spread dharma, and transform countless people. Bodhisattva had eighty small good marks and the thirty-two great good marks. Such marks are not of a universal monarch, but of Buddha's figures. Ascetic Asita was sad because he could not live enough long to hear the Buddha's sermons. Asita dropped himself on the ground and sobbed.

Asita watched King Suddhodana release prisoners and animals, make offers to the Brahmins, build the temple, and do charity work to earn merit so people could remember the April 8 occasion of the Buddha's birth. The Saha world had enough good merit to have the birth of the saint.

The Bodhisattva was born to show the "True Self," i.e., the true nature of mind, Bodhi Nirvana, marvelous essence and the ultimate truth which is mentioned in Mahayana scriptures such as the Lotus Sutra, Śūraṅgama Sūtra, and so on. If the world had no suffering, craving, jealousy, war, hatred, and ignorance, then he would not appear in the world.

The Buddha descended to this world to bring the Bodhi torch to light the enlightened path for us who can return to "the True Self." Happily, his classic Tripitaka is still here and with the modern and effective communication methods of mass media, the dharma is now available to many. Fortunately, the sangha appeared for the noble cause. Four kinds of Buddhist groups (monks, nuns, male and female lay Buddhists) collaborated together, gave up their respective egos to return "the True Self." Happily, Buddhists worship the Three Jewels and offer their lives as a pink lotus to serve for the sake of many.

Celebrating the eighth of April, the Buddha's Birthday, we pray to cherish this rare event and the blessings we are enjoying right now:

Happy Buddha's Birthday!

Happy is the Great Dharma!

Happy is the Harmony of Sangha!

Happy are four Buddhist groups that practice together![56]

This year, the Buddhist Calendar 2565–2021 fell in the midst of the COVID-19 pandemic outbreak around the world. According to Worldometer statistics, as of April 6, 2021, the world has a total of 85,493,383 cases of SARS-CoV-2 virus infection causing acute respiratory infections, COVID-19 with 1,850,243 deaths. The United States is still the country most affected by the COVID-19 epidemic with more than 31.1 million cases and more than 560,000

56. Luận A-tỳ-đạt-ma Câu-xá, T29, no. 1558, p. 2.

deaths, followed by India and Brazil.

Since March 2021, Moderna vaccines, Pfizer/ BioNtech... have been disseminated and many people have received the vaccine, but the epidemic is still complicated, persistent, and not definitive.

At this very difficult time, we as Buddhists must follow the guidance of the government, doctors, and medical experts to keep a clean, pure, and safe environment. This is also a way to welcome and to celebrate the Buddha's birthday.

Following CDC guidelines, wearing masks, and keeping a safe social distance, we can organize a Buddha's birthday ceremony at the temple with a small group of people.

We wear masks, gloves, and protective gear and must wash our hands often with soap often, and repent and prostrate to eliminate the negative karma.

We should also spend much time in chanting, meditating, and contributing prayers for the United States, Vietnam, and the world to soon recover from the pandemic.

May all of us have a calm mind, rich in energy, confidence, optimism, and a sense of responsibility together to overcome the common karma of this difficult period.

Each of us always sincerely maintains the precept-meditative-wisdom that the Blessed One has given to mankind. This is the message of happiness and the only pure path to transform and lead us to a peaceful and liberated world.

Triple Homage to Our Original Teacher, Sakyamuni

Buddha.

Hương Sen Temple, April 14, 2021

Thích Nữ Giới Hương

huongsentemple@gmail.com

CHƯƠNG 4
LAN TỎA TÌNH THƯƠNG VÀ TINH THẦN LẠC QUAN

Theo *ABC News,*[57] Covid-19 khiến 63% người 18-24 tuổi lo âu hoặc trầm cảm, 25% số đó dùng chất kích thích nhiều hơn và khoảng 25% nghĩ đến việc tự sát. Đó là kết quả của cuộc khảo sát gần đây được thực hiện bởi Trung tâm Kiểm soát và Phòng ngừa dịch bệnh Hoa Kỳ (Centers for Disease Control and Prevention).

Chẳng những trẻ tuổi mà cả nhiều lứa tuổi ở Hoa Kỳ, Việt Nam và khắp nơi trên thế giới do bị ảnh hưởng cơn bùng phát đại dịch Covid-19, khiến họ cảm thấy cô đơn, bất an, trầm cảm, tuyệt vọng, sợ hãi, thất vọng, nên lúc

---

57. Nhật Minh, Theo ABC News, Đại dịch - gánh nặng tinh thần lớn nhất của người trẻ trở lại Đời sống.
https://vnexpress.net/dai-dich-ganh-nang-tinh-than-lon-nhat-cua-nguoi-tre-4238391.html

này mọi người rất cần tình thương, hiểu biết, che chở cũng như sự cố vấn hướng dẫn để vững tinh thần kham nhẫn, biết đủ và lạc quan vượt qua hoàn cảnh.

4.1. NUÔI DƯỠNG TÌNH THƯƠNG & HIỂU BIẾT

Cuộc sống thế gian giống như cuộc hí trường, vở kịch có đủ hai mặt của thăng trầm, sống chết, giàu nghèo, vinh nhục, hạnh phúc đau khổ, cũng chỉ là tâm tạo không phải thật, không phải chân lý, không cần phải quá bám víu, nắm giữ, chấp trước trong đời này và nhiều đời kế tiếp. Con người nên tránh tranh giành, chiến tranh, cần sống thương yêu, hài hòa với môi trường, tương trợ xã hội.

Trong hoàn cảnh nào thì chúng ta cũng cần rèn trau lòng yêu thương chân chánh, và hiểu biết thông cảm để cùng nhau vượt qua khó khăn, hoạn nạn, nghiệp lực trong cuộc đời, nhất là trong đại dịch Covid-19 đang lây lan khắp toàn cầu hiện nay. Cần phải cảm thông, chia sẻ, thương yêu để nắm tay nhau vượt qua đại nạn.

Trong các thánh nhân Phật giáo, Bồ tát Quan Âm được vinh danh là bậc thí vô úy giả (Bậc thánh ban cho sự thoát sợ hãi). Ngài dạy chúng ta hãy trì danh hiệu Quan Thế Âm, ban hạnh vô úy khi xung quanh chúng ta, tràn đầy nỗi tuyệt vọng, sợ hãi, lo âu, khủng khiếp, trước con siêu vi trùng vô hình Coronavirus.

Hiểu biết là đồng cảm với nỗi khổ bất hạnh, sợ hãi của người khác. Tình thương là nghĩ đến người xung quanh, hơn là chính mình, còn rất nhiều người khác kém may mắn và đau khổ hơn mình. Tình thương là chất liệu có sẵn trong mỗi con người, là sức mạnh vô song có thể vực dậy được những gì đã ngã đổ và làm vơi đi những khổ đau chết chóc của xã hội để cứu vớt an ủi những số phận hẩm hiu mắc bệnh Covid-19 trong tình thương "Chị ngả em nâng" hay "Một con ngựa đau, cả tàu bỏ cỏ."

Mỗi người trong chúng ta phải cố gắng vượt qua nỗi sợ hãi về sự khủng hoảng tâm lý. Sợ hãi là một hiệu ứng của tâm lý, một trạng thái tâm lý bất an, lo sợ, kinh hãi về những số ca nhiễm, về con số tử vong được công bố và tồn tại nơi cuộc sống của mỗi con người kể từ khi lọt lòng cho đến lúc nhắm mắt xuôi tay. Theo giáo lý đạo Phật, căn nguyên của mọi khổ đau, trong đó bao hàm những nỗi sợ hãi, đều bắt nguồn từ sự vô minh, tức là chưa thức tỉnh, không hiểu biết sáng suốt, không nhận chân được thực tướng của mọi sự vật và hiện tượng.

Covid-19 quả là một thực tế nguy hiểm nhất, lây lan nhanh nhất, tử vong nhiều nhất nhưng thái độ của người Phật tử nhờ tinh thần giác ngộ từ đạo pháp, nên không quá hoảng loạn, không quá sợ hãi, song song với các biện pháp phòng ngừa để bảo vệ cho những người thân yêu và cho cả những người chung quanh bằng việc thực hành chánh niệm lan tỏa tình thương che chở người đối diện.

Để vượt qua những ảnh hưởng cũng như các nỗi sợ hãi đó, chúng ta phải nhớ lại Đức Phật đã từng dạy cho chúng ta những gì về điều này?

Tình thương đối với chúng sanh là gì? Đó là từ tâm bất sát, không tạo bất cứ nghiệp sát hại nào, để chúng sanh có thể an lòng khi ở bên cạnh mình.

Kinh Phật kể, có một con chim bay đến gần cái bóng một thầy tỳ-kheo, nhưng chim vẫn cảm thấy sợ hãi, run lẩy bẩy; trong khi bay đến đậu trên vai Đức Phật thì cảm thấy an ổn, nhẹ nhàng như người mẹ che chở con dại. Sợ dĩ, chim không sợ hãi khi gần Phật, vì Ngài nhiều đời không giết hại hay ăn thịt loài vật, nên cảm ứng chim thấy yên tâm và hưởng được năng lượng tình thương của Phật.

Trong Kinh Phạm võng ghi: "Nếu là Phật tử, nên dùng tâm từ tu hạnh phóng sinh. Tất cả người nam là cha ta, tất cả người nữ là mẹ ta. Đời đời ta đều do cha mẹ sinh ra, cho nên tất cả chúng sinh trong sáu nẻo đều là cha mẹ của ta. Ai giết hại chúng sinh để ăn thịt tức là giết hại cha mẹ của mình và cũng chính là giết hại bản thân. Tất cả đất nước là thân của ta, tất cả gió lửa là thể của ta, cho nên phải thường phóng sinh. Đời đời ta sinh ra, nếu thấy người giết hại chúng sinh, nên tìm phương cách cứu giúp chúng sinh thoát khổ; thường giáo hóa, giảng nói giới Bồ-tát để cứu độ chúng sinh."

Thế giới hiện sanh nghiệp nạn Coronavirus khởi cũng bởi từ nghiệp sát của chúng sanh thời nay quá sâu nặng. Nghiệp sát bắt nguồn từ tâm tham dục: tham ăn nên giết hại chúng sanh vô tội vạ để thoả nguyện ăn uống; tham dâm nên tạo ra nghiệp sát, nạo, phá, giết thai nhi vô tội vạ. Hai nhân này chính là nhân của dịch nạn hiện nay.

Trong Kinh Công Đức Thọ Tam Quy Ngũ Giới,[58] Đức Phật dạy rằng:

"Người thọ Tam quy là bố thí sự vô úy cho tất cả chúng sanh, cho nên quy y Phật, Pháp, Tăng, phước đức người ấy không thể tính kể được."

Phước đức của sự thọ trì Tam quy không bằng phước

58. Phật Thuyết Kinh Công Đức Tam Quy Ngũ Giới Từ Tâm Nhàm Chán, Hán dịch: Xuất xứ từ bản ghi chép vào đời Đông Tấn, tên người dịch đã bị thất lạc, Việt dịch: Tại gia Bồ-tát giới Ưu-bà-tắc Nguyên Thuận.

đức của người chỉ trong một khoảnh khắc rủ lòng thương cứu giúp chúng sanh."

Đức Tenzin Gasho, Đạt-lai-lạt-ma thứ 14,[59] đã từng tuyên bố rằng:

"Tôn giáo tốt nhất trên thế giới là tôn giáo về lòng yêu thương,"

"Chúng ta không nên chỉ dựa vào đức tin mà hãy phân tích những vấn đề chúng ta đang gặp phải - dưới ánh sáng của lý trí. Hiện nay tôi đã 85 tuổi rồi, và đó là những gì tôi đã làm trong suốt cuộc đời mình. Trong bối cảnh Phật giáo, chúng ta nên nghĩ về tất cả chúng sinh đều tử tế như người mẹ của mình vậy. Tương tự như thế, chúng ta có thể xem tất cả hơn bảy tỷ người đang sống hiện nay đều là anh chị em của chúng ta. Tất cả chúng ta đều giống nhau về cách mà chúng ta được sinh ra và cách mà chúng ta sẽ chết đi."

Vì vậy, hãy ban cho người khác một lời khuyên hữu ích, một câu kinh có ý nghĩa, một lời an ủi chân thành, một tấm lòng vị tha trắc ẩn ấm áp... ngay cả khi chúng ta đang duy trì khoảng cách thì chính chất liệu tình thương và hiểu biết tôn trọng lẫn nhau sẽ giúp gắn bó con người và mang lợi ích cho mình và người trên thế gian này.

Kinh Từ Bi (Metta Sutta),[60] Đức Phật dạy chúng ta cách trưởng dưỡng tình thương và hiểu biết. Duyên khởi

---

https://www.buddhamountain.ca/VT0072.php

59. Tenzin Gyatso, Đức Đạt Lai Lạt Ma thứ 14, "Lòng Từ Bi." https://vn.dalailama.com/news

60. Kinh Thương Yêu (Metta Sutta) thuộc bộ Sutta Nipata, phần I. Thích Nhất Hạnh dịch. Kinh này dạy phương pháp nuôi dưỡng lòng từ bi. Nếp sống từ bi là nếp sống cao đẹp nhất, câu kinh sáng ngời ấy đã được trích ở kinh này.

của Kinh Từ Bi là khi Đức Phật ngụ ở thành Savatthi, một nhóm 500 nhà sư nhận đề tài tu thiền, vào một cánh rừng nhập khóa hạ. Các vị thần cây trong rừng không vui, mới quậy phá để các sư đi nơi khác. Các sư phiền não, trình với Đức Phật, và được dạy trì tụng Kinh Từ Bi để gửi tâm từ tới các thần cây, và khu rừng trở nên an ổn. Sau ba tháng an cư này, 500 thầy tỳ kheo đắc quả. Kinh này từ đó về sau, được dùng làm Hộ Kinh. Văn kinh như sau:

"Những ai muốn đạt tới an lạc thường, nên học hạnh thẳng thắn, khiêm cung, biết xử dụng ngôn ngữ từ ái.

Những ai biết sống đơn giản mà hạnh phúc, nếp sống từ hòa, điềm đạm, ít ham muốn, không đua đòi theo đám đông. Những vị ấy sẽ không làm bất cứ một điều gì mà các bậc thức giả có thể chê cười.

Và đây là điều họ luôn luôn tâm niệm:

Nguyện cho mọi người và mọi loài đươc sống trong an toàn và hạnh phúc, tâm tư hiền hậu và thảnh thơi.

Nguyện cho tất cả các loài sinh vật trên trái đất đều được sống an lành, những loài yếu, những loài mạnh, những loài cao, những loài thấp, những loài lớn, những loài nhỏ, những loài ta có thể nhìn thấy, những loài ta không thể nhìn thấy, những loài ở gần, những loài ở xa, những loài đã sinh và những loài sắp sinh.

Nguyện cho đừng loài nào sát hại loài nào, đừng ai coi nhẹ tính mạng của ai, đừng ai vì giận hờn hoặc ác tâm mà mong cho ai bị đau khổ và khốn đốn.

Như một bà mẹ đang đem thân mạng mình che chở cho đứa con duy nhất, chúng ta hãy đem lòng từ bi mà đối

https://www.huongsentemple.com/index.php/vn/phat-phap/nghi-la-hang-nga-y/6309-i-6-kinh-tu-bi-21 xử với tất cả mọi loài.

Ta hãy đem lòng từ bi không giới hạn của ta mà bao trùm cả thế gian và muôn loài, từ trên xuống dưới, từ trái sang phải, lòng từ bi không bị bất cứ gì làm ngăn cách, tâm ta không còn vương vấn một chút hờn oán hoặc căm thù. Bất cứ lúc nào, khi đi, khi đứng, khi ngồi, khi nằm, miễn là còn thức, ta nguyện duy trì trong ta chánh niệm từ bi. Nếp sống từ bi là nếp sống cao đẹp nhất.

Không lạc vào tà kiến, loại dần ham muốn, sống nếp sống lành mạnh và đạt thành trí giác, hành giả sẽ chắc chắn vượt thoát khỏi tử sinh."

Hạt mầm thương yêu ai cũng có sẵn, hãy để vươn mầm, ra hoa kết trái bằng trái tim và bàn tay nhân ái được ứng dụng trong mùa đại dịch Covid 19 này.

Trong đại dịch hiện nay, giá trị của lòng từ bi càng trở nên quan trọng hơn bao giờ hết. Lòng từ bi giúp cho chúng ta thấu hiểu và đồng cảm với những người xung quanh, truyền năng lượng tình thương, dõng mãnh, tinh tấn cho người, đặc biệt là những người gặp khó khăn cần được hỗ trợ, giúp cho cộng đồng đoàn kết hơn và vượt qua thử thách này một cách mạnh mẽ hơn.

Chúng ta dành sự biết ơn đặc biệt cho các nhân viên y tế - bác sĩ, y tá và các nhân viên hỗ trợ khác - những thiên thần áo blouse trắng trong tuyến đầu chống dịch bất chấp nguy hiểm để cứu người. Đó thật sự là hành động của lòng từ bi, dấn thân độ đời.

4.2. BỐ THÍ CHIA SẺ

Bản thân mình phải thực hành tâm vô úy, hạnh từ bi, ban sự an ổn cho người đối diện và xã hội chung quanh khi có hàng trăm triệu người nhiễm bệnh, tử vong, người khỏe thì bị mất việc, giảm thu nhập, chợ búa, giao thông ngưng trệ, kinh tế suy sụp. Trên gương mặt người dân lộ rõ nỗi lo lắng vì sợ con virus vô hình, sợ hắt hơi ho, sợ đói, sợ không đủ ăn, sợ bệnh, sợ không có bình dưỡng khí oxy để thở, sợ chết không tiền mai táng.... Vì có đủ loại khổ trên đời, nên Đức Phật dạy bố thí có ba loại:

1. Tài vật: có 2 là: a) Ngoại tài: tịnh tài, nhu yếu phẩm, vật tư y tế, khẩu trang, dung dịch rửa tay diệt khuẩn, cây gạo ATM không đồng, mai táng không đồng, ATM máy oxy trợ thở không đồng,... b) Nội tài: bố thí nội tạng, hiến màu nhân đạo giúp bệnh viện đủ máu điều trị bệnh Covid-19, chăm sóc bệnh nhân ở khu giả chiến hay vùng cách ly...
2. Pháp thí: chia sẻ Phật pháp, hướng dẫn chỉ lối để người dân vững tâm tu tập nhiều hơn, sám hối nhiều hơn.
3. Vô Úy thí: Động viên bên cạnh giúp người dân giảm bớt lo lắng, sợ hãi, trầm cảm. Tin vào Tam Bảo, nghiệp lực và nhân quả để tìm ra ý nghĩa trong cuộc sống, lạc quan giữa bão dịch, không lo lắng, sợ hãi "chuyện gì đến sẽ đến."

Chúng ta hãy phát tâm thiện nguyện thực hành ba hạnh: tài thí, pháp thí và vô úy thí này. Hãy tạo một lập trình công nghệ trao đổi thông tin, tìm hiểu hoàn cảnh để cố vấn nâng đỡ cần thiết.

Hãy đặt lợi ích của người khác lên trước bản thân mình. Hãy luôn giúp đỡ mọi người và tự hào được giúp đỡ chia sẻ với người khác, để giảm vơi nỗi khổ của người khác.

Để ban vui cứu khổ trong hoàn cảnh biến động, có

nhiều việc nho nhỏ nhưng mang hiệu quả lớn, ngay cả chia sẻ những lời nói, việc làm và suy nghĩ nhẹ nhàng, an ủi, chăm sóc người bệnh... đều là những cách "cho" chạm vào trái tim "người nhận," khiến họ cảm thấy tăng thêm niềm tin để đối phó đại dịch. Đây là thời gian để tất cả chúng ta quan tâm đến các mối quan hệ của mình bất kể thân lạ, thương ghét. Bất cứ điều gì có thể góp phần vào việc phòng ngừa, chống lại dịch bệnh và cộng tồn của cộng đồng, chúng ta sẽ tận lực thực thi tình thương và hạnh bố thí vì điều này sẽ cứu mạng rất nhiều người, trong đó có cả bản thân và gia đình chúng ta.

Đức Phật dạy do tấm lòng chia sẻ này là "nhân" mà sau này chúng ta gặt lợi ích vô lượng và quả báo thù thắng, lúc nào cũng có người đồng hành với mình, có nhan sắc, giàu có, sức mạnh, trí tuệ và tuổi thọ cao như sau:

"Người bố thí đồ ăn, này các Tỷ-kheo, bố thí bốn sự cho người nhận. Thế nào là bốn? Cho thọ mạng, cho dung sắc, cho an lạc, cho sức mạnh. Sau khi cho thọ mạng, người cho được chia phần thọ mạng, thuộc chư Thiên hay loài Người. Sau khi cho dung sắc... cho an lạc... Sau khi cho sức mạnh, được chia phần sức mạnh, thuộc chư Thiên hay loài Người." [61]

"Ta nhớ chín mươi mốt kiếp từ trước đến nay, không thấy một người nào mà bố thí cho Tỷ-kheo lại bị cạn kiệt, hay bị tổn giảm cả.

Này thôn trưởng, ông nhìn xem hiện nay có người giàu sang, nhiều tiền của, quyến thuộc đông đảo, tôi tớ đầy nhà, thì biết nhà ấy lâu dài ưa thích bố thí, chân thật tích chứa,

61. Tăng chi bộ, 4.59, bản dịch HT Minh Châu. https://thuvienhoasen.org/images/file/IsHYhp1G0QgQAHB1/tang-chi-bo-kinh.pdf

nên được phước lợi này."[62]

Trong khi tu hạnh bố thí, Đức Phật dạy cần giữ tâm an vui, công bằng, thương tất cả 12 loài chúng sinh chứ không nghĩ riêng cõi người hay cho mình và người thân của mình như sau:

"Ông đã bằng tâm Bồ-tát, chuyên tinh nhất ý mà huệ thí rộng rãi. Thật vậy, chúng sinh nhờ ăn uống mà được cứu sống, không ăn uống thì liền chết.

Này Gia chủ, ông sẽ được quả lớn, được tiếng tăm nhiều; được quả báo lớn mà tiếng đồn thấu mười phương; được pháp vị cam lồ.

Vì sao vậy? Vì hàng Bồ-tát thường đem tâm bình đẳng để bố thí, lúc nào cũng một lòng mà nhớ nghĩ đến các loài chúng sinh, nhờ ăn uống mà tồn tại, có ăn uống tức được cứu sống, không ăn uống tức chết. Này Gia chủ, đó là tâm Bồ-tát ở tại chỗ yên ổn mà bố thí rộng rãi."[63]

"Này các tỷ kheo, người bố thí, trước khi bố thí, ý được vui lòng; trong khi bố thí, tâm được tịnh tín; sau khi bố thí cảm thấy hoan hỷ."[64] "Do vậy, đây là nguồn sanh phước, nguồn sanh thiện, món ăn an lạc, thuộc thiên giới, là quả lạc dị thục, dẫn đến cõi Trời, đưa đến khả lạc, khả hỷ, hạnh phúc và an lạc."[65]

---

62. Tạp A-hàm, 914, bản dịch của hai thầy Tuệ Sỹ và Đức Thắng. https://thuvienhoasen.org/a11294/kinh-tap-a-ham

63. Tăng nhất A-hàm, 10.5, bản dịch của hai thầy Tuệ Sỹ và Đức Thắng, trích:

64. Như trên.

65. Tăng Chi Bộ III, phẩm Chư thiên, phần Bố thí, VNCPHVN ấn hành, 1996, tr.91. https://giacngo.vn/bo-thi-va-cung-duong-nhu-phap-post15034.html

4.3. KHAM NHẪN, BIẾT ĐỦ VÀ LẠC QUAN

4.3.1. KHAM NHẪN

Kham là chịu, nhẫn là nhịn. Kham nhẫn là sự chịu nhịn, chịu đựng, chịu khó, chấp nhận, thích hợp và uyển chuyển trong điều kiện mới của đại dịch Covid-19, hoàn cảnh mới của giãn cách xã hội, dù không như ý mình muốn.

Do kham nhẫn, khởi tình thương, không phạm sát đạo dâm vọng mà được sự hộ trì cho mình và người như Kinh Tương Ưng Niệm Xứ, Đức Phật dạy như sau:

"Này các Tỷ-kheo, thế nào trong khi hộ trì người khác, là hộ trì cho mình? Chính do sự kham nhẫn, do sự vô hại, do lòng từ, do lòng ai mẫn. Như vậy, này các Tỷ-kheo, trong khi hộ trì người khác, là hộ trì cho mình.

Này các Tỷ-kheo, "Tôi sẽ hộ trì cho mình", tức là niệm xứ cần phải thực hành. Này các Tỷ-kheo, "Tôi sẽ hộ trì người khác", tức là niệm xứ cần phải thực hành. Trong khi hộ trì cho mình, này các Tỷ-kheo, là hộ trì người khác. Trong khi hộ trì người khác, là hộ trì cho mình."[66]

Như vậy, khi chúng ta giữ tâm kham nhẫn, bất hại, từ bi là có oai lực lớn giúp mình và người uyển chuyển vững chải, đối phó và vượt qua đại dịch. Tránh đừng nổi nóng, khó chịu, căng thẳng, sân giận, đưa đến chán chường, trầm cảm và tự tử.

Ca dao Việt Nam có câu: «Một sự nhịn, chín sự lành» tức là nhẫn với các cuộc đấu khẩu hay hành vi không thích của người khác hay hoàn cảnh đại dịch Coronavirus bên ngoài đem đến.

---

66. Kinh SN 47.21: Kinh Tương Ưng Niệm Xứ
https://suttacentral.net/sn47.21/vi/minh_chau
https://thuvienhoasen.org/a35901/13-phat-tu-doi-tri-dich-benh

Ngoài ra, chúng ta còn phải kham nhẫn cả với tài, sắc, danh, lợi, thực (ăn), thùy (ngủ). Do Covid-19 xâm nhập toàn cầu, thất nghiệp, không tiền; đeo khẩu trang, không cần đẹp, chỉ cần khỏe, miễn không nhiễm virus; không cầu mong được thăng chức danh lợi, được khen khi làm từ thiện, vì danh vọng không là gì cả, bây giờ đối phó Coronavirus là quan trọng; ăn và ngủ đủ để tạm sống, nhà hàng, chợ đóng cửa, nên nhẫn chịu thích nghi với những gì không gian, thời gian, điều kiện và khả năng của mình đang có.

Do tập thích hợp với mọi nhu cầu và hoàn cảnh, nên chúng ta chịu khó ăn một chỗ, ở một chỗ và làm việc cũng một chỗ để tránh lây nhiễm, chặn đứng sự lây lan. Cần kham nhẫn sống cách ly một mình (cô đơn), bền lòng đối phó những thử thách nguy hiểm của virus; sống đơn giản, không cầu ăn ngon, mặc đẹp, tạm đủ để sống qua ngày, chịu khó rửa tay, đeo khẩu trang, chỉ đáp ứng những điều cần thiết. Chú tâm vào những điều kiện mình có trong tay, vào những ý nghĩa thực sự của cuộc sống hiện tại.

4.3.2. BIẾT ĐỦ

Biết đủ là ít muốn, không cầu mong thêm, thỏa mãn với những gì mình đang có. Lòng tham thường vô đáy. Có voi đòi tiên, không khi nào cùng, cho nên nhà thơ Ưng Bình Thúc Giạ Thị nói:

“Biết đủ dầu không chi cũng đủ
Nên lui đã có dịp thì lui.”

Do biết đủ, chúng ta chỉ đáp ứng những nhu cầu căn bản tối thiểu cho sự sống, mà không cần ngon, đẹp, lạ mắt, xa hoa, có thể tránh xa những điều không cần thiết này như mua sắm shopping, du lịch, ăn ngon, mặt đẹp, tiệc tùng, ca hát, thú vui tiêu khiển.... Do biết đủ, không đua đòi theo danh lợi, ngũ dục và dành thời gian cần tập trung vào những điều quan trọng hơn, chẳng hạn như tu tập, sám hối, tụng kinh, ngồi thiền, lan tỏa tình thương, hiểu biết, thông cảm, nhân ái, gần gũi, chăm sóc những người xung quanh. Do đó, khi "thấy đủ" chúng ta sẽ thường cảm thấy an vui và hạnh phúc trong sự đơn giản vật chất, nhưng giàu có về tâm linh và tình cảm.

4.3.2.a. Câu chuyện của người biết đủ

Vào triều đại nhà Minh,[67] có một vị tiên sinh dạy học, gia cảnh bần hàn nhưng mỗi ngày đều dâng hương bái lễ, cảm tạ trời xanh ban phúc. Vợ của ông nghĩ mãi mà không hiểu, liền hỏi: "Một ngày ba bữa đều là húp cháo loãng, sao có thể tính là hưởng phúc?"

Vị tiên sinh này trả lời: "Sống ở nơi thái bình, không có chiến sự thảm họa, đó là cái hạnh phúc lớn nhất. Hàng ngày có quần áo mặc, có cái ăn, không đến mức đông chịu lạnh, đói không có gì ăn là hạnh phúc lớn thứ hai. Trong người không có bệnh tật, không có tai họa, trong lao ngục không có tù nhân là cái hạnh phúc lớn thứ ba. Chúng ta có cả ba thứ ấy rồi chẳng phải là phúc sao?"

4.3.2.b. Câu chuyện của người không biết đủ

Có một người vợ của ông lão đánh cá, lúc ban đầu chỉ muốn có một cái chậu mới để dùng, nhưng sau khi có được cái chậu mới rồi, thì bà ta lại muốn có thêm ngôi nhà

---

67. Admin, Biết đủ thì nghèo khổ cũng vui, không biết đủ thì giàu sang cũng vẫn buồn.
https://tuthienthat.vn/biet-du-thi-ngheo-kho-cung-vui-khong-biet-du-

gỗ; có được ngôi nhà gỗ rồi, bà ta lại muốn trở thành một vị nhất phẩm phu nhân, sau đó lại muốn làm tới nữ hoàng, sau khi được lên nữ hoàng rồi, bà ta lại muốn được làm nữ long vương nơi biển cả...rồi lại muốn con cá vàng để thỏa mãn mọi dục vọng của bà, khi cá vàng xuất hiện thì mọi thứ bà đang có đều tan biến (đây chính là bà ta đã vượt quá giới hạn) giống như chúng ta thổi bong bóng, thổi lớn quá mức thì tất nhiên bong bóng sẽ bị bể.

4.3.2.c. Chuyện Lòng tham không đáy

Một vị thiền sư đi ngao du thiên hạ,[68] khi đến một vùng núi nọ thì chẳng may bị ốm nặng. Ông được một bà lão là chủ quán trà cứu và đưa về nhà chăm sóc. Mặc dù không biết tung tích vị thiền sư, quán nghèo thưa thớt khách, không có tiền nhưng bà lão vẫn tận tình chăm sóc và cứu chữa cho ông...

Hơn ba tháng ròng vị thiền sư mới bình phục. Cảm động

thi-giau-sang-cung-van-buon-2/

68. Lòng tham - Một câu chuyện hay có ý nghĩa, sưu tầm. https://tuyengiao.hagiang.gov.vn/thong-tin-chuyen-de/khoa-giao-van-hoa-van-nghe/nhung-cau-chuyen-cuoc-song-y-nghia/long-tham-mot-cau-chuyen-hay-co-y-nghia2.html

trước lòng tốt của bà chủ quán, vị thiền sư trước khi rời đi, đã dành một tuần lễ để đào một cái giếng cạnh quán cho bà lão tiện dùng nước, không phải ra tận suối gánh nữa.

Không ngờ, từ khi dùng nước giếng mà vị thiền sư đã đào để pha bán trà. Trà của bà lão có vị thơm thật đặc biệt và vị trà cũng rất ngon, ai uống một lần cũng phải quay lại. Tiếng lành đồn xa, quán trà của bà lão khách đến đông nườm nượp. Bà lão bán nước bỗng chốc trở nên giàu có từ đó.

Vài năm sau, vị thiền sư có dịp ghé qua quán để thăm lại ân nhân của mình. Thấy cơ ngơi khang trang, vị thiền sư rất mừng cho bà lão. Khi hỏi về nước giếng, bà lão than phiền với thiền sư:

- Nước giếng này tốt lắm, có điều nước không có đủ cho tôi dùng, vì lượng khách càng ngày càng nhiều, nên tôi càng ngày càng bị thiếu nước để bán cho khách. Ông có thể đào thêm cho tôi cái giếng khác có thật nhiều nước được không?

Vị thiền sư nghe xong lắc đầu nói: Không tốn kém gì cả, từ nguồn nước trời cho, rồi kiếm ra nhiều tiền như vậy mà bà vẫn không thấy hài lòng ư?

Bà lão thản nhiên trả lời: Nước không mất tiền để mua thì chẳng phải càng có nhiều càng tốt hay sao?

Thiền sư không biết nói gì chỉ lẳng lặng viết lên tường một câu:

-"Trời đất bao la nhưng lòng tham của con người còn mênh mông hơn thế."

Rồi lẳng lặng quay đi, không bao giờ quay trở lại quán nữa. Giếng nước từ ấy cũng cạn dần ....

Qua ba câu chuyện này, chúng ta từ những người tốt

như bà lão nghèo và vợ ông đánh cá, nhưng đã trở thành người xấu chỉ vì lòng tham vô đáy của chính mình. Lúc nghèo khó thì sống rất ân tình tử tế không tính toán đến tiền bạc. Nhưng khi giàu có thì lúc nào cũng chỉ nghĩ đến kiếm tiền, mong được hơn, có voi đòi tiên để thỏa mãn nhục dục và tính toán vơ về "cho ta" và "của ta." Đây là một khuyết điểm lớn nhất của con người.

Trong khi câu chuyện thứ nhất, gia đình tiên sinh bần hàn, không có cơm ăn, ngày ba buổi chỉ húp cháo loãng. Nhiều người nhìn vị tiên sinh này thường cho rằng ông không thành công, nhưng ông lại tự thấy mình hạnh phúc, bởi trong lòng ông biết đủ, tâm hồn liêm khiết, nhẹ nhàng và hạnh phúc vì được sống khỏe, an hòa, yêu thương, nhàn hạ và minh mẫn hơn những người bất hạnh khác.

Có câu nói rất hay rằng: "Đừng khóc vì không có giày đi, mà khóc bởi vì có người còn không có chân để đứng!". Bởi vậy mới nói: "Biết đủ thì người nghèo khổ cũng vui, không biết đủ thì người giàu sang cũng u buồn."

Ở vào cùng một tình cảnh của đại dịch Covid-19 cũng vậy, thiếu thốn nhiều điều, chúng ta chỉ cần thay đổi góc nhìn, thay đổi cái tâm của mình thì tình cảnh cũng tự nhiên thay đổi. Biết đủ thì cái gì cũng đủ. Biết đủ là đủ, cầu cho đủ thì bao giờ mới đủ. Biết nhàn trong hoàn cảnh đại dịch là nhàn, đợi cho nhàn thì bao giờ mới nhàn.

Cho nên, Đức Phật dạy phải ít muốn biết đủ (thiểu dục tri túc)." Tại sao đức Thế Tôn dạy phải biết đủ? Vì dục vọng và khát ái của chúng ta sâu không có đáy. Đó là cội gốc của ba độc tham, sân, si.

Do biết đủ, chúng ta sẽ tránh được nhiều sự khổ. Tạm đủ sống ba buổi cháo qua ngày, để duy trì thân mạng tu tập là được rồi. Tham nhiều, rồi đại dịch đến, ra đi tay trắng, mà nghiệp xấu của tham sân si mình phải mang theo. Người có chánh kiến, sẽ có cách sống thoải mái với ít muốn biết đủ trong mọi hoàn cảnh và thích nghi dễ dàng với giãn cách xã hội và thiếu điều kiện sống.

Kham nhẫn và biết đủ sẽ mang lại lợi ích cho bản thân, gia đình, cộng đồng và nhiều nước trên thế giới. Sự kham nhẫn và biết đủ này dựa trên tư tưởng sự tự nguyện, hoan hỉ và chánh kiến của mình. Đồng ý và thực hành theo sự hướng dẫn của chuyên viên y tế, chánh quyền về cách ly, giãn cách xã hội, giảm bệnh, lây truyền, hồi phục, hoàn cảnh, bản thân và mọi người.

Có kham nhẫn, biết đủ như thật 'biết đủ là đủ'! Như vậy, chúng ta nên có cái nhìn chân chánh thấy sự thực hành nào có lợi ích cho mình và người trong hiện tại, lập kế hoạch thực hiện và quyết tâm nỗ lực thực hiện điều ấy đến trọn vẹn. Thực hành kham nhẫn và biết đủ trong chánh niệm, tĩnh tại và bình an trước sóng gió của bệnh tật và chết chóc.

4.3.3.TINH THẦN LẠC QUAN

Lạc quan không có nghĩa là "chúng ta hoàn toàn ngó lơ những tình huống khó khăn"[69] hay đại dịch Covid-19, căng thẳng. Ngược lại, tư duy lạc quan có nghĩa là tiếp cận và đối mặt với những khủng hoảng và thử thách với niềm tin rằng "mọi chuyện rồi cũng sẽ ổn thôi."

Do chánh tư duy lạc quan như vậy, chúng ta đã khiến các vấn đề chết người này phần nào đó trở nên "dễ thở,"[70]

---

69. Lạc Quan Là Gì? Ý Nghĩa Của Sự Lạc Quan Trong Cuộc Sống https://glints.com/vn/blog/cach-song-lac-quan-la-gi/

70. Lạc Quan Là Gì? Ý Nghĩa Của Sự Lạc Quan Trong Cuộc Sống

dễ quản lý và giải quyết hơn vì không bỏ cuộc, không nản lòng hay sợ thất bại.

Ví dụ có người mẹ sai hai con trai đi mua dầu ăn về nấu. Người con út đi mua và do vô ý đổ hết nửa bình, nên về khóc: "Mẹ ơi, con làm đổ nửa bình dầu rồi." Trong khi người con cả cũng đi mua và cũng bị té đổ nửa bình, nhưng vừa chạy vào bếp, cậu cười lớn và hí hửng nói: "Mẹ ơi, con bị té, nhưng may quá, còn nửa bình dầu để mẹ nấu nè."

Qua câu chuyện cho thấy đổ dầu giống nhau, nhưng cậu út suy nghĩ tiêu cực, nên khổ khóc; trong khi người con lớn suy nghĩ tích cực lạc quan, nên vấn đề trở nên nhẹ hơn, dễ thở hơn, và cảm thấy may mắn hơn.

Cũng thế, đại dịch Covid-19 đã xảy ra và ảnh hưởng toàn diện và sâu rộng đến tất cả các quốc gia trên thế giới. Hiện tại nó vẫn còn đang tiếp tục diễn biến qua nhiều hình thức biến đổi khá phức tạp khiến cho nền kinh tế toàn cầu rơi vào tình trạng suy thoái nghiêm trọng. Hầu như các lãnh vực xã hội như y tế, giáo dục, lao động, việc làm, việc ăn uống và rất nhiều doanh nghiệp bị phá sản hay bị giải thể, bị tạm ngưng hoạt động. Đại dịch ảnh hưởng đến mọi quốc gia, bất kể giàu nghèo.

Ở nơi những quốc gia chậm tiến, nền giáo dục, kinh tế bị đình trệ, các bệnh viện bị quá tải vì tình trạng quá nhiều bệnh nhân nhiễm bệnh rồi tử vong, lò thiêu 24 trên 24 giờ vẫn không đủ thời gian và các tử thi nhiễm Covid-19 đang nằm chờ lên giàn hỏa... Từ những ảnh hưởng đó làm cho con người rơi vào sự khủng hoảng, tiêu cực, sợ hãi bất an, trầm cảm, chán đời, nhưng cũng có rất nhiều người lạc quan, dấn thân làm từ thiện, tham gia vào tuyến đầu chống

---

https://glints.com/vn/blog/cach-song-lac-quan-la-gi/

dịch, ngồi thiền, tụng kinh, sám hối tu tập nhiều hơn và làm cột trụ tinh thần mang tiếng cười và sự vững chải cho nhiều người.

Như vậy, vấn đề đại dịch Covid-19 giống nhau, chỉ có cách suy nghĩ chánh kiến hay lệch kiến, tích cực hay tiêu cực của từng người thôi.

Có một câu chuyện tại nước Ý nói về tinh thần lạc quan như sau:

Trong bầu không khí hỗn loạn của Coronavirus, một thầy hiệu trưởng ở một trường trung học tại thành phố Milano, nước Ý[71] đã dành thời gian để viết thư cho học sinh của mình và kêu gọi họ bình tĩnh lại, và trong thời gian đóng cửa trường, hãy đọc "những cuốn sách hay", ví dụ như sách của hai nhà văn Manzoni hoặc Boccaccio.

Thầy hiệu trưởng đó là ông Domenico Squillace của trường cấp ba Alessandro Volta ở Milano. Ông đã viết:

"Các con thân mến, Không có gì mới dưới ánh mặt trời, thầy muốn nói như thế, nhưng những ngày trường học đóng cửa, thầy thấy mình cần phải nói. Nhưng điều thầy muốn nói với các con là hãy giữ bình tĩnh, không để bản thân bị lôi kéo bởi cơn mê sảng tập thể và hãy tiếp tục - với sự đề phòng và thận trọng - để sống một cuộc sống bình thường.

Hãy tận dụng những ngày này để đi dạo, để đọc một cuốn sách hay, nếu các con mạnh khỏe thì không có lý do gì để tự nhốt mình trong nhà. Không có lý do gì để vơ vét ở các siêu thị và nhà thuốc, hãy để khẩu trang lại cho những người bệnh, vì chỉ dành cho họ.

71. Bản dịch của Trương Văn Dân, Xúc động bức thư của thầy hiệu

Tốc độ mà một căn bệnh có thể di chuyển từ đầu này sang đầu khác là con đẻ của thời đại chúng ta, không có bức tường nào có thể ngăn chặn chúng, hàng thế kỷ trước chúng cũng di chuyển như thế, chỉ chậm hơn một chút."

Rồi ông hiệu trưởng viết tiếp: "Bản năng di truyền của chúng ta là khi cảm thấy bị đe dọa bởi một kẻ thù vô hình là nhìn thấy nó ở khắp mọi nơi. Điều nguy hiểm nhất là xem đồng loại của chúng ta như một mối đe dọa, hay một kẻ thù tiềm năng. So với các dịch bệnh của thế kỷ mười bốn và mười bảy, hiện nay chúng ta có một nền y học hiện đại, thầy tin tưởng ở sự tiến bộ, sự chính xác của nó, chúng ta hãy sử dụng suy nghĩ hợp lý, để giữ gìn tài sản quý giá nhất mà chúng ta sở hữu, cấu trúc xã hội và tình nhân loại. Nếu chúng ta không thể làm điều đó, bệnh thì có nghĩa là dịch bệnh đã sẽ thực sự chiến thắng!"

Qua câu chuyện chúng ta thấy, giữa hỗn loạn bão dịch, rất cần một tinh thần lạc quan, tâm hồn tĩnh tại, sáng suốt, chánh kiến, như ngọn đuốc dẫn đường của Thầy hiệu trưởng Domenico Squillace đã làm cho các học trò của mình.

Lạc quan rất quan trọng có thể giúp người chúng ta và nhiều người xung quanh vượt qua những khó khăn, tăng cường sự đoàn kết, đồng cảm trong cộng đồng để tìm ra ý nghĩa trong cuộc sống và làm những điều tích cực giữa đại dịch tiêu diệt nhân loại.

---

trưởng ở Ý gửi học sinh mùa dịch Covid-19.
https://www.dire.it/.../426499-coronavirus-lalettera-del-p.../...
https://thanhnien.vn/xuc-dong-buc-thu-cua-thay-hieu-truong-o-y-gui-hoc-sinh-nhan-mua-dich-covid-19-185930458.htm

CHƯƠNG 5
GIÁC TỈNH VỀ KHỔ, BỆNH, VÀ CHẾT

Có thân thể là khổ, lại thêm bệnh dịch virus bên ngoài nhập vào nữa (bệnh từ ngoài vào, họa từ miệng ra) là chồng thêm một khổ nữa, nên Đức Phật gọi là khổ khổ. Thân nhiễm bệnh sẽ nhanh đưa dần đến cái chết (bất cứ lúc nào), nếu không tiêm thuốc ngừa và uống thuốc kháng sinh trị bệnh kịp thời, giấy báo tử đến không hẹn trước như bài kệ về "Tờ Giấy và Cuộc Đời" minh họa như sau:

Một tờ khai sanh là bắt đầu cả đời.
Một tờ tốt nghiệp là phấn đấu cả đời.
Một tờ kết hôn là giày vò cả đời.
Một tờ tiền là nhọc nhằn cả đời.
Một tờ giấy khám bệnh là đau khổ cả đời.
Một tờ li dị là tự do cả đời.
Một tờ báo tử là kết thúc cuộc đời.

5.1. BỆNH VÀ NGUYÊN NHÂN CỦA BỆNH

Tùy văn hóa, địa lý, tôn giáo, trình độ mà bệnh được hiểu khác nhau.

Ở một số nơi, có người nghĩ rằng bệnh tật là do quỷ thần gây ra, và đã tìm kiếm sự che chở theo kiểu thần bí. Trong những hoàn cảnh khác, họ đã nghĩ đến bệnh tật là do nghiệp báo, và họ đã tìm kiếm sự can thiệp của các đấng linh thiêng. Trong một số vùng miền, phần lớn người ta nghĩ rằng bệnh tật là do những biểu hiện đặc thù của các năng lượng vi tế. Những người hiện đại thì bệnh là do vi trùng bên ngoài xâm nhập và Phật tử thì định nghĩa bệnh là do tứ đại (đất, nước, gió, lửa) không cân bằng (nóng quá, lạnh quá, nhiều quá, ít quá...).

Giới y tế thế giới định nghĩa Covid-19 là "một bệnh đường hô hấp truyền nhiễm do một loại coronavirus có tên là SARS-CoV-2 gây ra. 'CO' là viết tắt của Corona, 'VI' là vi rút và 'D' là bệnh. »[72] Như vậy, Coronavirus là khi vi trùng SARS-CoV-2 xâm nhập vào phổi và làm bốn đại (đất nước gió lửa) không hòa, muốn thở mà không thở được. Bệnh khiến cho ta đau đớn, khó chịu, cô đơn và sợ hãi nếu chúng ta không vững tâm tu.

Đứng về mặt tâm linh, nhiễm bệnh và tử vong bởi virus xâm nhập là do sự chi phối của vòng nhân quả nghiệp báo, biệt nghiệp và cộng nghiệp của từng người. Đức Phật cũng chịu, không thể cứu bệnh nhân nếu nghiệp đã định. Họ phải nhờ bác sĩ chữa trị, tuân hành các biện pháp do cơ quan y tế đề ra và tu tâm dưỡng tánh sám hối...

Chính Đức Phật khi Ngài còn tại thế, chính Ngài cũng nhờ bác sĩ Kỳ Bà (Jivaka) khám và điều trị khi có bệnh

72. COVID-19 là gì?

và khi Ngài 80 tuổi bị bệnh kiết lỵ thổ ra và cũng thị hiện nhập Niết bàn như mọi người. Tuy nhiên, trong kinh Tiểu kinh Nghiệp phân biệt[73], Đức Phật nói với thanh niên Tô Đề Đa Tử (Subha Todeyyaputta) về nguyên nhân của bệnh là do nghiệp sát tạo ra như sau:

"Ở đây, này Thanh niên, có người đàn bà hay người đàn ông, sát sanh, tàn nhẫn, tay lấm máu, tâm chuyên sát hại đả thương, tâm không từ bi đối với các loại chúng sanh.

Do nghiệp ấy, thành đạt như vậy, thành tựu như vậy, sau khi thân hoại mạng chung, bị sanh vào cõi dữ, ác thú, đọa xứ, địa ngục.

Nếu sau khi thân hoại mạng chung, người ấy không sanh vào cõi dữ, ác thú, đọa xứ, địa ngục, nếu được đi đến loài Người, chỗ nào người ấy sanh ra, người ấy phải đoản mạng. Con đường ấy đưa đến đoản mạng, này Thanh niên, tức là sát sanh, tàn nhẫn, tay lấm máu, tâm chuyên sát hại đả thương, tâm không từ bi đối với các loài hữu tình.

Nhưng ở đây, này Thanh niên, có người đàn bà hay đàn ông, từ bỏ sát sanh, tránh xa sát sanh, bỏ trượng, bỏ kiếm, biết tàm quý, có lòng từ, sống thương xót đến hạnh phúc tất cả chúng sanh và loài hữu tình.

Do nghiệp ấy, thành đạt như vậy, thành tựu như vậy, sau khi thân hoại mạng chung, người ấy được sanh vào thiện thú, Thiên giới, ở đời.

Nếu sau khi thân hoại mạng chung, người ấy không sanh vào thiện thú, Thiên giới, ở đời, nếu người ấy đi đến loài Người, chỗ nào người ấy sanh ra, người ấy được

---

73. Trung Bộ Kinh (Majjhima Nikaya).135. Tiểu kinh Nghiệp phân biệt (Cùlakammavibhanga sutta). Hoa thượng Thích Minh Châu dịch. https://www.budsas.org/uni/u-kinh-trungbo/trung135.htm

trường thọ. Con đường ấy đưa đến trường thọ, này Thanh niên, tức là từ bỏ sát sanh, tránh xa sát sanh, bỏ trượng, bỏ kiếm, biết tàm quý, có lòng từ, sống thương xót đến hạnh phúc tất cả chúng sanh và loài hữu tình."

Như vậy, bệnh là do thói quen (nghiệp) làm đau đớn và tổn hại thân mạng các loài động vật, và tử vong khi có bệnh là do tánh hay lấm máu, sát hại các loài chúng sanh. Ngược lại, người có thiện nghiệp như hiếu sanh, phóng sanh, vị tha, tha mạng, thương yêu các loài hữu tình sẽ không hoặc ít mắc bệnh, khỏe mạnh, trường thọ. Thế nên chỉ có sự tu tập, chỉ có thiện nghiệp, chuyển nghiệp mới tự cứu chúng ta giữa đại dịch Covid-19 này!

5.2. MƯỜI PHÁP NIỆM TƯỞNG KHI LÂM TRỌNG BỆNH VÀ SẮP CHẾT

Một thời Thế Tôn ngự tại Kỳ Viên, khu vườn của ông Cấp Cô Độc. Lúc bấy giờ, tôn giả Tôn giả Kỳ-lợi-ma-nan (Girimananda) lâm trọng bệnh, đau đớn trầm kha. Thế Tôn vì lòng bi chỉ dạy tôn giả Girimànanda Mười pháp niệm tưởng.[74] Đó là Vô thường tưởng, Vô ngã tưởng, Bất tịnh tưởng, Nguy hại tưởng, Đoạn trừ tưởng, Ly tham tưởng, Tịch diệt tưởng, Yếm thế tưởng, Hữu vi hoại tưởng và Nhập xuất tức niệm.

Thế nào là **Vô thường tưởng**? Ở đây này Ànanda, vị tỷ kheo vào rừng sâu, hay tìm đến gốc cây hoặc nhà vắng sống tùy quán vô thường trong 5 thủ uẩn này bằng cách quán xét rằng sắc là vô thường, thọ là vô thường,

74. Tăng Chi Bộ (Anguttaranikàya). Kinh Giải Bệnh cho Tôn giả Kỳ-lợi-ma-nan (Girimànanda Sutta) https://thuvienhoasen.org/a38291/kinh-giai-benh-girima-nanda-sutta

tưởng là vô thường, hành là vô thường, thức là vô thường. Này Ànanda, đây được gọi là Vô thường tưởng.

Thế nào là **Vô Ngã tưởng**? Ở đây này Ànanda, vị tỷ kheo vào rừng sâu, hay tìm đến gốc cây hoặc nhà vắng sống tùy quán vô ngã trong 6 nội ngoại xứ này bằng cách quán xét rằng mắt là vô ngã, cảnh sắc là vô ngã, tai là vô ngã, cảnh thinh là vô ngã, mũi là vô ngã, các mùi là vô ngã, lưỡi là vô ngã, các vị là vô ngã, thân là vô ngã, cảnh xúc là vô ngã, ý là vô ngã, cảnh pháp là vô ngã. Này Ànanda, đây được gọi là Vô ngã tưởng.

Thế nào là **Bất Tịnh Tưởng**? Ở đây này Ànanda, vị tỷ kheo sống tùy quán bất tịnh đối với tấm thân này bằng cách quán xét rằng thân này từ chân trở lên và từ tóc trở xuống có da bao bọc bên ngoài và đầy ắp các vật bất tịnh sai biệt, gồm tóc, lông, móng, răng, da, thịt, gân, xương, tủy, thận, tim, gan, màng phổi, lá lách, phổi, ruột non, ruột già, dạ dày, phẩn, mật, đờm, mủ, máu, mồ hôi, mỡ đặc, nước mắt, mỡ lõng, nước miếng, nước mũi, nước khớp xương, nước tiểu. Này Ànanda, đây được gọi là Bất tịnh tưởng.

Thế nào là **Nguy Hại Tưởng**? Ở đây này Ànanda, vị tỷ kheo vào rừng sâu, hay tìm đến gốc cây hoặc nhà vắng sống tùy quán các Nguy hại trong thân bằng cách quán xét rằng tấm thân này là đầy khổ nạn, nhiều nguy khốn. Trong thân này có nhiều thứ tật bệnh sai khác như là các bệnh về mắt, các bệnh về tai, các bệnh về mũi, các bệnh về lưỡi, các bệnh về thân, các bệnh đau đầu, bệnh quai bị, các bệnh về miệng, các bệnh về răng, các bệnh ho, bệnh xuyễn, bệnh sổ mũi, chứng ợ nóng, bệnh sốt, các bệnh dạ dày, bệnh thất phách, bệnh lỵ, bệnh phù, bệnh cảm cúm, bệnh phong cùi, bệnh ung nhọt, bệnh lao hạch, bệnh động kinh, bệnh nấm da, bệnh ngứa, các bệnh phát ban, bệnh viêm da, các bệnh huyết vận, bệnh tiểu đường, bệnh trĩ, ung thư, bệnh rò, các bệnh do mật gây ra, do đờm dãi, do gió, do rối loạn tâm thần, do thời tiết, do oai nghi thất điều, do bị thương tổn, do ác quả, và lạnh, nóng, đói, khát, đại tiện, tiểu tiện. Này Ànanda, đây được gọi là Nguy hại tưởng.

Thế nào là **Đoạn Trừ Tưởng**? Ở đây này Ànanda, vị tỷ kheo bất nhẫn, lìa bỏ, chấm dứt đoạn trừ tẩy xóa dục tầm, sân tầm, hại tầm và các ác bất thiện pháp nói chung đã khởi lên nơi tâm mình. Này Ànanda, đây được gọi là Đoạn trừ tưởng.

Thế nào là **Ly Tham Tưởng**? Ở đây này Ànanda, vị tỷ kheo vào rừng sâu hay tìm đến gốc cây hoặc nhà vắng, quán xét rằng chỉ có sự vắng mặt toàn triệt các pháp hữu vi, sự lìa bỏ hoàn toàn các sanh y, sựchấm dứt khát ái, ly ái nhiễm và niết-bàn mới thật sự là thanh tịnh, thù diệu nhất trong các pháp. Này Ànanda, đây được gọi là Ly tham tưởng.

Thế nào là **Tịch Diệt Tưởng**? Ở đây này Ànanda, vị tỷ kheo vào rừng sâu hay tìm đến gốc cây hoặc nhà vắng, quán xét rằng chỉ có sự vắng mặt toàn triệt các pháp hữu vi, sự lìa bỏ hoàn toàn các sanh y, sựchấm dứt khát ái, ly ái nhiễm và niết-bàn mới thật sự là thanh tịnh, thù diệu nhất trong các pháp. Này Ànanda, đây được gọi là Tịch diệt tưởng.

Thế nào là **Yếm thế tưởng** ? Ở đây này Ànanda, vị tỷ kheo loại trừ, lìa bỏ không chấp trước các ý niệm nắm níu, hy cầu đối với thế gian. Này Ànanda, đây được gọi là Yếm Thế Tưởng.

Thế nào là **Hữu vi hoại tưởng** ? Ở đây này Ànanda,

vị tỳ kheo cảm thấy xấu hổ, chán ghét, nhờm tởm, đối với tất cả hữu vi. Này Ànanda, đây được gọi là Hữu Vi Hoại Tưởng.

Thế nào là **Nhập Xuất Tức Niệm**? Ở đây này Ànanda, vị tỷ kheo vào rừng sâu hay tìm đến gốc cây hoặc nhà vắng, rồi ngồi kiết già thẳng lưng, chánh niệm hướng ra phía trước, thở vào trong tỉnh thức và thở ra trong tỉnh thức. Khi thở vô/ra dài, vị ấy biết rõ: Ta đang thở vô/ra dài. Tỷ kheo Girimànanda nghe mười phép niệm tưởng này và thực tập, do đó bệnh liền thuyên giảm.

5.3. QUÁN NIỆM VỀ SỰ CHẾT

Chết là tiếng gọi chung từ tử thần, là một định nghiệp chung, là mẫu số chung cho tất cả chúng ta. Chết là khi mạng căn chấm dứt không duy trì bốn đại (đất, nước, gió, lửa) nữa, khiến chúng tan rã trả về với đất nước gió lửa của chúng.

Theo y học,[75] chết là sự chấm dứt vĩnh viễn của mọi hoạt động sống như hô hấp, trao đổi chất hay sự phân chia các tế bào. Có hai loại chết:

1) Chết lâm sàng mà các phương pháp khám lâm sàng cho phép xác định là chết (tim ngừng đập, ngừng thở, mất tri giác, vv.)

2) Chết thật, khi các mô không còn hoạt động được nữa và bắt đầu phân hủy.

Trong xã hội loài người, bản chất của cái chết và sự nhận thức của con người về cái chết là các mối quan tâm

75. Bách khoa toàn thư mở: Chết.
Wikipedia, https://vi.wikipedia.org/wiki/Ch%E1%BA%BFt

qua hàng thiên niên kỷ của thế giới tôn giáo và triết học.

Tất cả ai rồi cũng phải chết vào một lúc nào đó. May mắn lắm, nhiều phước duyên lắm, chúng ta mới chết bình an khi tuổi thọ đã mãn. Tuy nhiên, đa phần chúng ta không thể biết chắc rằng khi nào tử thần Covid-19 đến, đặc biệt là khi xảy ra bất đắc kỳ tử hay hoạnh tử (chết sớm).

Chết nhắc cho chúng ta về bản chất phù du của mạng sống ngắn ngủi, khiến ta phải suy nghĩ lại về mình và khuyên chúng ta sống có ý nghĩa hơn, đừng lãng phí thời gian theo đuổi những thứ tầm thường, theo những hoạt động vô tích sự, những lời nói sáo rỗng, những bảo thủ ngu dốt, những sở hữu vật chất tầm thường, vv… vì những cái này kết cuộc chỉ gây đau khổ cho chúng ta. Do vậy, chúng ta phải chuẩn bị đón nhận cái chết cho đúng pháp, chánh niệm và tỉnh táo. Y hệt như khi lên đường đi xa, phải bình tỉnh, buông xả, như tôn giả Xá Lợi Phất[76] đã thốt lên:

> "Tôi không vui thích sự chết, tôi không vui thích sự sống, tôi sẽ lìa bỏ thân xác này, có sự nhận biết rõ, có niệm.
>
> Tôi không vui thích sự chết, tôi không vui thích sự sống, và tôi chờ đợi thời điểm, giống như người làm thuê chờ đợi tiền công."

Suy nghĩ của Ngài Xá Lợi Phất rất sẵn sàng đón cái chết, giống đi làm thuê cả 80 năm nay thì bây giờ lảnh tiền công là điều dĩ nhiên thôi.

Vì chết là điều chưa đến, nên nhiều người thắc mắc,

76. Trưởng Lão Tăng Kệ, Xá Lợi Phất, Bản Việt dịch của Thầy Indacanda. https://suttacentral.net/thag17.2/vi/indacanda
Nguyên giác, Từ Huyền Thoại tới Tâm Kinh, Nhà Xuất Bản Ananda Viet Foundation, 2021.
https://thuvienhoasen.org/a35895/7-ngua-hoanh-tu-tang-tho-niem-tu

muốn nương nhờ trí tuệ của Đức Phật để giải thích như Cư sĩ Mahānāma[77] thưa rằng:

> -Bạch Thế Tôn, con suy nghĩ: "Nếu lúc ấy con mệnh chung, thời sanh thú của con là gì, sanh xứ đời sau chỗ nào?"
>
> -Chớ có sợ, này Mahānāma! Chớ có sợ, này Mahānāma! Không ác sẽ là cái chết của Ông! Không ác là cái chết của ông!
>
> Này Mahānāma, với ai đã lâu ngày tâm tu tập trọn vẹn về tín, tâm tu tập trọn vẹn về giới, tâm tu tập trọn vẹn về sở văn, tâm tu tập trọn vẹn về thí xả, tâm tu tập trọn vẹn về trí tuệ; với người ấy, dầu thân có sắc này, do bốn đại hợp thành, do cha mẹ sanh, do cơm cháo nuôi dưỡng, có bị vô thường phá hoại, phấn toái, đoạn tuyệt, hoại diệt; dầu cho thân này ở đây bị quạ ăn, chim kên ăn, chim ưng ăn, chó ăn, hay giả-can ăn, hay các loại chúng sanh sai khác ăn; nhưng nếu tâm của vị ấy được lâu ngày tu tập trọn vẹn về tín, tu tập trọn vẹn về giới, tu tập trọn vẹn về sở văn, tu tập trọn vẹn về thí xả, tu tập trọn vẹn về trí tuệ, thời tâm của vị ấy thượng thặng, đi đến thù thắng.
>
> Ví như, này Mahānāma, một người nhận chìm một ghè sữa bơ, hay một ghè dầu vào trong một hồ nước sâu và đập bể ghè ấy. Ở đây, các mảnh ghè hay mảnh vụn chìm xuống nước; nhưng sữa, bơ

---

77. Kinh Tương ưng bộ, 55.21: https://suttacentral.net/sn55.21/vi/minh_chau
Nguyên giác, Từ Huyền Thoại tới Tâm Kinh, Nhà Xuất Bản Ananda Viet Foundation, 2021.
https://thuvienhoasen.org/a35895/7-ngua-hoanh-tu-tang-tho-niem-tu

hay dầu thời nổi lên, trồi lên trên."

Như vậy, Đức Phật giải thích rằng dù chết cách gì đi nữa, người thật tu sẽ vẫn không bị đọa, cũng như ghè dầu, sữa hay bơ bị bể trên hồ nước sâu, thì ghè sẽ bể vụn, tan nát, chìm xuống nhưng dầu, sữa và bơ sẽ nổi lên.

Đức Phật cũng dạy thêm[78] rằng, đời người ngắn ngủi chỉ qua một hơi thở, tai nạn sẽ đến bất cứ lúc nào, rình rập nguy hiểm bất cứ lúc nào, cần phải tinh tấn tu tập đoạn trừ các pháp, tăng trưởng thiện pháp như sau:

> "Ở đây, này các Tỷ-kheo, Tỷ-kheo khi đêm vừa tàn và ngày vừa an trú, suy tư như sau: "Các nhân duyên đem đến cái chết cho ta rất nhiều: "Con rắn có thể cắn ta, con bò cạp có thể cắn ta, hay con rít có thể cắn ta. Do vậy, ta có thể mệnh chung. Như vậy sẽ là chướng ngại cho ta. Ta có thể vấp ngã và té xuống. Cơm ta ăn có thể làm ta mắc bệnh khi ăn, hay mật có thể khuấy động ta, hay đàm có thể khuấy động ta. Các gió như kiếm có thể khuấy động ta. Và như vậy có thể làm ta mệnh chung. Như vậy sẽ là chướng ngại cho ta."
>
> Này các Tỷ-kheo, Tỷ-kheo ấy cần phải suy xét như sau: "Nếu ta còn có những pháp ác bất thiện chưa được đoạn tận, nếu ta lỡ mệnh chung trong ngày hôm nay, chúng có thể là chướng ngại cho ta."
>
> Này các Tỷ-kheo, nếu Tỷ-kheo trong khi suy xét như vậy, biết được như sau: "Ta có những pháp ác bất thiện chưa được đoạn tận, nếu ta lỡ mệnh chung ngày hôm nay, chúng có thể là chướng ngại

78. Kinh Tăng chi bộ, 6.20: https://suttacentral.net/an6.20/vi/minh_chau Nguyên giác, Từ Huyền Thoại tới Tâm Kinh, Nhà Xuất Bản Ananda Viet

cho ta", thời này các Tỷ-kheo, Tỷ-kheo ấy, để đoạn tận các pháp ác bất thiện ấy, cần phải tận lực tác động ước muốn, tinh tấn, tinh cần, nỗ lực, không có thối chuyển, chánh niệm và tỉnh giác. Ví như, này các Tỷ-kheo, áo bị cháy hay đầu bị cháy, thời để dập tắt áo ấy hay đầu ấy, cần phải tận lực tác động ước muốn, tinh tấn, tinh cần, nỗ lực, không có thối chuyển, chánh niệm và tỉnh giác."

Trong Tăng Nhất A Hàm,[79] Đức Phật dạy niệm sự chết để giác tỉnh về Lý Không như sau:

> "Tỳ-kheo chánh thân, chánh ý, ngồi bắt tréo chân, buộc niệm ở trước, không có tư tưởng nào khác, chuyên tinh niệm sự chết.
>
> Chết là mất ở đây, sinh bên kia; qua lại các đường, sinh mạng trôi đi không dừng, các căn tan hoại, như khúc gỗ mục nát; mạng căn đoạn tuyệt, giòng họ chia lìa, không hình không tiếng, cũng không tướng mạo.
>
> Như vậy, này các Tỳ-kheo, đó gọi là niệm sự chết, liền được thành tựu đầy đủ quả báo lớn, các điều thiện đủ cả, được vị cam lồ, đến chỗ vô vi, liền được thần thông, trừ các loạn tưởng được quả Sa-môn, tự đến Niết-bàn.
>
> Cho nên, này các Tỳ-kheo, luôn phải tư duy không rời niệm sự chết, liền sẽ được những thứ

Foundation, 2021.
https://thuvienhoasen.org/a35895/7-ngua-hoanh-tu-tang-tho-niem-tu

79. Kinh Tăng Nhất A Hàm. 2. Phẩm Thập Niệm. Kinh số 3. Hán Dịch: Tam tạng Cù-đàm Tăng-già-đề-bà. Việt dịch: Thích Đức Thắng - Hiệu đính & Chú thích: Tuệ Sỹ.
https://thuvienhoasen.org/a11264/mot-phap

công đức thiện này. Như vậy, này các Tỳ-kheo, hãy học điều này."

Trong Kinh Tương Ưng Bộ,[80] Đức Phật trả lời Ngài Mahānāma rằng những bậc chân tu tỉnh táo trước cái chết, bởi vì các vị ấy có đầy đủ tín, giới, sở văn, thí xả, trí tuệ như sau:

> "Ngồi một bên, họ Thích Mahānāma bạch Thế Tôn:
>
> -Kapilavatthu này, bạch Thế Tôn, là phồn vinh, phú cường, dân cư đông đúc, quần chúng khắp nơi chen chúc, chật hẹp. Bạch Thế Tôn, sau khi con hầu hạ Thế Tôn hay các Tỷ-kheo đáng kính, vào buổi chiều, con đi vào Kapilavatthu, con gặp con voi cuồng chạy; con gặp con ngựa cuồng chạy; con gặp người cuồng chạy; con gặp cỗ xe lớn cuồng chạy; con gặp cỗ xe nhỏ cuồng chạy. Trong khi ấy, bạch Thế Tôn, tâm con nghĩ đến Phật bị hoang mang, tâm con nghĩ đến Pháp bị hoang mang, tâm con nghĩ đến chúng Tăng bị hoang mang. Rồi bạch Thế Tôn, con suy nghĩ như sau: "Nếu lúc ấy con mệnh chung, thời sanh thú của con là gì, sanh xứ đời sau chỗ nào?"
>
> -Chớ có sợ, này Mahānāma! Chớ có sợ, này Mahānāma! Không ác sẽ là cái chết của Ông! Không ác là cái chết của ông! Này Mahānāma, với

80. Kinh Tương Ưng Bộ, 55.21, Hòa thượng Thích minh Châu dịch Việt.
Kinh SN 55.21: https://suttacentral.net/sn55.21/vi/minh_chau
Kinh SN 55.22: https://suttacentral.net/sn55.22/vi/minh_chau
Nguyên giác, Từ Huyền Thoại tới Tâm Kinh, Nhà Xuất Bản Ananda Viet Foundation, 2021.
https://thuvienhoasen.org/a35895/7-ngua-hoanh-tu-tang-tho-niem-tu

ai đã lâu ngày tâm tu tập trọn vẹn về tín, tâm tu tập trọn vẹn về giới, tâm tu tập trọn vẹn về sở văn, tâm tu tập trọn vẹn về thí xả, tâm tu tập trọn vẹn về trí tuệ; với người ấy, dầu thân có sắc này, do bốn đại hợp thành, do cha mẹ sanh, do cơm cháo nuôi dưỡng, có bị vô thường phá hoại, phấn toái, đoạn tuyệt, hoại diệt; dầu cho thân này ở đây bị quạ ăn, chim kên ăn, chim ưng ăn, chó ăn, hay giả-can ăn, hay các loại chúng sanh sai khác ăn; nhưng nếu tâm của vị ấy được lâu ngày tu tập trọn vẹn về tín, tu tập trọn vẹn về giới, tu tập trọn vẹn về sở văn, tu tập trọn vẹn về thí xả, tu tập trọn vẹn về trí tuệ, thời tâm của vị ấy thượng thặng, đi đến thù thắng.

Ví như, này Mahānāma, một người nhận chìm một ghè sữa bơ, hay một ghè dầu vào trong một hồ nước sâu và đập bể ghè ấy. Ở đây, các mảnh ghè hay mảnh vụn chìm xuống nước; nhưng sữa, bơ hay dầu thời nổi lên, trồi lên trên."

Tăng chi bộ,[81] Đức Phật dạy mạng sống mỏng manh có thể ra đi bất cứ lúc nào vì nhiều tai nạn đang rình rập, cần tinh tấn tu tập như lửa cháy trên đầu, phải dập lửa liền như sau:

"Ở đây, này các Tỷ-kheo, Tỷ-kheo khi đêm vừa tàn và ngày vừa an trú, suy tư như sau: "Các nhân duyên đem đến cái chết cho ta rất nhiều: "Con rắn có thể cắn ta, con bò cạp có thể cắn ta, hay con rít có thể cắn ta. Do vậy, ta có thể mệnh chung. Như vậy sẽ là chướng ngại cho ta. Ta có thể vấp ngã và té xuống. Cơm ta ăn có thể làm ta mắc bệnh

81. Tăng chi bộ, 6.20, Việt dịch Hòa thượng Thích Minh Châu. Kinh AN 6.20: https://suttacentral.net/an6.20/vi/minh_chau

khi ăn, hay mật có thể khuấy động ta, hay đàm có thể khuấy động ta. Các gió như kiếm có thể khuấy động ta. Và như vậy có thể làm ta mệnh chung. Như vậy sẽ là chướng ngại cho ta".

Này các Tỷ-kheo, Tỷ-kheo ấy cần phải suy xét như sau: "Nếu ta còn có những pháp ác bất thiện chưa được đoạn tận, nếu ta lỡ mệnh chung trong ngày hôm nay, chúng có thể là chướng ngại cho ta".

Này các Tỷ-kheo, nếu Tỷ-kheo trong khi suy xét như vậy, biết được như sau: "Ta có những pháp ác bất thiện chưa được đoạn tận, nếu ta lỡ mệnh chung ngày hôm nay, chúng có thể là chướng ngại cho ta", thời này các Tỷ-kheo, Tỷ-kheo ấy, để đoạn tận các pháp ác bất thiện ấy, cần phải tận lực tác động ước muốn, tinh tấn, tinh cần, nỗ lực, không có thối chuyển, chánh niệm và tỉnh giác.

Ví như, này các Tỷ-kheo, áo bị cháy hay đầu bị cháy, thời để dập tắt áo ấy hay đầu ấy, cần phải tận lực tác động ước muốn, tinh tấn, tinh cần, nỗ lực, không có thối chuyển, chánh niệm và tỉnh giác."

Nghĩ đến cái chết, đến sự hủy diệt, ta sẽ không quyến luyến cuộc đời. Do đó, tâm được hoan hỉ và định tâm. Bởi biết sự vật đúng chân tướng của nó, ta không bị ràng buộc.

Nếu chúng ta không quán cái chết và tính tất nhiên của nó, chúng ta sẽ không có sự chuẩn bị, chúng ta sẽ trở nên mất chánh niệm khi cái chết đến, nhất là đối với người thân trong gia đình, bạn bè hay chính bản thân chúng ta ra đi vì đại dịch Covid-19. Vì vậy, hãy chuẩn bị hành trang tâm lý cho cái chết thanh bình. Nếu chúng ta để đời sống của chúng ta chạy theo vật chất thì chúng ta sẽ chết trong lo âu và tiếc nuối. Ngược lại, nếu chúng ta sống hết lòng phục vụ mọi người bằng tấm lòng từ bi thì chúng ta có thể chết với tâm an ổn, hạnh phúc. Thế nên, phương pháp tốt nhất để chuẩn bị cho sự chết là hãy sống một đời sống tận tụy phục vụ con người với trọn vẹn lòng yêu thương của mình.

Phần đông chúng ta bị nghiệp và các thứ cảm xúc ngăn che không cho thấy bản tánh. Những nghiệp báo tiếp tục trói buộc chúng ta vào vòng sanh tử không cùng tận. Bởi thế, mọi sự đang bấp bênh, tùy thuộc vào cách chúng ta đang sống, suy nghĩ ngay giờ phút này. Nếp sống hiện tại của ta có ảnh hưởng đến suốt kiếp vị lai.

Đó là lý do cấp thiết khiến ta phải chuẩn bị con đường của mình với thái độ thông minh. Cần tránh thảm kịch quay tròn khổ nhọc trong 12 nhân duyên.[82] Kiếp sống này là thời gian, nơi chốn duy nhất cho chúng ta chuẩn bị. Chúng ta chỉ có thể thực sự chuẩn bị bằng cách trở về chân tâm. Tổ Liên Hoa dạy: 'Đời người ngắn ngủi, đâu có thời giờ để tâm lang thang. Cần thấy nghe quán tưởng không xao lãng để cầu giác ngộ. Có ba dụng cụ là văn, tư, tu có thể giúp chúng ta thấy được sự thật ta là ai và thể hiện niềm vui giải thoát gọi là trí vô ngã.'

Sống và chết là một chuyển tiếp. Đức Phật không can thiệp vào đường đi của nghiệp lực. Đức Phật chỉ giảng về cơ cấu và tác động của nó. Nguồn gốc của tái sanh là tham sân si. Mạng sống vốn bấp bênh, thân người luôn bệnh hoạn, thời giờ không ngừng trôi, ngày giờ chết lại vô chừng, chỗ tái sanh thì bất định. Hãy sống thu thúc giới

---

82. Lý Duyên Khởi: mười hai nhân duyên cụ thể như sau:

1. **Vô minh** (zh. 無明, sa. *avidyā*, pi. *avijjā*): Sự nhận thức sai lầm về cuộc đời. Không thấy rõ đời là bể **Khổ** hay **Tứ Diệu Đế**, không thấy rõ bản chất của sự vật, hiện tượng đều **Vô thường, Vô ngã**;

hạnh, thanh tịnh.

5.4. CHẾT BẤT NGỜ (BẤT ĐẮC KỲ TỬ)

Đại dịch xảy ra là do duyên nhiều đời trước đối với các quốc độ đó, nhưng không phải ai cũng bị ảnh hưởng.

---

2. Vô minh sinh **Hành** (zh. 行, sa. *saṃskāra*, pi. *saṅkhāra*): Hành động tạo nghiệp từ thân, khẩu, ý. Hành này có thể tốt hoặc xấu hay trung tính;
3. Hành sinh **Thức** (zh. 識, sa. *vijñāna*, pi. *viññāṇa*), làm nền tảng cho một đời sống mới: Thức lựa chọn cha mẹ đúng như hành tốt xấu quy định;
4. Thức sinh **Danh sắc** (zh. 名色, sa., pi. *nāmarūpa*): Là toàn bộ tâm lý và vật lý của bào thai mới, do **Ngũ uẩn** tạo thành;
5. Danh sắc sinh **Lục nhập** (zh. 六根, sa. *ṣaḍāyatana*, pi. *saḷāyatana*): Là toàn bộ các giác quan và đối tượng của chúng. Lục nhập = 6 căn + 6 trần;
6. **Xúc** (zh. 觸, sa. *sparśa*, pi. *phassa*): Lục căn bắt đầu tiếp xúc với bên ngoài gọi là Xúc.
7. Xúc sinh **Thọ/Thụ** (zh. 受, sa., pi. *vedanā*): Cảm giác, cảm nhận, lãnh thọ. Ví dụ như: yêu, thích, ganh ghét, đố kỵ, lo sợ, hạnh phúc, ưu sầu, thất vọng, hối tiếc, khó chịu, sân giận,...;
8. Thọ sinh **Ái** (zh. 愛, sa. *tṛṣṇā*, pi. *taṇhā*): Sự ham muốn từ các giác quan như mắt ưa thích sắc đẹp, mũi thích hương thơm, tai ưa tiếng hay, lưỡi đắm vị ngọt, thân ưa xúc chạm êm ái hay **Ngũ dục** : Tiền tài; Danh vọng; Sắc đẹp; Ăn ngon; Ngủ nghỉ;
9. Ái sinh **Thủ** (zh. 取, sa., pi. *upādāna*): Giành giữ lấy, chiếm lấy cho mình;
10. Thủ dẫn đến **Hữu** (zh. 有, sa., pi. *bhava*): Là toàn bộ những gì ta gọi là tồn tại, sự sống, thế giới;
11. Hữu dẫn đến **Sinh** (zh. 生, sa., pi. *jāti*): Là cuộc sống hằng ngày bao gồm **dục lạc**, tham ái hay lòng ham muốn;
12. Sinh dẫn đến **Già & Chết** (zh. 老死, sa., pi. *jarāmaraṇa*): Có sinh ắt có diệt.

Kinh nghiệm giác ngộ lý duyên khởi bao gồm Mười hai nhân duyên của Phật được ghi lại trong Luật tạng (sa., pi. *vinayapiṭaka*), phần *Đại phẩm* (pi. *mahāvagga*).
https://vi.wikipedia.org/wiki/Duy%C3%AAn_kh%E1%BB%9Fi

Dù vậy, theo kinh Phật, chắc chắn rằng trong những người chết vì đại dịch có những người đã chết trong khi tuổi thọ vẫn đang còn rất trẻ, tức là chết yểu, chết sớm, chết không đúng thời, khi chưa hết tuổi thọ kiếp này. Người xưa gọi chết sớm, tức là khi nghiệp dữ khác bất ngờ xen vào trước khi nghiệp kiếp này mãn, bằng nhiều chữ: hoành tử, hoạnh tử, phi thời tử, bất lự tử, sự cố tử. Tiếng Anh gọi là "untimely death" hay "premature death" và Kinh Tạng Pali gọi là "uppachedaka death."

Kinh Dược Sư, thuộc hệ Bắc Tông, nói về chín cách chết hoạnh tử trong khi Kinh Milinda Vấn Đạo thuộc hệ Nam Tông mô tả có bảy cách chết bất đắc kỳ tử.

5.4.1. Bảy hạng người chết sớm (Kinh Na Tiên Tỳ Kheo)

Đại dịch xảy ra là số lượng người chết toàn cầu 7 triệu hay 15 triệu, trong đó có người lớn tuổi nhưng cũng có người trẻ tuổi, thanh niên sức khỏe cường tráng tràn trề sự sống. Những người chết vì đại dịch khi tuổi vẫn còn trẻ, được gọi là chết yểu, chết sớm, chết không đúng thời, khi chưa hết tuổi thọ kiếp này. Kinh Na Tiên Tỳ Kheo[83] đã giải thích về Coronavirus cắt đứt thọ mạng, chết không đúng thời, cũng như trái non bị rụng hay bị cắt từ cây xoài xuống như sau:

> "Tâu đại vương, bảy hạng người này chết không đúng thời, ngay trong khi tuổi thọ vẫn đang còn. Bảy hạng nào?
>
> Tâu đại vương, người bị thèm ăn, trong khi không

83. Cao Hữu Đính dịch Việt, Kinh Na Tien Tỳ Kheo. https://www.budsas.org/uni/u-natien/natien00.htm

nhận được vật thực, có nội tạng bị tổn thương, chết không đúng thời, ngay trong khi tuổi thọ vẫn đang còn.

Tâu đại vương, người bị thèm uống, trong khi không đạt được nước uống, trái tim bị khô kiệt, chết không đúng thời, ngay trong khi tuổi thọ vẫn đang còn.

Tâu đại vương, người bị rắn cắn, bị hành hạ bởi tác động của nọc độc, trong khi không đạt được người chữa trị, chết không đúng thời, ngay trong khi tuổi thọ vẫn đang còn.

Tâu đại vương, người đã ăn vào chất độc, trong khi các bộ phận cơ thể chính và phụ đang bị nung nóng, trong khi không đạt được thuốc giải, chết không đúng thời, ngay trong khi tuổi thọ vẫn đang còn.

Tâu đại vương, người bị rơi vào ngọn lửa, trong khi bị thiêu đốt, trong khi không đạt được sự dập tắt, chết không đúng thời, ngay trong khi tuổi thọ vẫn đang còn.

Tâu đại vương, người bị té vào nước, trong khi không đạt được sự nâng đỡ, chết không đúng thời, ngay trong khi tuổi thọ vẫn đang còn.

Tâu đại vương, người bị thương tích bởi gươm đao, bị lâm bệnh, trong khi không đạt được thầy thuốc, chết không đúng thời, ngay trong khi tuổi thọ vẫn đang còn.

Tâu đại vương, bảy hạng người này chết không đúng thời, ngay trong khi tuổi thọ vẫn đang còn."

5.4.2. Chín loại người chết sớm (hoạch tử) (Kinh Dược sư)

Kinh Dược Sư, giải thích rằng chết hoạnh tử (chết sớm) có chín loại khác nhau như:

Tôn giả A-Nan hỏi: "Chín thứ hoạnh-tử là những thứ chi?"

Cứu-Thoát Bồ-tát trả lời:

"Một là nếu có chúng hữu-tình nào bị bệnh tuy nhẹ, nhưng không thầy, không thuốc, không người săn-sóc, hay giá có gặp thầy lại cho uống lầm thuốc, nên bệnh không đáng chết mà lại chết ngang. Lại đang lúc bệnh mà tin theo những thuyết họa phước vu-vơ của bọn tà-ma ngoại đạo, yêu nghiệt trong đời, sanh lòng rúng sợ không còn tự-chủ đối với sự chân-chánh, đi bói khoa để tìm hỏi mối họa rồi giết hại loài-vật để tấu với thần-minh, vái-van cùng vọng lượng để cầu xin ban phước, mong được sống lâu, nhưng rốt cuộc không thể nào được. Bởi si-mê lầm-lạc, tin theo tà-kiến điên đảo nên bị hoạnh-tử, đọa vào địa ngục đời đời không ra khỏi.

Hai là bị phép vua tru-lục.

Ba là sa-đắm sự chơi bời, săn bắn, đam mê tửu sắc, buông lung vô-độ, bị loài quỉ đoạt mất tinh-khí.

Bốn là bị chết thiêu.

Năm là bị chết đắm.

Sáu là bị các thú dữ ăn thịt.

Bảy là bị sa từ trên núi cao xuống.

Tám là bị đè chết vì thuốc độc, êm đối, rủa nộp, trù-ẻo và bị quỉ tử-thi làm hại.

Chín là bị đói khát khốn-khổ mà chết.

Đó là chín thứ hoạnh-tử của Như-Lai nói. Còn những thứ hoạnh-tử khác nhiều vô-lượng không thể nói hết được.

Lại nữa, A-Nan, vua Diêm-Ma kia là chủ lãnh ghi chép sổ bộ, tên tuổi tội phước trong thế gian.

Nếu có chúng hữu-tình nào ăn ở bất hiếu, ngũ nghịch, hủy-nhục ngôi Tam-Bảo, phá hoại phép vua tôi, hũy-phạm điều cấm-giới thì Diêm-Ma pháp-vương tùy tội nặng nhẹ mà hành phạt.

Vì thế, ta khuyên chúng hữu-tình nên thắp đèn làm phang, phóng sanh, tu phước khiến khỏi được các khổ ách, khỏi gặp những tai-nạn.

Trong cuốn "Khảo Biện về Kinh Dược Sư"[84] Đức Phật dạy rằng chúng ta cần tránh né các nhân duyên nguy hiểm đến tánh mạng như sau:

> "Trong kinh Phật thuyết cửu hoạnh, Đức Phật dạy rằng, nếu như gặp phải voi say, ngựa chứng, bò điên, xe cộ, rắn độc, hầm hố, nước, lửa, chiến loạn, người say, kẻ xấu cũng như bao điều tệ ác khác… nếu bậc có trí tuệ thì sẽ biết và tránh các nhân duyên đó để bảo toàn tính mạng..."

5.5. ĐỨC PHẬT DẠY CÓ BỐN HẠNG NGƯỜI SỢ CHẾT VÀ KHÔNG SỢ CHẾT

5.5.a. BỐN HẠNG NGƯỜI KHÔNG SỢ CHẾT

Đức Phật dạy rằng có bốn hạng người không sợ cái

84. Chúc Phú, Khảo Biện về Kinh Dược Sư. https://giacngo.vn/khao-bien-ve-kinh-duoc-su-post38425.html

chết,[85] nhất là những người hay làm việc thiện và giác tỉnh về lý vô thường, khổ, không, vô ngã, thì sẽ không sợ cái chết.

1. Những người đã bỏ được ham muốn, không còn chạy theo hư vinh, vật chất hay dục sắc.
2. Những người có nhận thức đầy đủ về cơ thể mình. Họ hiểu rằng cơ thể con người là 32 thành phần (tóc, lông, móc, răng, da...) không thể tồn tại vĩnh viễn, và việc già đi, bệnh tật rồi cái chết sẽ là những quy luật tất yếu của tạo hóa, không có gì cần phải sợ hãi.
3. Những người thường làm việc thiện, sẽ có tâm rất thanh thản, nhẹ nhàng, không còn gì phải hối tiếc khi cận kề với cái chết.
4. Những người đã được giác ngộ, hiểu rõ về Phật pháp, không còn hồ nghi hay băn khoăn điều gì nữa. Họ sẽ là những người hiểu được trần gian chỉ là cõi tạm mà thôi, và cái chết không phải là sự kết thúc, mà là một khởi đầu mới ở một thế giới khác.

5.5.b. BỐN HẠNG NGƯỜI SỢ CHẾT

1. Những người chưa bỏ được ham muốn về vật chất và dục sắc. Họ lo sợ rằng sau khi sang thế giới bên kia, họ sẽ chẳng còn có được những thứ này.
2. Những người tự yêu bản thân đến mức phát cuồng.

---

85. Bốn Hạng Người Sợ Chết và Không Sợ Chết
https://phatgiao.org.vn/bon-hang-nguoi-nao-hoang-loan-truoc-cai-chet-d50497.html
https://cafebiz.vn/duc-phat-noi-co-4-kieu-nguoi-so-chet-da-phan-chung-ta-la-kieu-thu-nhat-20191019105432952.chn

Họ cho rằng thân thể đại diện cho chính họ, họ lo sợ khi thấy nó già đi, tàn tạ, bệnh tật và lo sợ cái chết sẽ làm cho họ mất đi cái thân thể ấy.

3. Những người chỉ làm việc ác, chưa làm được việc gì tốt đẹp cho đời, luôn sợ bị người khác ám hại, và lo sợ sau khi chết, họ sẽ phải trả giá ở thế giới bên kia.

4. Những người có tâm chưa vững, không hiểu Phật pháp, luôn sống trong sự bất an, nghi ngờ hiện tại, lo sợ tương lai.

Như vậy đối với những ai thâm hiểu Phật pháp, trải nghiệm thực sự về ba ấn pháp của thế gian là khổ (dukkha), vô thường (aniccā) và vô ngã (anatta) thì vị đó sẽ bình tĩnh và tự tại trước cái chết như trong Kinh Ví Dụ Hòn Núi,[86] đức Phật cũng khuyên vua Ba Tư Nặc (Pasenadi) khi tuổi già sắp đến như sau:

Vua Ba-tư-nặc thưa: "Bạch Thế Tôn, một khủng bố lớn khởi lên, sự diệt tận nhân loại thật khủng khiếp, được tái sanh làm người thật khó khăn, thời con có thể làm được những gì, ngoại trừ sống đúng pháp, sống chơn chánh làm các hạnh lành, làm các công đức!"

Đức Phật cảnh báo mối nguy hiểm đến với nhà vua: "Đại vương nên biết, …già và chết đang tiến đến chinh phục Đại vương. Khi Đại vương bị già chết chinh phục, Đại vương có thể làm được gì?"

Vua Pasenadi thưa: "Bạch Thế Tôn, khi con bị già và

86. Kinh Ví Dụ Hòn Núi. Số 5, Phẩm 3, Chương 3, Tập 1, Tương Ưng bộ kinh https://www.chuahoangphap.com.vn/thu-vien-kinh-sach/chi-tiet-vua-pasenadi-ba-tu-nac-206/index-2416/

chết chinh phục, thời con có thể làm được gì, ngoại trừ sống đúng pháp, sống chơn chánh, làm các hạnh lành, làm các công đức!"

"Có ba pháp mà tất cả thế gian không yêu, không mến. Những gì là ba? Đó là già, bệnh, chết. Như vậy là ba pháp mà tất cả thế gian không yêu, không mến. Nếu không có ba pháp mà thế gian không yêu, không mến này, thì chư Phật Thế Tôn cũng không xuất hiện ở đời và thế gian cũng không biết có pháp mà chư Phật Như Lai đã giác ngộ rồi vì con người diễn nói rộng rãi. Vì có ba pháp này mà tất cả thế gian không yêu, không mến này là già, bệnh, chết nên chư Phật Như Lai mới xuất hiện ở đời và thế gian biết có pháp mà chư Phật Như Lai đã giác ngộ rồi vì con người diễn nói rộng rãi."

"Đúng vậy, Đại vương! Đúng vậy, Đại vương! Đây có ba pháp mà thế gian không yêu, không mến là già, bệnh, chết,... cho đến thế gian biết có pháp mà chư Phật Như Lai đã giác ngộ rồi vì con người diễn nói rộng rãi.

Xe báu của vua đi,
Cuối cùng cũng hư hoại.
Thân này cũng như vậy,
Biến chuyển sẽ về già.

Chỉ chánh pháp Như Lai,
Không có tướng suy, già.
Người nhận chánh pháp này,
Luôn đến chỗ an ổn..."

Như vậy, Đức Phật khuyên chúng ta khi đối diện với

những khổ đế như già, bệnh, chết, vô thường, tâm hồn chúng ta vắng lặng, không sợ hãi, minh tịnh, không quá luyến ái mà sinh khổ đau.

Đại dịch Covid-19 bất ngờ tấn công trên hành tinh con người, gây ra sự chết chóc, nghiệt ngã và đau lòng. Điều này cảnh tỉnh chúng ta về bản chất thật vô thường mỏng manh, tử vong và những đau khổ liên quan không thể tránh khỏi, bình tĩnh, không sợ chết, chấp nhận và tỉnh táo đối mặt và ngầm khuyên chúng ta nên quan tâm hơn đến đời sống tâm linh, điều mà lâu nay chúng ta dễ bị lãng quên trong cuộc sống bận rộn này.

CHƯƠNG 6

DUYÊN KHỞI, TỨ PHÁP ẤN NHÂN QUẢ VÀ NGHIỆP BÁO

Thế giới hiện tượng luôn luôn biến đổi, từ một hạt bụt, hạt cải, nguyên tử, Corona Virus, côn trùng, châu chấu, chó, mèo, con người, cộng đồng, quốc gia, toàn cầu, trái đất, hành tinh, mặt trời, mặt trăng, sao hỏa, cho tới toàn vũ trụ, thiên hà... từng sát na thay đổi vô thường, vô ngã, sanh diệt không ngừng. Tất cả đều là do tâm tạo và có mối liên kết duyên khởi, nghiệp báo, nhân quả liên kết với nhau trong nhiều đời của quá khứ, hiện tại và tương lai.

6.1. QUÁN NIỆM DUYÊN KHỞI

Trong bối cảnh của đại dịch SARS-CoV-2 lây lan, thì triết lý Duyên Khởi cộng sinh càng hiện rõ. Sự tương quan, tương duyên, tương sinh, tương diệt giữa mình và người, một nước và nhiều nước liên kết chặt chẽ với nhau như khi một người bệnh, thì những người xung quanh sẽ nhiễm bệnh lây lan. Một người khỏe thì cả nhà, cả xã hội đều khỏe. Chúng ta không thể tồn tại như một thực thể độc lập trong sự lãng quên thế giới xung quanh.

Trong Kinh Đại Phương Quảng Phật Hoa Nghiêm, Đức Phật dạy rằng: "Tất cả các pháp đều do duyên khởi và phụ thuộc lẫn nhau, cái này sinh thì cái kia sinh, cái này diệt thì cái kia diệt, không một pháp nào có thể tồn tại độc lập trong thế giới này, cho đến giữa một hạt bụi nhỏ nhất, với một cõi thế giới to lớn nhất trong vũ trụ cũng đều có sự tương quan mật thiết với nhau."[87]

Phẩm Vô Tận Tạng của Hoa Nghiêm Kinh cũng mô tả về bản chất hiện tượng của thế giới Duyên Khởi như sau:

"Chính là thế gian hữu biên, vô biên, cũng hữu biên cũng vô biên, chẳng phải hữu biên, chẳng phải vô biên, thế gian hữu thường, vô thường, cũng hữu thường, cũng vô thường, chẳng phải hữu thường, chẳng phải vô thường...thế gian từ đâu đến, đi qua đâu; có bao nhiêu thế giới thành, bao nhiêu thế giới hoại, thế gian từ đâu lại, đi đến chỗ nào; gì là ngằn tối sơ của sinh tử, gì là mé tối hậu của sinh tử." [88]

Bằng trí tuệ siêu việt và năng lực của thiền định, Đức Phật đã thấy rõ bản thể bất sinh bất diệt chưa từng

87. Thích Nữ Giới Hương, Tinh Hoa Kinh Hoa Nghiêm. Giới thiệu: Hòa thượng T Như Minh.
https://www.huongsentemple.com/index.php/vn/kinh-sach/tu-sach-bao-anh-lac/8313-75-hoa-tinh

88. Kinh Đại Phương Quảng Phật Hoa Nghiêm, 22. Phẩm Vô Tận Tạng.
https://quangduc.com/a76113/phap-ngu-kinh-hoa-nghiem-tap-1-
https://thuvienhoasen.org/a40140/tinh-hoa-kinh-hoa-nghiem-thich-nu-gioi-huong

sanh, chưa từng diệt của các pháp hiện tượng; tuy nhiên theo nhân duyên hòa hợp mà giả hiện có thế giới, sơn hà, đại địa tương tục, nên gọi là Duyên Khởi (do Duyên mà Khởi sanh các pháp trùng trùng). Khi hết duyên thì thế giới, chúng sanh, nghiệp quả biến mất. Nhân duyên làm nhân, làm quả, liên tục xoay vòng từ quá khứ, hiện tại và tương lai không bao giờ dứt, tạo nên bánh xe luân hồi bất tận.

Nhân duyên: Nhân là đưa đến kết quả (năng sanh). Duyên là giúp nhân thành quả (sở sanh). Nhân duyên có 12 khoen, còn gọi là 12 hữu chi (có cành nhánh), 12 trùng thành (gặp nhân duyên tạo thành), 12 kinh cước (chỉ móc nối với nhau), 12 liên hoàn (liên đới và trở lại). Tùy khả năng đoạn một khoen là cả vòng 12 khoen tan rã.[89]

Lý Nhân duyên hoặc lý Duyên-khởi (*Paṭiccasamuppāda*) được xem là học thuyết căn bản của Phật giáo. Chính Duyên-khởi là chân lý mà Đức Phật giác ngộ dưới gốc bồ đề và từ đó, Ngài trở thành bậc toàn giác.

Giáo lý 12 nhân duyên được thể hiện và hình thành trong hoạt động của 12 khoen móc. Tương Ưng bộ kinh dạy như sau:

'Do vô minh (avidyā) duyên hành (saṁskāras); hành duyên thức (vijñāna); thức duyên danh sắc (nāma-rūpa); danh-sắc duyên lục nhập (sad-ayatana); lục nhập duyên xúc (sparsa), xúc duyên thọ (vedanā); thọ duyên ái (tṛṣṇā); ái duyên thủ, thủ duyên hữu (upādāna); hữu duyên sanh (bhava); sanh duyên già, bệnh, chết (jāti), sầu, bi, khổ, ưu, não. Đó là sự sanh khởi của toàn bộ tiến trình.

89. Thích nữ Giới Hương, Vòng Luân Hồi, NXB Hồng Đức 2008. https://www.huongsentemple.com/index.php/vn/kinh-sach/tu-sach-bao-anh-lac/1900-vong-luan-hoi-thich-nu-gioi-huong

Này các tỳ-kheo, đây gọi là sự sanh khởi toàn bộ khổ uẩn.'[90]

1. Vô minh	2. Hành
3. Thức	4. Danh sắc
5. Lục nhập	6. Xúc
7. Thọ	8. Ái
9. Thủ	10. Hữu
11. Sanh	12. Lão tử

Trong công thức của 12 khoen móc, vô minh được đặt đầu tiên có nghĩa là Đức Phật muốn nhấn mạnh sự quan trọng của trí tuệ và khuyến khích chúng ta tu tập trí tuệ để đạt giác ngộ.

Vô minh là bóng tối, không tuệ tri các pháp và chấp ngã. Trong sự hình thành 12 nhân duyên, nếu chúng ta hy vọng chấm dứt sự hiện hữu của khổ đau, chúng ta chỉ phá huỷ một khoen trong chúng, thì tự nhiên 11 khoen kia sẽ tiêu diệt.

Trong kinh điển Pāli, 12 nhân duyên được tóm gọn trong công thức đơn giản dưới đây: *"Do đây sanh, kia sanh; do sanh đây, kia sanh; Do đây không sanh, kia không sanh; do diệt đây, kia diệt."* [91]

Có nghĩa là 12 khoen là nguyên nhân cho sự sinh khởi con người và thế giới mà cũng là nguyên nhân đưa

90. The Book of The Kindred Sayings (Kinh Tương ưng), II, trang 2; IV, 53-4; DB, II, trang 52. https://huongsentemple.com/index.php/vn/kinh-sach/tu-sach-bao-anh-lac/8519-bo-tat-va-tanh-khong

91. The Book of The Kindred Sayings (Kinh Tương ưng), II, trang 23. https://huongsentemple.com/index.php/vn/kinh-sach/tu-sach-bao-anh-lac/8519-bo-tat-va-tanh-khong

đến sự huỷ diệt chúng sanh và hiện tượng thế giới như Đức Phật đã giải thích cụ thể như sau:

"Này các tỳ-kheo, nay ta sẽ dạy cho các ngươi sự sanh khởi và tiêu diệt thế giới. Đó là cái gì?

Do mắt duyên sắc khởi nhãn thức. Ba pháp này họp lại nên có xúc. Do xúc có thọ. Do thọ có ái. Do ái có hữu. Do hữu có sanh. Do sanh có già, bệnh, chết, sầu, bi, khổ, ưu, não. Đây là sự sanh khởi thế giới."

Do tai duyên âm thanh khởi nhĩ thức..., Do mũi duyên hương..., Do lưỡi duyên vị..., Do thân duyên xúc..., Do ý căn duyên pháp trần..., Ba pháp này họp lại nên có xúc. Do xúc có thọ. Do thọ có ái. Do ái có hữu. Do hữu có sanh. Do sanh có già, bệnh, chết, sầu, bi, khổ, ưu, não. Đây là sự sanh khởi thế giới."

Và này các tỳ kheo, cái gì đưa đến sự tiêu diệt thế giới?

Do mắt duyên sắc... Do thọ có ái. Do ly tham, đoạn diệt khát ái hoàn toàn nên thủ diệt. Do thủ diệt hữu diệt. Do hữu diệt sanh diệt. Do sanh diệt già, bệnh, chết, sầu, bi, khổ, ưu, não diệt. Đây là sự tiêu diệt của toàn bộ tiến trình.

Này các tỳ-kheo, đây là sự tiêu diệt thế giới." [92]

Vì vậy, điều này đã chứng minh một cách hùng hồn rằng '*Tất cả các pháp sanh và diệt đều có nguyên nhân*' hoặc '*Do đây sanh, kia sanh.*'[93] Nếu chúng ta giác ngộ được

92. The Book of The Kindred Sayings (Kinh Tương ưng), IV, i. Tương ưng sáu xứ (d), 107. iv. Thế giới, trang 53-4. https://huongsentemple.com/index.php/vn/kinh-sach/tu-sach-bao-anh-lac/8519-bo-tat-va-tanh-khong

93. The Middle Length Sayings (Kinh Trung bộ), III, trang 151-2. https://huongsentemple.com/index.php/vn/kinh-sach/tu-sach-bao-anh-lac/8519-bo-tat-va-tanh-khong

điều này, biết tất cả đều có nguyên nhân và hậu quả, thì sẽ giải thoát, không có sầu khổ, bi quan vì Coronavirus. Đó là lý do tôn giả A-nan đã khen ngợi lý Duyên-khởi và Đức Phật đã tán thán rằng:

'Sâu sắc là giáo lý Duyên-khởi! Thậm thâm là giáo lý Duyên-khởi! Vì không giác ngộ và thâm nhập giáo lý này mà chúng sanh hiện tại giống như ổ kén lộn xộn, cuộn chỉ rối ren, giống như cỏ munja và cây bấc lao xao, không thể nào vượt qua khỏi cảnh khổ, ác thú, đoạ xứ, luân hồi.'[94]

Trong thời điểm dịch bệnh do virus Covid-19 như hiện nay, thì việc giữ cho thân và tâm được trạng thái cân bằng rất quan trọng. Khi tâm sinh ra lo âu, phiền não, tham sân si, tạo nhân tiêu cực, thì thân cũng bất an, tâm dễ sinh ra những việc sai trái, đọa lạc, khiến khổ đau xoay vần trong vòng luân hồi.

Hiểu lý Duyên Khởi thì không đổ thừa cho Coronavirus, mà làm chủ tâm ý, và tránh được thảm kịch trói buộc quay tròn khổ nhọc trong 12 khoen nhân duyên này. Do tinh thần vững chải, mới đạt được trạng thái lạc quan với mọi hoàn cảnh để giúp mình và người.

Trong Kinh Trung Bộ, Đức Phật dạy tất tỉ mĩ thân thể là sáu căn (mắt, tai, mũi,lưỡi, thân và ý), các pháp bên ngoài là sáu trần (sắc, thanh, hương, vị, xúc, pháp) và tâm ý phân biệt là sáu thức (nhãn thức, nhĩ thức, tỷ thức, thiệt thức, thân thức và ý thức). Căn, trần, thức tức là cuộc đời của mình. Căn, cảnh, môi trường, và tâm ý đều tùy thuộc,

94. The Dialogue of The Buddha (Trường bộ), II, số 15. Kinh Đại duyên (Mahanidana sutta), trang 50-1.
https://huongsentemple.com/index.php/vn/kinh-sach/tu-sach-bao-anh-lac/8519-bo-tat-va-tanh-khong

cùng sanh và cùng diệt lẫn nhau.[95]

Kinh Tăng Nhất A-hàm, mô tả tôn giả Xá Lợi Phất thăm bệnh trưởng giả Cấp Cô Độc và hướng dẫn về pháp quán niệm Duyên Khởi (Nhân Duyên), còn gọi là Pháp Hành Không đệ nhất như sau:

> "Xá-lợi-phất nói: "Nếu thiện nam tử, thiện nữ nhân, niệm Tam tôn Phật, Pháp, Thánh chúng, mà đọa vào ba nẻo dữ, không có trường hợp ấy. Thiện nam tử, thiện nữ nhân ấy tu niệm Tam tôn chắc chắn đi đến cõi lành, sanh lên trời, trong loài người.
>
> "Rồi sau đó, này Trưởng giả, không khởi nơi sắc (thanh, hương, vị, xúc, pháp) cũng không y sắc (thanh, hương, vị, xúc, pháp) mà khởi nơi thức.' Không khởi đời này, đời sau; cũng không y đời này, đời sau mà khởi nơi thức. Không khởi nơi ái, cũng không y ái mà khởi nơi thức. Vì sao vậy? Duyên ái mà có thủ; duyên thủ mà có hữu; duyên hữu mà có sanh, chết, sầu ưu khổ não không thể kể hết. Đó là có năm khổ thủ uẩn này.
>
> "Không có ngã, nhân, thọ mạng, sĩ phu, manh triệu, các loài hữu hình. Khi mắt khởi thì khởi, không biết nó từ đâu đến.
>
> Khi mắt diệt thì diệt, không biết nó đi về đâu.
>
> Không có, mà mắt sanh; đã có, rồi mắt diệt;
>
> thảy đều do nhân duyên của các pháp tụ hội.
>
> Nói là pháp nhân duyên, đó là, duyên cái này mà có cái kia; cái này không thì cái kia không.

---

95. Trung Bộ Kinh. Tập 1. Số 38. Đại kinh Đoạn tận ái. https://suttacentral.net/mn38/vi/minh_chau?reference=none&highlight=false

Tức là, duyên vô minh có hành, duyên hành có thức, duyên thức có danh sắc, duyên danh sắc có sáu xứ, duyên sáu xứ có xúc, duyên xúc có thọ, duyên thọ có ái, duyên ái có thủ, duyên thủ có hữu, duyên hữu có sanh, duyên sanh có chết, duyên chết có sầu ưu khổ não không thể kể xiết. Tai, mũi, lưỡi, thân, ý cũng vậy.

Không có, mà sanh; đã có, rồi diệt; không biết nó từ đâu đến cũng không biết nó đi về đâu; thảy đều do nhân duyên của các pháp tụ hội. Này Trưởng giả, đó gọi là pháp hành Không đệ nhất."[96]

Lý Duyên Khởi này mang ý nghĩa rằng sáu căn (thân thể của mình), sáu trần cảnh (môi trường bên ngoài), và sáu thức (tâm ý) không có gì tồn tại độc lập tự nó.

Stephen Bachelor từng có nhận định về sự giác ngộ lý Duyên Khởi của Đức Phật rằng Ngài "Không phải là một người chỉ biết sống ẩn dật thiền định trong chốn rừng sâu, Đức Phật đã thường xuyên du hành đến các làng xã, thị trấn tiếp xúc và hướng dẫn lối sống cho dân chúng ở nhiều địa phương. Ngài là vị đạo sư đầu tiên và quan trọng nhất, trong lịch sử nhân loại, vượt qua lối sống của một chính khách. Ngài luôn quan tâm tìm cách giúp cho xã hội vận hành và phát triển, nghĩ ra các nguyên tắc sống dựa trên quy luật tự nhiên khách quan và môi trường nơi Ngài sống."[97]

Điều này có nghĩa rằng con người, môi trường, thiên nhiên cùng sanh cùng diệt, tương tức, cộng hưởng nhau

---

96. Tăng nhất A-hàm, 51.8. pháp quán nhân duyên, còn gọi là hành Không đệ nhất, Bản dịch của hai Thầy Tuệ Sỹ & Đức Thắng. Kinh https://thuvienhoasen.org/a36252/kinh-cho-nguoi-benh-nang-va-can-tu

97. Stephen Bachelor, Biography. https://stephenbatchelor.org/

trong một mắt xích dây chuyền của 12 nhân duyên.[98]

Thuyết duyên khởi của đạo Phật cho thấy rằng, đời sống hay là thế giới này tạo thành là do một chuỗi những tương quan liên hệ, trong đó sự sinh khởi và hoại diệt của các yếu tố tùy thuộc vào một số những yếu tố khác làm thành điều kiện cho chúng.

Đại Kinh Đoạn Tận Ái của Trung Bộ tóm gọn tinh hoa của lý Duyên Khởi bằng một đoạn bốn câu pháp ngữ nổi tiếng như sau:

"Do cái này có mặt, cái kia có mặt.

Do cái này không có mặt, cái kia không có mặt.

Do cái này sinh, cái kia sinh.

Do cái này diệt, cái kia diệt."[99]

Trong bối cảnh Covid-19 và ứng dụng lý Duyên Khởi, chúng ta không thể cách ly hoàn toàn thế giới mà phải có sự kết nối từ xa, tồn tại theo sự hướng dẫn của giới chuyên môn y tế và các bậc thầy tâm linh.

Sự tồn tại của chúng ta chỉ có thể hiện hữu khi chúng ta nhận thức được sự tương quan phụ thuộc lẫn nhau giữa chúng ta và mọi người xung quanh, rộng ra cả toàn cầu. Cần có một sự kết nối cộng tồn, ý thức cộng đồng phụ thuộc lẫn nhau. Kinh nghiệm chia sẻ của một người, một nước, sẽ là bài học cho một tập thể, toàn bộ của nước khác.

---

98. Mười hai khoen nhân duyên: Vô minh, Hành, Thức, Danh sắc, Lục nhập, Xúc, Thọ, Ái, Thủ, Hữu, Sinh, Lão tử. https://www.huongsentemple.com/index.php/vn/kinh-sach/tu-sach-bao-anh-lac/1900-vong-luan-hoi-thich-nu-gioi-huong

99. Trung Bộ Kinh. Tập 1. Số 38. Đại kinh Đoạn tận ái. https://suttacentral.net/mn38/vi/minh_chau?reference=none&highlight=false

Cho nên, tất cả đều có trách nhiệm tương thân, tương ái quan tâm đến cộng đồng, xã hội, như ca dao tục ngữ Việt nam có câu: "Môi hở răng lạnh" hay

"Bầu ơi thương lấy bí cùng
Tuy rằng khác giống nhưng chung một giàn."[100]

Các pháp có mối quan hệ tương quan phụ thuộc nhau. Các pháp ứng xử theo lý tùy duyên, tự vận hành nương nhau. Vì vậy, chúng ta trở nên sống có trách nhiệm, có bổn phận liên kết chăm sóc mình và hành tinh nơi mình sống thì môi trường thiên nhiên sẽ đáp trả lại cho chúng ta một cuộc sống thanh bình, hài hòa thiên nhiên.

Đời có khổ, có đại dịch Coronavirus, chúng ta mới chịu dành thời gian cách ly giãn cách để chiêm nghiệm học Phật, học lý Duyên sanh thoát khổ và hiểu lý Duyên khởi đang chi phối cuộc đời của mình và mọi người.

6.2. QUÁN NIỆM TỨ PHÁP ẤN (KHỔ ĐAU, VÔ THƯỜNG, VÔ NGÃ VÀ KHÔNG)

Bệnh dịch vi-rút Corona (CoV) là một nhóm vi-rút có thể gây ra nhiều chứng bệnh khác nhau, bao gồm viêm phổi và cảm cúm. Covid-19 là bệnh truyền nhiễm do một chủng vi-rút Corona SAR-CoV-2 gây ra.[101] Khi vi-rút Corona xâm nhập vào thân thì gây ra đau đớn và có thể đưa đến tử vong, nếu không tiêm thuốc ngừa và uống thuốc kháng sinh trị bệnh kịp thời, nên có thân là có khổ,

100. Môi hở răng lạnh là gì? Bài học về lối sống nghĩa tình quý giá. https://voh.com.vn/song-dep/moi-ho-rang-lanh-436327.html

101. COVID-19 là gì? https://www.gleneagles.com.sg/vi/conditions-diseases/coronavirus/symptoms-causes

bệnh và chết.

Tứ Pháp Ấn (khổ đau, vô thường, vô ngã và không): bốn đặc tính nầy lúc nào cũng hiện hữu chi phối trong thân, tâm và cảnh cuộc sống của mọi chúng ta và nhất là trong bão dịch SARS-CoV-2 thì càng hiện ra rõ ràng.

6.2.1. KHỔ ĐAU

Khổ đau (*Duḥkha*) là cảm giác nhức nhối, khó chịu, đau đớn, không thỏa mãn. *Duḥkha* là một từ tiếng Phạn gồm hai từ ghép lại là: *Duḥ* và *kha*. *Kha* có nghĩa là cái lỗ tròn ở giữa bánh xe dùng để đưa cái trục xe vào đó. *Duḥ* có nghĩa là bất ổn, bất an, rối loạn.

Có ba loại đau khổ: vì thân bệnh (bất an vì đất nước gió lửa không hòa), đau khổ vì tâm lý (buồn, phiền, tương tư, áp bức) và đau khổ về vật lý (thiếu ngủ, làm việc quá sức…)

Như theo thống kê, cứ khoảng hai phút rưỡi lại có một người chết bởi dịch Covid-19 tấn công và trước khi chết bệnh nhân phải trải qua sự đau đớn của thân xác như khi Coronavirus xâm nhập vô phổi, thiếu máy thở hay thiếu thuốc men, đành phải chết. Bệnh nhân chịu đau đớn oằn người, điêu đứng chịu đựng bởi nghẹt mũi, sổ mũi, buồn nôn, cơn sốt, ho khan, mệt mỏi, đau nhức, mất khứu giác, vị giác, nhức họng, và khó thở… Đó là sự khổ vì bệnh.

Thật ra, con người phải đối diện tám khổ: sanh, già, bệnh, chết, thương yêu mà phải xa nhau, thù ghét mà phải gặp nhau, mong cầu mà không toại nguyện và chấp vào thân năm uẩn.

Kinh Chuyển Pháp Luân là bài giảng pháp đầu tiên nói về bốn Sự Thật (Tứ Đế) mà đức Phật thuyết giảng cho năm anh em Kiều Trần Như tại vườn Lộc Uyển như sau:

"Này các Tỳ kheo, sau đây là bốn chân lý cao quý vi diệu của cuộc đời:

1. Chân lý thứ nhất là thực tại đau khổ. Sinh là khổ, già là khổ, bệnh là khổ, chết là khổ, thương yêu mà phải xa nhau là khổ, thù ghét mà phải gặp nhau là khổ, mong cầu mà không toại nguyện là khổ, chấp vào thân năm uẫn là khổ và cuối cùng là sầu bi, ưu phiền, khổ não.
2. Chân lý thứ hai là nguyên nhân dẫn đến đau khổ. Đó là phiền não nhiễm ô, là tâm dính mắc vào ái dục, là sự tham đắm và chấp thủ về cái ta, cái của ta, bởi luyến ái và chấp trước trong sự ràng buộc.
3. Chân lý thứ ba là Niết bàn, tức là sự trừ diệt hoàn toàn gốc rễ của khổ đau và những nguyên nhân dẫn đến đau khổ. Đó là sự không còn chấp trước ta, người, chúng sinh bởi đam mê say đắm ham muốn, biết buông xả và giải thoát.
4. Chân lý thứ tư là con đường dẫn đến Niết bàn, đó là tám phương pháp tâm linh mầu nhiệm là thấy biết chân chính, tư duy chân chính, lời nói chân chính, hành vi chân chính, nghề nghiệp chân chính, nỗ lực chân chính, ý niệm chân chính và thiền định chân chính, là con đường Trung đạo.

Này các Tỳ kheo, mỗi hành giả cần phải thấu hiểu về thực tại khổ đau, do ham thích luyến ái dục vọng mà dẫn đến luân hồi sống chết. Đó là điều trước đây ta chưa từng được nghe biết, nay ta đã khám phá, có khả năng đem lại pháp nhãn và trí tuệ thấy biết đúng như thật, nên thấu rõ bản chất mọi sự vật."[102]

Như vậy, con đường để giải thoát khỏi khổ đau chính là chúng ta cần thấy được nguồn gốc của khổ đau, và tinh tấn tu học thực hành theo bát chánh đạo.

Bệnh dịch Covid-19 gây ra nguồn cơn của khổ đau, gieo rắc sự sợ hãi bởi lẽ tước đi sinh mạng của hàng triệu người, nhiều gia đình ly tán Trầm tư lời Phật dạy, chúng ta nhận thức vấn đề đúng đắn và khách quan hơn.

Chính phủ mỗi quốc gia đều có nhiều biện pháp để ứng phó với dịch bệnh, duy trì xã hội ổn định, còn người dân thì cần thực hiện nghiêm chỉnh đường lối, chính sách, tuân thủ các quy định về phòng, ngừa dịch bệnh và khi bị cách ly phải chấp hành đúng, trong trường hợp bị bệnh cũng phải giữ bình tĩnh để điều trị theo hương dẫn của bác sỹ.

Điều tạo ra nỗi khổ là chúng ta bị vướng mắc bởi những thứ vô thường. Bị chấp kẹt vào thân thể thường hằng nên bị trói buộc, không tìm ra được lối thoát. Covid-19 là một hiện tượng tự nhiên, sự lây lan của nó rất dễ dàng từ người mang bệnh sang người khác qua đường giao tiếp, tuy nhiên khi chúng ta thực hiện tốt việc kiểm soát, cách ly, điều trị, khử trùng thì Covid -19 không thể tồn tại và tiếp tục lây lan được.

Nhận thức được như vậy, chúng ta mới không bị hoang mang, lo sợ thái quá mà bình tĩnh thực hiện theo sự chỉ dẫn của chính quyền địa phương, cơ quan y tế tại nơi sinh sống và làm việc. Hiểu biết về Coronavirus, về duyên khởi và có thân thể là có đau khổ thì chúng ta sẽ không bị

102. Tương Ưng Bộ, V-420. Kinh Chuyển Pháp Luân (Dhammcakkappavattana Sutta).
https://www.budsas.org/uni/u-vbud/vbkin015.htm

chấp kẹt vào nỗi sợ vô hình.

Bốn đại (đất nước gió lửa) hòa hợp thì sống khỏe, bất hòa hay có Coronavirus xâm nhập thì bệnh. Bệnh là điều ngoài mong muốn, cũng giống như già, chết, không ai muốn, nhưng làm người thì phải đối diện với bệnh; đó là chân lý. Nếu người thường phóng sanh tha mạng sống cho người và loài vật khác thì khỏe mạnh trường thọ. Người ít sát sanh thì ít bệnh và trái lại, người nhiều sát sanh thì bệnh nhiều và chết yểu.

Một số người cảm thấy khó khăn trong việc chấp nhận cái chết của những người thân yêu hoặc những người trong cộng đồng của họ. Tuy nhiên, theo tư tưởng Phật giáo, sự sống chết là một phần không thể tránh khỏi của cuộc đời. Chúng ta phải chấp nhận sự thật đó và tiếp tục sống đúng với những giá trị Phật giáo mà chúng ta tin tưởng.

Đức Phật dạy thế giới này là sanh, trụ, dị, diệt, luôn biết chuyển vô thường. Con người phải bị sự chi phối của **khổ về thân** bị sanh, già, bệnh, chết; **khổ về cảnh** cuộc đời bên ngoài vì xa người thân, gần người ghét, cầu không được như ý và **khổ về tâm** bị sắc, thọ, tưởng, hành, thức (năm ấm xí thạnh) bao trùm. Đây là khổ đế mà con người phải đối diện.

Sự sống và cái chết chỉ cách nhau một hơi thở, cách nhau trong gang tấc như Tenzin Gyatso, Đức Đạt Lai Lạt Ma thứ 14, vị Phật sống, Thầy tâm linh của thế giới[103] đã nhấn mạnh việc chấp nhận khổ, vô thường, bệnh và chết như sau:

---

103. Tenzin Gyatso, Đức Đạt Lai Lạt Ma thứ 14, "Cầu nguyện thôi chưa đủ. Chúng ta cần chiến đấu với vi rút corona với lòng Từ Bi. https://vn.dalailama.com/news

"Thỉnh thoảng, bạn bè có nhờ tôi sử dụng "năng lực thần thông" để giúp giải quyết một số vấn đề trên thế giới. Tôi luôn nói với họ rằng Đạt Lai Lạt Ma không có năng lực thần thông. Nếu tôi có thần thông, tôi đã không phải chịu cảm giác đau đớn của chân cẳng tôi hoặc của cổ họng tôi. Tất cả chúng ta đều là những con người như nhau. Chúng ta cũng đều trải qua cùng những nỗi sợ hãi, cùng những niềm hy vọng, cùng những điều không chắc chắn.

Từ quan điểm Phật giáo, mỗi chúng sinh đều biết đến đau khổ và những sự thật của già, bệnh, chết. Nhưng là con người - chúng ta có khả năng sử dụng tâm thức của mình để hàng phục sự sân giận, tham lam và sợ hãi.

Trong những năm gần đây, tôi đã nhấn mạnh đến việc "tháo gỡ cảm xúc": cố gắng nhìn mọi thứ một cách thực tế và rõ ràng, mà không có sự nhầm lẫn mơ hồ của nỗi sợ hãi hay cơn thịnh nộ nào can dự vào. Nếu một vấn đề còn có giải pháp, thì chúng ta phải nỗ lực để thực hiện và giải quyết nó; nếu không còn giải pháp nào thì chúng ta không cần phải lãng phí thời gian để lo nghĩ về nó."

6.2.2. VÔ THƯỜNG

Vô thường là bản chất của muôn loài vạn vật, vốn luôn thay đổi, không có vật gì tồn tại thường hằng mãi mãi. Thân vô thường và tâm vô thường biến đổi.

Tương Ưng Bộ Kinh, Đức Phật giải thích về do vô thường nên khổ như sau:

> "Này Anurādha! Ngươi nghĩ thế nào sắc thân này là thường hay vô thường?
>
> 'Bạch Thế tôn, vô thường.'

'Cái gì là vô thường thì cái đó là khổ hay lạc?

'Thưa Thế tôn là khổ.'

'Cái gì vô thường, cái đó là khổ, cái gì là khổ, cái đó có bản chất của sự biến hoại. Có chính xác chăng khi quán sát: 'Đây là của tôi. Đây là tôi. Đây là tự ngã của tôi?''

'Thưa không, bạch Thế tôn.'

'Cảm thọ là thường hay vô thường?'

'Vô thường, thưa Thế tôn.'

Có phải tưởng…, hành…, thức… là thường hay vô thường?

'Vô thường, thưa Thế tôn.'

"Cái gì vô thường, cái đó là khổ, cái gì là khổ, cái đó có bản chất của sự biến hoại. Có chính xác chăng khi quán sát: 'Đây là của tôi. Đây là tôi. Đây là tự ngã của tôi?"

'Thưa không, bạch Thế tôn.'

Do vậy, này Anurādha! Bất cứ sắc thân gì trong quá khứ, tương lai hoặc hiện tại, bên trong hoặc bên ngoài, tinh tế hay thô kệch, thấp hoặc cao, xa hoặc gần, tất cả sắc ấy cần phải được quán sát như thực tại của nó với trí tuệ rằng: 'Đây không phải là của tôi. Đây không phải là tôi. Đây không phải là tự ngã của tôi.''[104]

Coronavirus tước đi mạng sống người trong chớp mắt; bệnh nhân ra đi không kịp một lời trăn trối hoặc chỉ kịp vài

104. Saṁyutta Nikaya (Kinh Tương ưng), IV, trang 382-3. https://hoavouu.com/p16a12023/7/bo-tat-va-tanh-khong-trong-kinh-tang-p-li-va-dai-thua

lời nhắn nhủ ngắn gọn gửi qua các vị y sĩ, y tá chăm sóc. Chào nhau, vẫy tay vĩnh biệt qua mặt kiếng từ xa khoảng cách. Giọt nước mắt biệt ly xa cách người thương trong lặng câm, đau buốt. Sự khiếp hãi và cô đơn của bệnh nhân khi đối diện với tử thần là không cùng tận. Tự thiêu tử thi bệnh nhân trong lặng lẽ, không trống, kèn, hoa hương, không có người thân cạnh bên, không có các bóng y vàng của Chư Tăng Ni, Phật tử hộ niệm, không có lời kinh tiếp dẫn hương hồn, bởi sợ sự lây lan của căn bệnh nguy hiểm. Một đời người qua đi trong chóng vánh.

Thân ta phút trước không phải là thân ta phút sau. Khoa học đã chứng minh rằng trong thân thể chúng ta, các tế bào luôn luôn thay đổi và cứ mỗi thời kỳ bảy năm là các tế bào cũ hoàn toàn đổi mới, thành một thân thể khác mà chúng ta không biết.

Vô thường biến chuyển từng sát na nhưng chúng ta không hề nhận ra. Chỉ có những biến cố bất ngờ, mạnh mẽ, quyết liệt, tang thương như Đại dịch Covid-19 mới giúp chúng ta thức tỉnh tam pháp ấn (vô thường, khổ đau và vô ngã).

Các nước tân tiến, giàu mạnh nhất trên thế giới cũng rơi vào tình trạng hốt hoảng, điêu đứng, suy sụp. Đến ngày nay vẫn chưa có gì dứt điểm. Siêu vi khuẩn vẫn hiện diện khắp nơi, các nhà y học và khoa học thế giới đang tìm cách chống chọi và chế ngự Coronavirus. Có thể vi-rút còn đang biến dạng, biến thể, vô thường và gây ra bệnh tật khác cho con người.

Ngoài dịch bệnh Covid-19, con người lại có tam tai bát nạn[105] như: có thiên tai, bão lụt, hạn hán, rừng bốc

105. Tam tai bát nạn:
Tam tai: Tam tai là ba tai họa chung, có hai loại tam tai : Tam đại tai :

Thủy tai, Hỏa tai, Phong tai. Có thể nhiễu hại từ cõi người đến cõi tiên ; Tam tiểu tai : Cơ cẩn tai, Ôn dịch tai, Đao binh tai. Có thể hại cả triệu người hoặc cả toàn cầu.

A.Tam đại tai : Ba tai họa lớn :

1. Thủy tai : Nạn nước lụt tràn ngập hại phá cho tới cảnh Nhị thiền, trừ ra cảnh Tam thiền thì sức nước không thể tới được.
2. Hỏa tai : Nạn lửa cháy hại chúng sanh từ cõi Dục giới này đến cảnh tiên Sơ thiền ở cõi Sắc giới, trừ ra cõi Nhị thiền thì sức lửa chẳng tới.
3. Phong tai : Nạn gió bão, hại cho tới cảnh Tam thiền, trừ Tứ thiền sức gió chẳng tới nổi.

B. Tiểu tam tai : ba tai họa nhỏ :

1. Cơ cẩn tai : Nạn đói khát vào lúc con người tuổi thọ khoảng 30, thì nạn này xảy ra.
2. Ôn dịch tai : Nạn bệnh dịch lan tràn vào lúc con người tuổi thọ khoảng 20 thì nạn này xảy ra.
3. Đao binh tai : Nạn chiến tranh hủy hoại thế giới, vào lúc con người thọ mạng khoảng 20 tuổi, nạn này xảy ra.

Theo Phật Học Tự Điển của Đoàn Trung Còn.
https://www.hoalinhthoai.com/buddhistdictionary/detail/char-2202/.html

Bát nạn: Tám trường hợp chướng nạn, cũng gọi là Bát vô hạ tức tám nơi không nhàn rỗi. Tám trường hợp này vẫn có thể xảy ra trên con đường đạt giác ngộ của một tu sĩ. Bát nạn bao gồm:

1. Địa ngục (zh. 地獄, sa. *naraka*)
2. Súc sinh (zh. 畜生, sa. tiryañc)
3. Ngạ quỷ (zh. 餓鬼, sa. *preta*)
4. Trường thọ thiên (zh. 長壽天, sa. *dīrghāyurdeva*), là cõi trời thuộc sắc giới với thọ mệnh cao. Thọ mệnh cao cũng là một chướng ngại vì nó làm mê hoặc hành giả, làm hành giả dễ quên những nỗi khổ của sinh lão bệnh tử trong Luân hồi mà không chịu thức ngộ.
5. Biên địa (zh. 邊地, sa. *pratyantajanapāda*), là những vùng xa xôi nơi trung tâm, không thuận tiện cho việc gặp hoặc tu học chính pháp.
6. Căn khuyết (zh. 根缺, sa. *indriyavaikalya*), không có đủ giác quan hoặc các giác quan bị tật nguyền như mù, câm, điếc.
7. Tà kiến biện thông (zh. 邪見, sa. *mithyādarśana*), những kiến giải sai lệch, bất thiện nhưng lại trôi chảy đầy uỷ mị ma lực.

cháy, sông cạn nước, mưa gió trái mùa, cây trái héo úa, chiến tranh giặc giã tràn lan, nước này xâm chiếm nước kia, mạnh hiếp yếu, bom nổ, của mất, nhà tan, người già chết, trẻ con chết, thanh niên chết, thiếu nữ chết...không trừ ai. Chúng ta rùng mình trước cảnh tượng những gì mà tam tai, bát nạn đang phá hủy, công sức gầy dựng của bao nhiêu người, bao nhiêu thế hệ, bao nhiêu công lao, mồ hôi và nước mắt, trong nháy mắt tiêu tan thành những đống gạch vụn, đống tro tàn.

Trong vòng hơn hai năm (2020-2022) toàn cầu bị tê liệt và bị hạn chế trong mọi công việc, sinh hoạt, di chuyển, hội họp, giải trí, nhà hàng đóng cửa, không thể đi xem hát, xem kịch, thể thao...Các sinh hoạt mang tính cách tâm linh cũng hạn chế, nhà Thờ, Chùa đóng cửa hay giới hạn số giáo dân dự lễ.

Sống trong sự cô lập, không gian thu nhỏ lại, ngột thở, bực bội, nhiều gia đình xào xáo, bất đồng, bất hòa, có khi đưa đến bạo hành, bạo lực, con cái ngỗ nghịch, lười biếng vì việc học đình trệ, thất thường, trường học đóng cửa, thầy bệnh, cô bệnh, học trò bệnh...Dân chúng, trong đó có cả bản thân chúng ta và người thân của chúng ta, mất công ăn việc làm, nợ nần túng thiếu và rồi bản thân chúng ta cũng mắc bệnh, người thân mắc bệnh, thấy cái chết chung quanh, gần có, xa có và nỗi bất an xâm chiếm tâm tư, có khi rơi vào trầm cảm. Ai cũng nhìn nhau mà nói, thôi thì sống ngày nào hay ngày đó. Đây là định luật vô thường cho tất cả, không chừa một ai. Cuộc đời là vậy.

8. Như Lai bất xuất sinh (zh. 如來不出生, sa. *tathāgatānām anutpāda*), nghĩa là sinh sống trong thời gian không có Phật hoặc giáo pháp của Phật hiển hiện.
https://vi.wikipedia.org/wiki/

Do dịch bệnh Covid-19, nhiều người hiểu ra một nguyên lý: vô thường. Ai cũng biết rằng những gì vô thường dẫn đến khổ đau (Khổ đế). Trong đó quy luật sanh diệt là điều chúng ta dễ thấy nhất.

Trong Kinh Pháp Cú, Đức Phật dạy:

"Sống trăm tuổi mà không thấy pháp vô thường sinh diệt,
chẳng bằng sống chỉ một ngày mà được thấy pháp sinh diệt vô thường."

(Kinh Pháp Cú, Kệ 113)[106]

Như vậy, hiểu luật vô thường đóng vai trò quan trọng chẳng những trong việc thực hành giáo pháp mà còn cho đời sống hằng ngày của chúng ta, nhất là khi có thiên tai đại dịch. Bởi vô thường, bệnh nhiễm Covid-19 và cái chết có thể tới bất cứ lúc nào. Vô thường là liều thuốc giải trừ tham sân si và là cái chìa khóa giúp chúng ta hiểu được bản chất chủ yếu của vạn hữu để vững chải đối phó và chấp nhận.

6.2.3. VÔ NGÃ VÀ KHÔNG

Vô ngã (*Anattā*) nghĩa là không có ngã, không thực thể, không có một đặc tính bất biến, không một chủ thể tồn tại, độc lập, riêng rẽ được tìm thấy trong tất cả các pháp.

« Cái Tôi » (ngã) chỉ là do nhiều duyên (5 uẩn[107] hợp lại) mà tạm có giả danh để gọi, một thời gian ngắn sẽ tan biến vô thường thay đổi.

106. Pháp Cú , bài kệ 113. Việt dịch: Hòa thượng Thích Minh Châu. https://quangduc.com/a7724/2-kinh-phap-cu-tieng-anh-hoa-thuong-thich-minh-chau

107. Năm uẩn: sắc, thọ, tưởng, hành, thức.

Ví dụ : Cô Nguyễn Thị A, chỉ giả tạm hiện ra do đất nước gió lửa hòa nhau mà gọi là cô A. Khi Coronavirus xâm nhập, cô A chết và trả xác thân bốn đại về lại cho đất nước gió lửa (thịt trả cho đất, máu mũ trả cho nước, hơi thở trả cho gió và hơi nóng trả lại cho lửa), nên không có một cô A trường tồn độc lập nào, "không sở hữu gì, không nắm giữ gì."

Khái niệm 'Không' (Suññatā) nghĩa là không có, không thực thể. Do vô thường, vô ngã, nên đưa đến một thực tại của trạng thái "không."

Đức Phật thường ban pháp thoại về vô ngã, bởi vì do chấp có cái "ta" thật, nên khởi tham sân si cho cái ta, tạo nghiệp luân hồi, khổ đau cho mình, cho người. Nếu hiểu vô ngã, không có cái ta tức là mang ý nghĩa "không." Thuật từ khác nhau nhưng nghĩa giống nhau.

Trong kinh Tiểu không và Đại không, Đức Phật đã dạy tôn giả A-nan hãy tuệ tri về "vô ngã" liên hệ với "không" vì "vô ngã" nên "không", vì "không" nên "vô ngã." Đức Phật cho ví dụ như sự an tịnh trong 'không' có nghĩa là sự giải thoát ngang qua tuệ tri về vô ngã như sau:

> 'Này A-nan, thật vậy, điều ông đã nghe là đúng đắn, ghi nhớ đúng đắn, tác ý đúng đắn và trì giữ đúng đắn. Này A-nan, trước kia cũng như bây giờ, ta luôn an trú trong (khái niệm) 'không' là sự an trú đầy đủ nhất.
>
> 'Trong cung điện của Lộc mẫu không có voi, bò, ngựa và lừa cái, không có vàng, bạc, không có sự tập hợp của đàn ông, đàn bà, chỉ có tăng chúng tỳ-kheo yên tĩnh; ngay cả như vậy, này A-nan, vị tỳ-

https://giacngo.vn/quan-chieu-ngu-uan-post31242.html

kheo không tác ý thôn tưởng, nhân tưởng chỉ tác ý sự tĩnh mịch của khu rừng.'

Tâm của vị ấy thích thú, hân hoan, an trú, hướng đến lâm tưởng. Vị ấy hiểu rằng: 'Các phiền não do duyên thôn tưởng, nhân tưởng không hiện hữu ở đây. Đây chỉ có một phiền não là sự tĩnh mịch của khu rừng. Vị ấy hiểu rằng: 'Loại tưởng này là không có xóm làng'. Vị ấy hiểu rằng: 'Loại tưởng này là không có con người'. Cái gì không có mặt ở đây, vị ấy xem cái ấy là không có. Và đối với những cái còn lại, vị ấy hiểu rằng: 'Do cái này có mà cái kia có'. Vì vậy, này A-nan, điều này đã đến với vị ấy là sự thật, không sai trái, sự thực hiện hoàn toàn (khái niệm) 'không'." [108]

Theo Phật giáo những tánh chất căn bản của sự tồn tại con người được thiết lập như vô thường, khổ, vô ngã, nghĩa là không bản thể, tức không. Bốn đặc tánh này là quan điểm triết học trong đó chỉ ra căn bản của đau khổ là sự vô thường và ngắn ngủi thoáng qua. Vô thường và vô ngã là biểu tượng khách quan trong cảnh giới hiện hữu tương đối, cho nên thế giới là trống rỗng:

'Trống rỗng là thế giới! Trống rỗng là thế giới!' Đức Phật đã dạy như vậy. Bạch Đức Thế tôn vì sao câu nói này được tuyên bố như vậy?

Này A-nan bởi vì thế giới này là không có tự ngã hoặc những gì thuộc về tự ngã, cho nên nói thế giới này trống

108. The Middle Length Sayings (Kinh Trung bộ), III, số 121. Kinh Tiểu không (Culasunnata Sutta), trang 147-8. https://huongsentemple.com/index.php/vn/kinh-sach/tu-sach-bao-anh-lac/8519-bo-tat-va-tanh-khong

rỗng." [109]

Cũng giống như vậy trong Tương Ưng Bộ Kinh, đã mô tả năm uẩn (thân mình) là khổ đau, vô thường, vô ngã và rỗng không như sau:

'Này các tỳ-kheo, sắc là vô thường. Cái gì vô thường cái ấy là khổ. Cái gì khổ, cái đó không có tự ngã. Cái gì không có tự ngã, "Cái đó không phải là của ta, ta không phải là nó, nó không phải là tự ngã của ta". Đó là với trí tuệ quán sát thực tại như nó là. Cảm thọ là vô thường..., giống như tưởng..., hành...

Thức là vô thường. Cái gì vô thường cái ấy là khổ. Cái gì khổ, cái đó không có tự ngã. Cái gì không có tự ngã, "Cái đó không phải là của ta, ta không phải là nó, nó không phải là tự ngã của ta". Đó là với trí tuệ quán sát thực tại như nó là.' [110]

Kinh Na-Tiên Tỳ-kheo Vấn đáp, phân tách về đặc tánh vô ngã nơi mỗi bản thân chúng ta như sau:

"Vua Di Lan Đà khởi chuyện hỏi rằng:
-- Kính bạch Đại đức, quý danh là gì?

-- Người ta gọi bần tăng là Na Tiên. Các pháp hữu của bần tăng cũng gọi bần tăng bằng tên ấy. Nhưng dù cho cha mẹ bần tăng có đặt cho bần tăng tên Na Tiên (Nagasena) hay một tên nào khác, chẳng hạn như Duy

109. Samyutta Nikaya (Kinh Tương ưng), IV, i. Tương ưng sáu xứ, 85.ii. Trống rỗng, trang 28.
https://huongsentemple.com/index.php/vn/kinh-sach/tu-sach-bao-anh-lac/8519-bo-tat-va-tanh-khong

110. The Book of The Kindred Sayings (Kinh Tương ưng), III, i. Tương ưng uẩn, i. Phẩm Nakulapita, iv. Cái gì vô thường, trang 21.
https://hoavouu.com/p16a12023/7/bo-tat-va-tanh-khong-trong-kinh-tang-p-li-va-dai-thua

Tiên (Viranasena), Thủ La Tiên (Surasena) hoặc Duy Ca Tiên (Sihasena)..., thì chẳng qua cũng chỉ là những tên suông, đặt ra để phân biệt người nọ với người kia mà thôi. Trong những cái tên đó không hề có cái «ta» hay cái «của ta» như tà kiến và ngã chấp thường lầm nhận.

Nhà vua kinh ngạc quay sang đám tùy tùng hộ vệ và chư vị tỳ kheo trong chùa để phân bua:

-- Này năm trăm quan chức và tám chục tỳ kheo! Tất cả quý vị hãy ghi nhớ lời nói của Đại đức Na Tiên hôm nay. Ngài nói: Tên là do cha mẹ đặt ra và bạn hữu dùng để gọi, chứ trong đó không có cái «ta». Như vậy trẫm có thể tin được lời Ngài chăng?

Phân bua xong, nhà vua quay lại hỏi Đại đức Na Tiên rằng:

-- Bạch Đại đức! Nếu không có cái «ta» trong đó thì khi tín thí cúng dường y bát, vật thực, phòng xá, thuốc men, dụng cụ..., ai thâu nhận các món cúng dường ấy? Ai bảo tồn luân lý, đạo nghĩa? Ai tham thiền nhập định? Ai hành đạo, đắc quả và nhập niết bàn? Nếu không có cái «ta» trong người thì ai giữ giới? Ai phạm giới? Ai sát sanh? Ai trộm cướp? Ai hành dâm? Ai nói dối? Ai say sưa? Nếu quả như vậy thì không ai tạo nghiệp lành, cũng chẳng ai tạo nghiệp dữ. Luôn cả nghiệp lành dữ cũng không có. Những việc làm lành hay làm dữ không có quả báo gì hết. Bạch Đại đức, như thế thì nếu có kẻ giết Đại đức cũng không phạm tội sát sanh chăng? Và trong chư Tăng, không có ai là giáo thọ giảng dạy, chẳng có ai là Hòa thượng truyền giới thu nhận đệ tử tu lên bậc trên? Ngay các pháp hữu của Đại đức gọi Đại đức là Na Tiên cũng không có nốt? Và cái tên Na Tiên đó là ai? Kính mong Đại đức giải cho trẫm được biết. Thưa Đại đức đã nghe rõ rồi chứ?

-- Tâu Đại vương, bần tăng đã nghe rõ rồi.

-- Người nghe đó có phải là Na Tiên không?

-- Tâu Đại vương, không phải đâu.

-- Thế thì ai là Na Tiên? Cái gì là Na Tiên? Tóc trên đầu là Na Tiên chăng?

-- Tâu Đại vương, không phải.

-- Lông là Na Tiên chăng?

-- Tâu Đại vương, không phải.

-- Móng là Na Tiên chăng?

-- Tâu Đại vương, không phải.

-- Hay răng, da, thịt, tủy, gân... là Na Tiên chăng?

-- Tâu Đại vương cũng không phải.

-- Sắc là Na Tiên chăng?

-- Tâu Đại vương, không phải.

-- Thọ là Na Tiên chăng?

-- Tâu Đại vương, không phải.

-- Tưởng là Na Tiên chăng?

-- Tâu Đại vương, không phải.

-- Hành là Na Tiên chăng?

-- Tâu Đại vương, không phải.

-- Thức là Na Tiên chăng?

-- Tâu Đại vương, không phải.

-- Hay nhãn căn là Na Tiên chăng?

-- Tâu Đại vương, không phải.

-- Hay nhĩ căn, tỵ căn, thiệt căn, thân căn hoặc ý căn là

Na Tiên chăng?

-- Tâu Đại vương, không phải.

-- Hay tất cả năm uẩn Sắc, Thọ, Tưởng, Hành, Thức hợp lại là Na Tiên chăng?

-- Tâu Đại vương, không phải.

-- Hay ngoài năm uẩn ra còn có cái gì đó là Na Tiên chăng?

-- Tâu Đại vương, cũng không phải nốt.

-- Bạch Đại đức, nãy giờ trẫm gạn hỏi tường tận về 32 thể trược, 5 uẩn và 18 giới có phải là Na Tiên không, hết thảy đều bị Đại đức phủ nhận. Theo lời dạy bảo của Đại đức, trẫm quán tưởng cũng thấy rằng trong từng cái nêu hỏi đều không có Na Tiên, và Na Tiên cũng không có trong tất cả."[111]

Na-tiên tỳ kheo phân tách từng phần của 32 bộ phận trong thân, không có cái gì tên là Na-Tiên, mà chỉ gia danh tạm gọi. Điều này cho thấy là vô ngã và trống rỗng.

Xin giới thiệu thêm một ví dụ về âm thanh vốn là vô ngã như sau:

Đức Phật kể chuyện một nhà vua nghe tiếng đàn tỳ bà, sau đó say đắm,[112] nên ra lệnh triều đình đi tìm âm thanh tiếng đàn, chẻ cây đàn ra cả trăm mảnh vẫn tìm không ra.

---

111. Cao Hữu Đính dịch, Kinh Na Tiên Tỳ Kheo. https://www.budsas.org/uni/u-natien/natien01.htm

112. Kinh Tạp A-hàm, số 1169 và Kinh Tương Ưng bộ số 35.246, bản dịch hai Thầy Tuệ Sỹ & Đức Thắng.
https://suttacentral.net/sa1169/vi/tue_sy-thang
https://suttacentral.net/ea51.8/vi/tue_sy-thang
Nguyên giác, Từ Huyền Thoại tới Tâm Kinh, Nhà Xuất Bản Ananda Viet Foundation, 2021.

Bởi vì tiếng đàn là do nhiều duyên: gỗ, dây đàn, đinh, bàn phím, lỗ tai, ...mà có. Lời kinh mô tả như sau:

"Đại thần tâu: 'Cây đàn này cần phải có nhiều thứ, là phải có cán, có máng, có thùng, có dây, có da và người đàn giỏi. Cần phải hội đủ những nhân duyên này mới thành âm thanh. Nếu thiếu đi những dụng cụ này thì sẽ không có được âm thanh. Âm thanh mà bệ hạ đã nghe trước đây đã qua lâu rồi, chúng đã biến chuyển và cũng đã diệt mất rồi, không thể đem đến được.'

Lúc ấy, nhà vua tự nghĩ: 'Ôi! Cần gì vật hư ngụy này! Đàn ở thế gian là vật hư ngụy, mà khiến cho người đời say đắm vậy sao?"[113]

Như thế, trong thực tướng, âm thanh từ cây đàn mà Vua say đắm không từ đâu tới và cũng không đi về đâu. Thân, tâm, cảnh, cuộc đời và đại dịch Covid-19 cũng thế. Mổ xẻ phân tách sẽ thấy tất cả bản thể và danh tướng chỉ giả tạm hiện hữu một thời gian, rồi biến mất.

Chúng ta nhận ra cuộc sống này là vô ngã (không có một chủ thể riêng rẽ độc lập như mình muốn), là duyên khởi, đủ duyên thì còn, hết duyên thì mất. Của cải, tài sản, tiền bạc, gia đình vốn chỉ là chỗ nương tựa tạm thời, chỉ trong khoảng thời gian nào đó thôi, chỉ có tâm linh, sự tu tập, nghiệp báo sẽ đi cùng với chúng ta mãi mãi.

Kinh Pháp Cú[114] dạy rằng ai tuệ tri được thế giới hiện tượng là khổ đau, vô thường, vô ngã, có thể nói rằng vị ấy

---

https://thuvienhoasen.org/a35895/7-ngua-hoanh-tu-tang-tho-niem-tu

113. Kinh Tạp A Hàm Quyển 43, Nguyên bản Hán dịch Tạp A-hàm hiện tại, ấn hành trong Đại Chánh Tạng, gồm 50 quyển, 1.362 kinh. https://vanhoaphatgiao.net/kinh-tap-a-ham-quyen-43

114. Tích truyện Pháp Cú, kệ 277, 278, 279, Thiền viện Viên Chiếu, Nguyên tác: «Buddhist Legends», Eugene Watson Burlingame

đã tu tập và đi theo con đường thanh tịnh của Đức Phật:

Tất cả hành vô thường,
Với tuệ quán thấy vậy,
Đau khổ được nhàm chán,
Chính con đường thanh tịnh.
(Kinh Pháp Cú, Kệ 277)

Tất cả hành khổ đau.
Với tuệ quán thấy vậy,
Đau khổ được nhàm chán,
Chính con đường thanh tịnh.
(Kinh Pháp Cú, Kệ 278)

Tất cả pháp vô ngã,
Với tuệ quán thấy vậy,
Đau khổ được nhàm chán,
Chính con đường thanh tịnh.
(Kinh Pháp Cú, Kệ 278)

Khổ đau, vô thường, vô ngã và không là các tánh chất mà Phật tử thường quán sát vào các pháp, bản chất của tất cả hiện tượng thế giới.

Trong kinh điển Pāli, Đức Phật dạy chúng ta rằng:

---

https://www.budsas.org/uni/u-kinh-phapcu-ev/ttpc20.htm

> 'Cái gì (những yếu tố tạo thành sự hiện hữu của con người) là vô thường (anicca); cái đó là khổ (dukkha); cái đó không có tự thể (anattā)... đó là vô thường, vì bị chi phối bởi khổ và cái gì vô thường bị chi phối bởi khổ thì sẽ có bản chất của sự biến hoại. Có chính xác chăng khi quán: 'Đây là ta; đây là tự ngã của ta?'[115]
>
> "... Chúng là vô ngã, vô thường, không có bản thể, không có bản chất của thường hằng, hạnh phúc hoặc ngã."
>
> 'Không' là chân lý của vũ trụ, là quyết định căn bản của giáo lý Duyên-khởi. Tuệ tri về 'không' là tuệ tri về vô thực thể: "Suññatānupassanā ti anattānupassanā va."[116]

Chúng ta đối mặt với bệnh dịch Coronavirus. Nó như một bóng ma tử thần vô hình không biết khi nào nó sẽ điểm danh tên mình. Chúng ta đối diện người thân từ giả cõi đời vì nhiễm virus Corona, đối diện sự cầu không được như ý, muốn sống lâu, sống khỏe mà không được. Cuộc sống nay còn mai mất, có thể ra đi ở mỗi sát na (giây phút) và bất cứ lúc nào. Sự sống chết là một phần không thể tránh khỏi của cuộc đời và chúng ta phải chấp nhận sự thật của vô thường, khổ đau, vô ngã, và trống rỗng đó.

Như vậy, bằng phương pháp phân tích, giải thích và

---

115. Samyutta Nikaya (Kinh Tương ưng), 21-2; trích trong Early Buddhist Philosophy, Alfonso Verdu, Delhi: Motilal, 1995, trang 11. https://huongsentemple.com/index.php/vn/kinh-sach/tu-sach-bao-anh-lac/8519-bo-tat-va-tanh-khong

116. Visuddhimagga (L uận Thanh tịnh đạo), II, trang 695. https://huongsentemple.com/index.php/vn/kinh-sach/tu-sach-bao-anh-lac/8519-bo-tat-va-tanh-khong

cho ví dụ cụ thể, Đức Phật đã nhìn nhận sự hiện diện của vô thường, khổ đau, vô ngã, trống rỗng trên cuộc đời này. Ngài cho thấy rằng luyến ái (chấp thủ vào mình, người và vật là thật) mà không có chánh kiến về thực chất của chúng là nguyên nhân của khổ đau. Tánh vô thường và biến đổi vốn có sẵn trong bản chất của vạn hữu. Đây là bản chất của chúng ta và đây là chánh kiến.

6.3. NHÂN QUẢ, NGHIỆP BÁO, BIỆT NGHIỆP VÀ CỘNG NGHIỆP

6.3.1. NHÂN QUẢ

Nhân quả: nhân là nguyên nhân (hạt), quả là kết quả (trái). Hạt giống nào sẽ cho trái nấy, không thể cho trái khác được. Giống như gieo hạt xoài thì gặt quả xoài, gieo hạt nhãn thì gặt trái nhãn, không thể khác được.

Từ bấy lâu nay, con người đã lạm dụng, tàn phá thiên nhiên, hủy hoại môi trường sống như ngăn sông, ngăn đập, khai thác cạn kiệt tài nguyên, chế tạo bom nguyên tử, vũ khí sinh học, không khí ô nhiễm, giết hại vô số các loài động vật yếu thế, để thỏa mãn lòng ham muốn cá nhân. Nhưng khi có những biến cố thiên tai, đại dịch xảy ra, chúng ta thường phản ứng lại y như những kẻ vô can, không dính dấp gì tới những tệ trạng môi trường này và đổ thừa cho những người khác và lý do khác.

Trong những ngày cách ly giãn cách xã hội, chúng ta có thời gian suy nghĩ về nguyên nhân xuất hiện Coronavirus, về đạo đức và môi trường xuống cấp, về luật nhân quả trong việc lây lan Coronavirus toàn cầu. Đại dịch bùng phát có thể là một cái giá khá đắt mà mỗi chúng ta đều phải có một phần trách nhiệm trong việc điều chỉnh chăm sóc sức khỏe tích cực, gắn liền với cách sống đạo đức tu dưỡng và tôn trọng giữ gìn môi trường thiên nhiên.

Người con Phật tin nhân quả. Nhân nào quả nấy. Nếu chúng ta hành động với tâm thiện, ta sẽ nhận lại quả thiện lành, hạnh phúc. Ngược lại, nếu hành động với ác ý, ta sẽ nhận lại quả báo xấu khổ đau, tai ương, dịch bệnh. Luật nhân quả như một vòng tròn lặp lại không bao giờ chấm dứt, vì chúng ta cứ tạo nhân rồi trả quả. Trong lúc trả quả lại tiếp tục tạo nhân mới. Cứ như thế, nhân quả trong quá khứ, hiện tại và vị lai tiếp nối dây chuyền không dứt trong vòng luân hồi như Đức Phật đã từng tuyên bố :

Muốn biết NHÂN đời trước

Xem hưởng QUẢ đời này.

Muốn biết QUẢ tương lai

Xét NHÂN gieo hiện tại.

Để phòng ngừa bệnh tốt, chúng ta cần sống theo luật nhân quả như tránh nhân xấu của buồn phiền, chán nản, giận dữ, thù hận, bạo hành, ức chế, căng thẳng, ăn uống không lành mạnh, ít vận động, hút thuốc lá, ma túy, bia rượu… sẽ đưa đến hậu quả tiêu cực, khiến tăng nồng độ cortisol trong máu, rối loạn tâm thần, giảm trí nhớ, tim, gan, phổi và hệ thống miễn dịch yếu đi.

Hãy tập nhân lành của ăn chay, uống nước trái cây, đeo khẩu trang, vệ sinh thường xuyên, tu tập, ngồi thiền, tụng kinh, giữ tinh thần lạc quan, hòa đồng, hướng thượng sẽ đưa đến hiệu quả tốt cho sức khỏe, hệ miễn dịch cao, tâm lý vững chải, thanh tịnh. Mỗi chúng ta đều tin nhân quả và có khả năng hướng đến nếp sống lành mạnh, như Kinh Pháp Cú, Đức Phật dạy:

Việc ác rất dễ làm
Nhưng chẳng lợi cho ta
Việc ân ích từ thiện
Thật khó làm lắm thay!
(Kinh Pháp Cú – Kệ 163)[117]

Làm dữ bởi ta, mà nhiễm ô cũng bởi ta
Làm lành bởi ta, mà thanh tịnh cũng bởi ta
Tịnh hay không tịnh đều bởi ta
Chứ không ai có thể làm cho ai thanh tịnh được.
(Kinh Pháp Cú – Kệ 163)

6.3.2. NGHIỆP BÁO, BIỆT NGHIỆP VÀ CỘNG NGHIỆP

Nghiệp báo: "nghiệp" (karma) là hành vi tạo tác (thiện hay ác) của thân, miệng, ý (nguyên nhân) và đưa đến "báo" là kết quả. Nghiệp và quả báo tạo thành luật nhân quả. Cho nên, nghiệp báo và nhân quả là hai thuật từ khác

117. Kinh Pháp Cú (Dhammapada). Đa ngữ: Việt - Anh - Pháp - Đức. Dịch Việt: Hòa thượng Thích Thiện Siêu. Bản dịch Anh ngữ: Hòa thượng Narada, Colombo, Sri Lanka, 1963, 1971
https://thuvienhoasen.org/a10366/12-pham-tu-nga-the-self-157-166

nhau nhưng ý nghĩa giống nhau: nghiệp nhân sẽ dẫn đến nghiệp quả. Tất cả những gì được tạo ra từ nghiệp được gọi chung là nghiệp quả.

Do nghiệp sai khác mà mỗi người có đặc điểm, tính cách, thân phận, hoàn cảnh, hạnh phúc, khổ đau, giàu nghèo, xấu đẹp khác nhau như Kinh Trung bộ, Đức Phật dạy rằng:

> "Với thiên nhãn thanh tịnh, siêu nhiên, vượt tri kiến phàm tục, ta thấy cách chúng hữu tình sinh tử như thế nào. Ta thấy rõ cao quý hay hạ liệt, thông minh hay ngu si, mỗi chúng sinh được tái sinh cõi lành hay cõi dữ tùy theo hạnh nghiệp của mình, và ta biết rõ:
>
> Những ai đã tạo ác nghiệp về thân, khẩu, ý, sau khi thân hoại mạng chung sẽ tái sinh vào khổ cảnh, vào đọa xứ, địa ngục. Song những ai tạo thiện nghiệp về thân, khẩu, ý sẽ được tái sinh vào cõi lành, lên thiên giới."[118]

Nghiệp có biệt nghiệp, cộng nghiệp, nghiệp cũ và nghiệp mới.

Biệt nghiệp: Nghiệp riêng cá nhân, mỗi người sai khác.

Cộng nghiệp: nghiệp chung tập thể. Những biệt nghiệp giống nhau hoặc gần giống nhau sẽ hợp lại thành cộng nghiệp, tạo ra đời sống tập thể, bộ lạc, nhóm, vùng, cộng đồng, xã hội, quốc độ, cảnh giới cùng sống chung giống nhau, có những sự tương đồng, mối quan hệ và ảnh hưởng

---

118. Trung A-hàm, Kinh Anh vũ, 170; Trung bộ, kinh Tiểu nghiệp phân biệt, 135.
https://www.phatgiaobinhdinh.vn/mPost/872/can-hieu-dung-ve-nhan-qua-nghiep-bao

lẫn nhau. Tuy nhiên, trong đó cũng có quốc độ này khác với quốc độ khác, cho nên trong đồng nghiệp lại có biệt nghiệp và trong những cái giống của biệt nghiệp lại có đồng nghiệp. Ví dụ như biệt nghiệp có người bệnh ung thư, người bị trầm cảm, người bị nhiễm Covid-19... nhưng đồng nghiệp của họ là người Việt nam, Hoa Kỳ, khác với đồng nghiệp của người Ấn, người Tích Lan....

Nghiệp cũ: những nghiệp đã tạo ra trong quá khứ hay lâu xa nhiều kiếp.

Nghiệp mới là những nghiệp vừa mới tạo ra trong hiện tại.

Trong kinh Pháp Cú có nêu ra nhiều thí dụ về nghiệp cũ mới để hiển bày luật nhân quả. Chẳng hạn trong phẩm 37 nói về sống chết, nhân quả từ những kiếp trước,[119] có câu chuyện như sau:

Xưa kia, lúc Phật ở tại Tinh xá Kỳ Hoàn, nước Xá-vệ, thuyết pháp cho người, trời, vua, quan nghe, thì cạnh đường cái có một ông Phạm Chí giàu có, tiền của không biết bao nhiêu mà nói.

Ông có một cậu con trai hai mươi tuổi, vừa cưới vợ. Tháng Ba, gặp tiết Xuân, vợ chồng nắm tay nhau đi dạo hoa viên. Đến một gốc cây Nại to lớn hoa nở tươi tốt. Cô vợ muốn hái ít đóa nhưng không có ai để nhờ. Biết ý vợ và muốn làm đẹp lòng nàng, chàng tự thân leo lên và hái được một hoa.

Thấy một hoa khác đẹp hơn ở một cành nhỏ, chàng cố chuyền sang, chẳng may nhánh gãy, chàng té xuống đất bị

119. Truyền Bình, Hiểu rõ về Đại dịch Covid-19 và Cách Đối Trị. https://thuvienhoasen.org/a36944/hieu-ro-ve-dai-dich-covid-19-va-cach-doi-tri

thương nặng.

Người trong nhà bé lớn hay tin lật đật chạy ra chỗ tai nạn xảy ra, kêu trời kêu đất, xúm nhau cứu chữa, nhưng vô phương, chàng trai tắt thở. Bà con nội ngoại ai cũng động lòng rơi lệ mà chẳng biết làm thế nào? Cha mẹ, vợ người xấu số không tiếc lời trách trời oán đất.

Tẩn liệm quan quách, đưa đám xong, trở về nhà tất cả đều than khóc không nguôi.

Xa biết tai nạn của nhà phú ông và thương cho sự si mê ngu muội của người trong cuộc, Thế Tôn bèn đến an ủi. Thấy Phật tới, chủ nhà và mọi người trong gia đình bi thảm làm lễ rồi bày tỏ nỗi đắng cay của mình, Phật nói với ông nhà giàu:

– Hãy nín đi để nghe pháp. Muôn vật vô thường, không thể giữ mãi; có sanh ắt có chết, tội phước đuổi nhau. Nay cậu con trai này phải gặp một lần ba cảnh áo não rơi lệ; đoạn tuyệt với ông hôm nay để rồi đi làm con kẻ khác. Nói tới đây Phật đọc bài kệ :

Mạng như hoa trái chín
Thường sợ lúc chúng rơi
Đã sanh đều phải khổ
Ai là người chẳng chết ?

Tùng nguồn thích thương muốn
Nhân dâm nhập bào thai
Mang hình mạng như điện
Ngày đêm chảy không ngừng.

Thân này là vật chết
Tinh thần không hình sắc
Nương chết để phục sanh
Tội phước không mất đâu.

Chẳng phải chết là hết
Ham sống si mê dài
Tự làm chịu sướng khổ
Thân chết thần chẳng rã.

Trưởng giả nghe kệ xong lòng được cởi mở, không còn buồn phiền nữa, bèn quỳ xuống bạch Phật:

– Đời trước thằng bé này tạo tội gì để nay đang lúc xuân thời cuộc đời hạnh phúc, lại phải chết yểu như thế ? Cúi xin Phật chỉ dạy cho con biết. Phật giải thích nghiệp cũ kiếp trước:

– Xa xưa, có một cậu con trai mang cung tên vào một khu làng lùng kiếm chim bắn chơi. Thấy trên cây có một con se sẻ, cậu giương cung muốn bắn. Ngay lúc ấy có ba người đang đi dạo, họ thấy thế mới khích:

– Cậu mà bắn trúng thì là tiểu anh hùng vậy. Cậu bé nghe khoái chí, giương cung buông tên, chim sẻ rớt xuống chết tốt. Ba người khách đồng reo mừng khen ngợi rồi đường ai nấy đi.

Từ ấy biết bao kiếp đã trôi qua, nay cơ duyên đã đến cho cậu bé xưa thọ tội. Trong ba người kia, một người nhờ tạo nhiều phước nên nay được ở cõi trời, người thứ hai thì sanh xuống biển làm Long vương, người thứ ba chính là thân của Trưởng giả hiện nay vậy. Còn cậu trai vừa thọ nạn té cây, trước đời này đã được sanh về cõi trời làm con của người sinh ở cõi trời, mạng hết xuống thế làm con của ông Trưởng giả này, nay té cây chết sẽ sanh xuống biển làm con của ông Long vương, nhưng ngay trong ngày sanh sẽ bị chim kim súy đớp ăn.

Vì lẽ này mà Ta nói ngày hôm nay là ngày hội đủ ba việc đáng đau lòng rơi lệ vì quả đến. Phần ông vì tiền kiếp trước ủng hộ reo mừng trước một việc ác, nên nay phải chịu phần than khóc. Tới đây Phật nói thêm một bài kệ:

Thần thức tạo tam giới[120]
Lành, chẳng lành, năm xứ[121]
Âm thầm lòng mơ tính
Mơ đâu sẽ về đó.
Muốn vật chất hay tinh thần
Tất do mơ tưởng xưa
Hễ gieo giống thứ nào
Thì gặt lấy quả đó.

Quán sát sự tương tác giữa virus SARS-CoV-2 và con người, chúng ta sẽ không giải thích được các sai biệt, nếu không đứng trên quan điểm nghiệp lực, cộng nghiệp, biệt nghiệp của Phật giáo.

Thế nên, đại dịch Covid-19 này chắc chắn là có liên hệ tới học thuyết nghiệp báo và nhân quả. Tai ương Coronavirus này hẳn không phải là một sự ngẫu nhiên tự nhiên xảy ra, mà tận thâm sâu là các quả báo hiển hiện từ nguyên nhân xấu mà cộng đồng đã gieo từ đời này hay

120. Tam giới: Dục giới, sắc giới và vô sắc giới.

121. Ngũ thú : Địa ngục, ngạ quỷ, súc sanh, nhơn, thiên.

nhiều đời trước! Do cộng nghiệp mà Covid-19 không từ bỏ một ai, ai cũng có thể bị nhiễm.

Cộng nghiệp khiến dịch bệnh ùa đến khắp toàn cầu bất kể nước giàu, nghèo, nhỏ lớn, nhưng thật ra không hẳn như vậy vì vẫn có biệt nghiệp chi phối xen vào. Có người khỏe mạnh (biệt nghiệp) đề phòng rất cẩn thận lại nhiễm Covid, bệnh chết; có người cơ thể yếu đuối, có bệnh nền, lại không bị Covid-19 quật và được hồi phục, còn người mới nhiễm ho lại tử vong. Có người phải ra đi trong đau đớn, khó chịu, thân thể mệt mõi; có người từ bỏ cõi đời một cách nhẹ nhàng, tỉnh táo, minh tịnh. Cũng trong một chùa, sư cô này bệnh, sư cô kia không; sư thầy này nhiễm Covid, sư thầy kia cơ thể kháng cự được dù bị Coronavirus xâm nhập. Đó là sai biệt của biệt nghiệp.

Kinh tế kiệt quệ, công ty phá sản, sa thải, người mất việc, lại có kẻ thêm việc làm online, mạnh mẽ tham gia chống dịch ở các bệnh viện dã chiến. Có người vui vì nhờ cách ly mà tu tập nhiều hơn, viết xong cuốn sách lỡ dỡ, học nhiều điều trên truyền thông điện tử; trong khi có người chán đời, trầm cảm, tự tử bi quan vì không chịu nổi sự cô đơn, giãn cách xã hội, không gặp bạn bè..... Tất cả các sai khác đó, theo nhà Phật gọi là do biệt nghiệp.

Có 214 quốc gia[122] (cộng nghiệp) trong đó Hoa Kỳ, Ấn Độ, Pháp...bị nhiễm Coronavirus nhiều nhất và số lượng

122. Distribution of coronavirus (COVID-19) cases in select countries worldwide as of December 22, 2022
https://www.statista.com/statistics/1111696/covid19-cases-percentage-by-country/
https://vncdc.gov.vn/cap-nhat-tinh-hinh-dich-covid-19-ngay0162020-nd15728.html

tử vong chiếm 15% trên toàn cầu.[123] Đại dịch Covid-19 xuất phát ở Trung Quốc, và rất gần một trong những ổ dịch lớn hiện nay là Ấn Độ, thế nhưng những quốc gia mà phần đông dân cư theo Phật Giáo là Việt Nam, Tích Lan, Thái Lan, Lào, Miến Điện, Việt Nam, Nepal, Bhutan, hay các nước có diện tích khiêm tốn như British Virgin Islands, Caribbean Netherland, Western Sahara… lại không bị ảnh hưởng nhiều, trong khi các cường quốc lại bị tổn thương nhiều. Tất cả những khác biệt này cũng không ngoài vòng nhân quả, nghiệp báo, biệt nghiệp và cộng nghiệp.

Trong Tiểu kinh Nghiệp Phân Biệt,[124] Đức Phật cũng khẳng định với chàng Tô Đề Đa Tử (Subha Todeyyaputta) rằng bệnh, chết là do nghiệp sát, trong khi khỏe mạnh và trường thọ là do phóng sánh, bố thí như sau:

> "Thanh niên Subha Todeyyaputta đến bạch Thế Tôn:

---

123. Tính đến ngày 22 tháng 12 năm 2022, các quốc gia có tỷ lệ ca nhiễm COVID-19 cao nhất trên toàn thế giới bao gồm Hoa Kỳ, Ấn Độ và Pháp, trong đó Hoa Kỳ chỉ chiếm hơn 15% số ca bệnh trên toàn thế giới. Thống kê này cho thấy sự phân bố của số ca mắc COVID-19 trên toàn thế giới tính đến ngày 22 tháng 12 năm 2022.
(As of December 22, 2022, the countries with the highest share of COVID-19 cases worldwide included the United States, India, and France with the U.S. accounting for just over 15 percent of cases worldwide. This statistic shows the distribution of COVID-19 cases worldwide as of December 22, 2022)
https://www.statista.com/statistics/1111696/covid19-cases-percentage-by-country/

124. Trung Bộ Kinh (Majjhima Nikaya). Số 135. Tiểu Kinh Nghiệp Phân Biệt (Cùlakammavibhanga sutta)
https://www.budsas.org/uni/u-kinh-trungbo/trung135.htm

-- Thưa Tôn giả Gotama, do nhân gì, do duyên gì giữa loài Người với nhau, khi họ là loài Người, lại thấy có người liệt, có người ưu?

Thưa Tôn giả Gotama, chúng tôi thấy có người đoản thọ, có người trường thọ; chúng tôi thấy có người nhiều bệnh, có người ít bệnh; chúng tôi thấy có người xấu sắc, có người đẹp sắc; chúng tôi thấy có người quyền thế nhỏ, có người quyền thế lớn; chúng tôi thấy có người tài sản nhỏ, có người tài sản lớn; chúng tôi thấy có người thuộc gia đình hạ liệt, có người thuộc gia đình cao quý; chúng tôi thấy có người trí tuệ yếu kém, có người có đầy đủ trí tuệ.

Thưa Tôn giả Gotama, do nhân gì, do duyên gì, giữa loài Người với nhau, khi họ là loài Người, lại thấy có người liệt, có người ưu?

-- Này Thanh niên, các loài hữu tình là chủ nhân của nghiệp, là thừa tự của nghiệp. Nghiệp là thai tạng, nghiệp là quyến thuộc, nghiệp là điểm tựa, nghiệp phân chia các loài hữu tình; nghĩa là có liệt, có ưu."[125]

Nghiệp chính là lý do tạo ra cuộc sống của con người có muôn vàn sai khác. Đức Phật đã giải thích tường tận về sự khác biệt giữa người sống lâu và người chết yểu, người đẹp kẻ xấu, người có địa vị và người không có địa vị, người giàu và kẻ nghèo, cho nên trong Tiểu Kinh Phân Biệt Nghiệp, Đức Phật nhấn mạnh rằng:

---

125. Trung Bộ Kinh (Majjhima Nikaya), 135. Tiểu kinh Nghiệp phân biệt (Cùlakammavibhanga sutta).
https://www.budsas.org/uni/u-kinh-trungbo/trung135.htm

> "Các loài hữu tình là chủ nhân của nghiệp, là thừa tự của nghiệp. Nghiệp là thai tạng, nghiệp là quyến thuộc, nghiệp là điểm tựa, nghiệp phân chia các loài hữu tình; nghĩa là có liệt, có ưu."[126]

Qua đoạn kinh này, đức Phật muốn cho chúng ta biết rằng con người là chủ nhân của tất cả hành nghiệp trong cuộc sống, do chính mình tạo ra, không do ai khác xem vào và không đổ thừa do ai làm cho mình khổ nghèo hay bất hạnh. Chúng ta vốn có khả năng hiểu biết phải trái và chính sự hiểu biết đó là chủ nhân quyết định cuộc sống hạnh phúc hay khổ đau cho đời sống hiện tại và ngày mai của chính mình.

Trong kinh "Đại Nghiệp Phân Biệt,"[127] Đức Phật giảng giải có bốn hạng người ở đời. Đó là:

1. Có hạng người quen sống với sự sát sanh, chiếm đoạt những của cải không cho, tà hạnh trong các dục, nói láo, tham dục, có lòng sân hận, có tà kiến. Sau khi thân hoại mạng chung, người ấy sanh vào cõi dữ, ác thú, đọa xứ, địa ngục.
2. Có hạng người quen sống với sự sát sanh, lấy những của cải không cho, tà hạnh trong các dục, nói láo, tham dục, có lòng sân hận, có tà kiến. Những người này sau khi thân hoại mạng chung, người ấy sanh vào thiện thú thiên giới

---

126. Trung Bộ Kinh, Majjhima Nikaya, 135. Tiểu kinh Phân biệt nghiệp (Cùlakammavibhanga sutta).
https://budsas.net/uni/u-kinh-trungbo/trung135.htm

127. Trung Bộ Kinh, Majjhima Nikaya, 136. Đại Kinh Nghiệp Phân Biệt (Mahākammavibhaṅga) Nghiệp Không Thể Hiểu Một Cách Đơn Giản
https://budsas.net/uni/u-kinh-trungbo/trung135.htm

cõi đời này.

3. Có hạng người quen sống với sự từ bỏ sát sanh, từ bỏ lấy những của cải không cho, từ bỏ tà hạnh trong các dục, không nói láo, không tham dục, không có lòng sân hận, có chánh kiến. Sau khi thân hoại mạng chung, người ấy sanh vào thiện thú thiên giới cõi đời này.
4. Có hạng người quen sống với sự từ bỏ sát sanh, từ bỏ lấy những của cải không cho, từ bỏ tà hạnh trong các dục, không nói láo, không tham dục, không có lòng sân hận, có chánh kiến, người ấy sanh vào thiện thú thiên giới cõi đời này.

Như vậy, ai đã tạo nghiệp thiện giữ giới hay tạo ác phá giới thì phải nhận quả báo tương ứng. Tuy nhiên, nếu chúng ta biết tha thiết ăn năn, sám hối, tu tập và làm những nghiệp thiện thì quả báo nhậm vận cảm ứng tự xoay chuyển, có thể giảm nhẹ đi, đạo Phật gọi là sự chuyển nghiệp nhiệm mầu từ hành động của chính mình. Nhưng cũng có những định nghiệp khó thay đổi, cho dù có cố tình trốn chạy.

Xin mời nghe câu chuyện Ngài Mục Kiền Liên không thể cứu dòng họ Thích khi định nghiệp sẵn trong tích truyện Vua Lưu Ly Tàn Sát Dòng Họ Thích Ca[128] như sau:

"Thuở xưa, đức Phật trú tại tinh xá nước Xá-vệ thuyết pháp cho các hàng trời người. Lúc ấy, con thứ hai của vua tên là Lưu Ly, hai mươi tuổi đem tùy tùng bức vua cha thoái vị phải lưu vong, và giết chết thái tử anh mình là Kỳ-đà rồi tự lên ngôi.

128. Tăng Nhất A Hàm, quyển 2, Phẩm Đẳng Kiến, từ trang 301. https://thuvienhoasen.org/a17844/vua-luu-ly-va-dong-ho-thich

Có một tên quan ác tâm tên là Da-lợi tâu với vua Lưu Ly rằng:

- Vua lúc trước còn là Hoàng tử sang nước Xá-di bên ngoại, từng bị dòng tộc Thích-ca mắng nhiếc. Lúc đó, đại vương đã thề rằng: "Nếu ta làm vua sẽ hỏi tội này". Nay thời cơ đã đến, binh mã hùng mạnh nên báo oán xưa.

Lưu Ly nghe lời, liền cho chuẩn bị binh mã, kéo sang nước Xá-di chinh phạt. Đức Phật có vị đại đệ tử thứ hai tên là Ma ha Mục Kiều Liên. Ông thấy vua Lưu Ly định tàn sát nước Xá di để trả thù xưa, sẽ giết hại bốn chúng đệ tử nên vô cùng thương xót. Ông liền đến chỗ Phật thưa rằng:

- Nay vua Lưu Ly vây đánh nước Xá-di, con nghĩ dân chúng vô tội sẽ chết oan, nên định đem bốn phương tiện cứu dân trong nước Xá-di.

1- Đem dân nước Xá-di để trên hư không.

2- Đem dân nước Xá-di giấu giữa biển.

3- Đem dân nước Xá-di giấu giữa núi Thiết Vi.

4- Đem dân nước Xá-di để ở giữa nước lớn phương khác, khiến vua Lưu Ly không biết chỗ của họ.

Đức Phật bảo:

- Này Mục Kiều Liên, ta biết ông có khả năng trí đức che chở cho dân nước Xá-di. Nhưng chúng sinh có bảy việc không thể tránh khỏi. Bảy việc đó là gì? Một là sinh, hai là già, ba là bệnh, bốn là chết, năm là tội, sáu là phước, bảy là nhân duyên. Bảy điều này dầu lòng ta muốn tránh nhưng không thể được. Dầu oai thần của ông có thể làm được chuyện đó nhưng túc nghiệp, tội lỗi làm sao tránh được?

Mục Kiều Liên lễ Phật lui ra, nhưng vẫn theo ý riêng đem bốn năm nghìn người tín chủ tri thức đựng trong bát đặt ở khoảng giữa các tinh tú trên hư không. Vua Lưu Ly đánh nước Xá-di, giết khoảng ba ức người rồi kéo quân về nước.

Lúc đó, Mục Kiều Liên đến chỗ Phật đỉnh lễ, rồi tự hào thưa:

- Vua Lưu Ly đánh nước Xá-di, đệ tử thừa oai thần Phật cứu bốn năm nghìn người nước này. Nay những vị đó ở trên hư không đều được thoát nạn.

Đức Phật hỏi: - Ông đã đến xem người trong bát chưa?

Đáp: - Dạ chưa!

Đức Phật bảo: - Ông hãy xem người trong bát trước đã.

Mục Liên vâng lời, dùng đạo lực đem bát xuống xem, không ngờ tất cả đều đã chết hết. Mục Kiều Liên buồn thương rơi lệ, trở lại chỗ Phật thưa:

- Tất cả người trong bát đều chết cả! Oai lực thần thông không thể cứu họ thoát khỏi nghiệp tội đời trước.

Đức Phật bảo Mục Kiều Liên:

- Bảy việc mà ta đã nói trước dù Phật, Thánh chúng, thần tiên, đạo sĩ có oai lực ẩn mình, phân thân song cũng không thể tránh được.

Bấy giờ, đức Thế Tôn lại nói kệ:

Dầu hư không, biển cả
Hay núi đá xa xôi
Không nơi nào tránh khỏi
Quả ác nghiệp gây rồi.

Chúng sinh bị não hại
Lão tử nghiệp trả vay
Bậc bi trí giải thoát
Không nhớ lỗi lầm ai.

Đức Phật thuyết pháp xong, vô số người trong pháp hội hiểu được lẽ vô thường, đều buồn thương trước việc không thể tránh khỏi tội báo, hoan hỉ chứng quả Tu-đà-hoàn." [129]

Qua câu chuyện trên chúng ta thấy, khi nghiệp đã định, Đức Phật cũng chịu, không thể cứu ai được bởi vì Ngài dạy có "Bảy định nghiệp, khó chuyển như sinh, già, bệnh, chết, tội, phước, và nhân duyên"[130] dầu Như Lai hay các bậc thánh cũng không thể cứu hay xen vào được, chỉ có sám hối, tu thiện nghiệp mới hy vọng chuyển đổi được.

Như vậy, mọi hiện tượng xấu tốt đều phát xuất từ nghiệp lực của chúng sanh. Nguyên nhân nhiễm Coronavirus là do nhiễm trùng trong mũi, xoang hoặc cổ họng, đưa đến kết quả gây ra bệnh viêm phổi cấp, khiến 700 triệu người bị nhiễm và khoảng 7 triệu[131] (WHO nói 15 triệu)[132] người

---

129. Kinh Pháp Cú,

130. Tích truyện Kinh Pháp Cú. Phẩm Hoa. Dịch Việt: Hòa thượng Thích Minh Châu.
https://theravada.vn/tich-truyen-phap-cu-pham-hoa-vua-vidudabha-tra-thu-ho-thich-ca/

131. Theo thống kê của Worldometers , ngày 26 tháng 4 năm 2023, 01:46 GMT, thế giới đã ghi nhận tổng cộng 686,647,374 ca nhiễm virus SARS-CoV-2 gây bệnh viêm đường hô hấp cấp Covid-19, trong đó có 6,860,779 ca tử vong.

132. WHO ước tính có đã có 15 triệu người trên thế giới đã chết vì COVID-19. (M.Q. Theo Nature)
https://bvbnd.vn/who-uoc-tinh-co-da-co-15-trieu-nguoi-tren-the-gioi-

trên toàn cầu tử vong. Đó là nhân quả vật lý thân thể bên ngoài. Còn nhân quả tâm lý bên trong điều khiển quả báo bên ngoài là do nghiệp báo.

Dịch bệnh Coronavirus đang thống trị trên hành tinh con người là do từ kết quả của lý nhân quả và nghiệp báo (biệt và cộng nghiệp) sinh ra. Nếu thuận theo Tam Bảo (Phật, Pháp, Tăng) để tu, sẽ hy vọng từ từ giải được nghiệp. Trường hợp tu tập mà không thoát được nghiệp, để sẽ phải ra đi vì dịch bệnh, thì chúng ta cũng nên giữ tâm vững chải, minh tịnh, xả ly thanh thản, thuận pháp mà trở về với vô thường.

Quả khổ bệnh yếu là xuất phát từ nghiệp thiện và bất thiện, xuất phát từ tâm. Nếu biết tu tâm, cẩn trọng thân khẩu ý đúng pháp thì an vui sẽ đến với mình, ngược lại buông lung, hại người thì khổ đau sẽ theo mình như hai bài kệ đầu của Kinh Pháp Cú đã dạy:

1. Ý dẫn đầu các pháp,
Ý làm chủ, ý tạo;
Nếu với ý ô nhiễm,
Nói lên hay hành động,
Khổ não bước theo sau,
Như xe, chân vật kéo.

2. Ý dẫn đầu các pháp,
Ý làm chủ, ý tạo;
Nếu với ý thanh tịnh,

---

da-chet-vi-covid-19/
https://www.nature.com/articles/d41586-022-01245-6

Nói lên hay hành động,
An lạc bước theo sau,
Như bóng, không rời hình.
(Kinh Pháp Cú, bài kệ 1 và 2)[133]

133. Kinh Pháp Cú. Kệ 1 và 2, Việt dịch: Hòa Thượng Thích Minh Châu.
Ảnh: Họa sĩ: Mr. P. Wickramanayaka
Bản chuyển dịch thơ của Tâm Minh Ngô Tằng Giao ở cuối bài.
https://dieuphapam.net/topics/423-bai-ke-kinh-phap-cu-voi-hinh-ve-minh-hoa.3187

CHƯƠNG 7

VAI TRÒ PHẬT GIÁO TRONG CHỮA LÀNH

Đức Phật Bổn Sư Thích Ca là bậc thánh giữa thế gian này bởi lẽ giáo pháp Ngài để lại có thể chữa lành tất cả thân tâm bệnh của chúng sanh cho nên Ngài được gọi là bậc đại y vương.

Y vương tức là thầy thuốc của tất cả thầy thuốc, vua thầy thuốc. Đại là lớn. Vua thầy thuốc lớn bởi vì Đức Phật là bậc có Nhất Thiết Trí, Thiên Nhãn Trí... nên biết căn nguyên từng thân tâm bệnh của chúng ta mà trị tận gốc. Ngài chuẩn bị sẵn cho chúng ta tám vạn bốn ngàn loại thuốc (pháp môn tu) để đối trị với tất cả các loại bệnh tật nặng, nhẹ, thô, tế. Thuốc của Ngài chữa trị rất hiệu quả, cứu sống rất nhiều người thân khỏe, tâm an và ra khỏi biển lửa sanh tử, đem đến giải thoát an lạc nếu bệnh nhân chịu chữa trị. Đó là lý do đã hơn 2600 năm thuốc (Phật pháp) của Ngài đã vượt biên giới Ấn Độ đến với nhiều nước trên thế giới, khế cơ (hợp căn cơ), khế lý (hợp chân lý) bất kể màu da, ngôn ngữ, trình độ, tuổi tác... đều có thể ứng dụng.

Trong thời gian cách giãn xã hội, không thể đi tới chùa hay đạo tràng, chúng ta có thể thực hành ở nhà các phương pháp chữa lành đơn giản hữu nghiệm của Đức Phật như lễ lạy, nghe pháp, tụng kinh, ngồi thiền, niệm Phật, trì chú, giữ giới luật và sám hối.

7.1. LỄ LẠY

7.1.1. Định nghĩa

Lễ lạy: lễ là nghi lễ, nghi thức. Lạy là cúi gập người xuống, năm vóc sát đất[134] để kính lễ các bậc tôn kính thánh thiện như Phật, Bồ tát, Thần Thánh, cao nhân, cha mẹ, ông bà, tổ tiên… Mỗi tôn giáo đều có nghi lễ lạy; hình thức có khác nhau đôi chút, tùy theo văn hóa của nước đó, nhưng ý chính là khát ngưỡng, tôn kính.

7.1.2. Bảy cách lạy Phật

Trong kinh Phật nói có bảy cách lạy[135] như sau:

i. Ngã mạn lễ: là nói y theo thứ lớp, chẳng có tâm cung kính, tâm duyên (rong ruổi) theo ngoại cảnh, năm vóc gieo chẳng sát đất, lạy giống như chày giã gạo, miễn cưỡng, nghĩ mình cao sang.

ii. Xướng hòa lễ: tâm không thuần tịnh tưởng, thấy người đến thì thân mau lễ lạy, người ta đi rồi thì thân lười tâm mỏi, ấy là tâm tán loạn mà chỉ có miệng hòa xướng thôi vậy, làm cho có lệ.

iii. Thân tâm cung kính lễ: nghe xướng danh hiệu

---

134. Ngũ thể nhập địa: trán, 2 tay, 2 đầu gối sát đất.

135. Bảy cách lạy Phật
https://quanam.us/hoc-phat-hanh-nghi-trang-bia/01-ton-kinh-phat/

Phật liền nhớ tưởng niệm Phật, thân tâm cung kính, năm vóc sát đất (trán, hai đầu gối và hai tay) tha thiết kính lễ.

iv. Phát trí thanh tịnh lễ: đạt được cảnh giới Phật, tùy tâm hiện lượng. Lễ một vị Phật tức lễ hết thảy chư Phật khắp mười phương. Lễ nhất bái tức lễ cả pháp giới, vì pháp thân chư Phật dung thông không đâu không là thân Phật.

v. Biến nhập pháp giới lễ: tự quán thân tâm và tất cả các pháp, từ xưa đến nay chẳng rời pháp giới, Phật tánh và chúng sanh bình đẳng. Nên lễ một vị Phật tức là đồng lúc lễ hết thảy 10 phương pháp giới chư Phật vậy.

vi. Chánh quán lễ: là lễ Phật của tự thân, chẳng duyên tưởng đến Phật ở bên ngoài, vì tất cả chúng sanh mỗi mỗi đều có bình đẳng Phật-tánh kia.

vii. Thật tướng bình đẳng lễ: sáu cách lạy trên là có lễ (năng lễ: người lễ) có quán (sở lễ: nơi nhận lễ), tự (mình) tha (người) có hai thứ sai khác. Duy chỉ có phép lạy này, không có phân biệt kia đây, phàm thánh nhất như, thể dụng chẳng hai. Cho nên, Văn-thù Bồ-tát nói kệ về quán tưởng khi lễ như sau:

Phật, chúng sinh tánh thường rỗng lặng,
Đạo cảm thông không thể nghĩ bàn,
Lưới đế châu ví đạo tràng,
Mười phương Phật hiện hào quang sáng ngời,
Trước bảo tọa thân con ảnh hiện,

Cúi đầu xin thề nguyện quy y.

Người lạy và đối tượng mình lạy, thể tánh đều vắng lặng bình đẳng như hư không trùm khắp pháp giới. Trong lý thật tướng, không có ta người, không thấy có mình lạy và đấng Thế Tôn để cho mình lạy. Đây là nghĩa thật tướng rốt ráo tối cao hợp với trí Bát Nhã để lễ Phật.

Ba cách trước (Ngã mạn, Xướng hòa, Thân tâm cung kính) thuộc về sự lễ, trong khi bốn cách sau (Phát trí thanh tịnh, Biến nhập pháp giới, Chánh quán và Thật tướng bình đẳng) là thuộc về lý lễ.

Theo luật nhân quả kẻ do phước báo lễ lạy mà kiếp sau được làm quan to có người cung kính đón rước lễ lạy.

Ấn Quang đại sư dạy: " "Muốn được lợi ích thật sự nơi Phật pháp, ắt phải cầu từ nơi cung kính. Có một phần cung kính, tiêu được một phần tội nghiệp, tăng một phần phước huệ. Có mười phần cung kính, tiêu mười phần tội nghiệp, tăng mười phần phước huệ". Nếu không cung kính thì chỉ kết được cái duyên xa, khó được lợi ích thật sự. Nếu còn khinh nhờn sẽ mắc tội vô lượng."[136]

Thế nên, chúng ta càng cung kính, càng thâm sâu thì đối với nghĩa lý (sự-lý) của Phật-pháp đạt được càng thêm thâm diệu. Không vì vô tướng, thật tướng mà bỏ sự, thực hành sự tướng lễ, nhưng thấu đạt nghĩa lý thâm huyền bên trong. Đó là trọn vẹn của phước báu và trí tuệ.

7.1.3. Lạy Tam Bảo và các bậc tôn kính

Lạy Phật bảo bởi nhờ có Phật mà chúng ta biết con

136. Tổ Ấn Quang dạy phải chú trọng chí thành cung kính. https://voluongtho.vn/view/10-DIEU-CUNG-KINH-KHI-DOC-SACH.htm

đường giác ngộ. Phật tánh bình đẳng.

Lạy Pháp bảo bởi lời Phật dạy, thực hành, sẽ đưa đến tình thương và hiểu biết. Pháp tánh từ bi và bình đẳng.

Lạy Tăng bảo bởi chư Tăng Ni đạo hạnh, đoàn thể của những người sống thanh tịnh. Thanh tịnh tánh.

Chúng ta thường xem vật chất, tiền, đô la, vàng, bạc, kim cương, hột xoàn, nhà cửa, xe hơi, và danh lợi thế gian là quý báu. Nhưng thực tế cho thấy chúng chỉ là những phương tiện tạm thời, chứ không có giá trị lâu dài và không đưa đến giải thoát khỏi sinh lão bệnh tử. Nhưng với ba ngôi Tam Bảo (Phật, Pháp, và Tăng) có giá trị lâu dài và quý nhất, vì có năng lực tâm linh, dẫn dắt con người đi trên con đường sáng, thiện lành, giải thoát luân hồi.

Vì thế, giãn cách xã hội của thời Covid-19 là cơ hội cho người Phật tử nhớ đến sự tu tập tâm linh và trở về với Tam Bảo quý báu bằng cách lễ lạy, để tỏ lòng thành kính, ngưỡng mộ và nhớ ơn Phật, cùng là phát nguyện sẽ theo gương Ngài mà tu hành giác ngộ, cứu giúp chúng sanh.

Trong Kinh Pali,[137] Đức Phật thường dạy hãy nhớ sáu niệm để ngày đêm sáu thời được an lành là niệm Phật, niệm Pháp, niệm Tăng, niệm giới, niệm thí, niệm thiện.

Như vậy, ngoài Phật, pháp, tăng, người cư sĩ còn hãy nhớ trì giữ giới luật (niệm giới), bố thí cúng dường (niệm thí) và nhân quả cõi trời, trì giữ bát quan trai (niệm thiên).

7.1.4. Lạy Phật là biểu hiện sự khiêm cung, hạ ngã

Lạy Phật cũng có nghĩa là tu sửa, phục thiện, hạ mình,

---

137. Tăng chi, phẩm Một Pháp (AN 1:296-305). https://budsas.net/dlpp/bai94/index.htm

khiêm cung, diệt trừ tính ngã mạn, cao ngạo, giảm trừ ham muốn, tăng trưởng chánh tín, bày tỏ lòng tri ân như một trong bảy cách lạy trên đã nói "Không nên Ngã mạn lễ".... Chúng ta hướng về nương tựa đức độ cao dày của Phật, bày tỏ lòng kính ngưỡng đối với Đức Phật, người đưa chỉ lối cho chúng ta trong cuộc đời. Lý tưởng tăng trưởng mỗi khi chúng thực hiện các khóa lễ lạy.

7.1.5. Lợi ích thân tâm

Đó là lợi ích về mặt tâm linh tu tập, còn về thân thể, thì lạy Phật cũng là cách tập thể dục khiến thân khỏe mạnh, máu huyết lưu thông. Khi lễ lạy, đứng ngay thẳng, hai chân khép sát vào nhau hay hình chữ v (hai gót chân chạm nhau), hai bàn tay chắp lại nhau (tiêu biểu cho sự nhất tâm) trước ngực, cúi xuống, từ từ gối chạm đất, tay và trán chạm đất, rồi đứng lên cứ tiếp tục đứng lên và lạy xuống như vậy, khiến thân, xương cốt và máu huyết cũng được lợi ích.

Phối hợp hệ thịt, cơ, xương, khớp chuyển động nhịp nhàng lên xuống. Vận động lượng máu vận chuyển, khiến hoạt động của tim, não, phổi, tĩnh mạch, huyết khối, huyết áp, khí lưu thông, và hệ đề kháng miễn dịch Coronavirus cũng tăng. Đây xem như một buổi tập thể dục tăng cường sức khoẻ toàn thân, đặc biệt là kết hợp với tu tập tâm linh, chuyển hóa tính ngã mạn, cao ngạo, mà trở nên khiêm cung, hạ ngã.

Lễ lạy để nương từ trường tha lực, đức độ sâu dày của Chư Phật, Bồ tát, và phát nguyện học hạnh từ bi-trí tuệ của các Ngài để cứu mình và người.

Lễ lạy với lòng biết ơn, tâm lý phục thiện, sự yên bình trong nương tựa, niềm tin chánh tín, buông chấp ngã mạn, giảm trừ ham muốn... là những trạng thái tinh thần lý tưởng, thân thể khỏe mạnh vững vàng, để tăng trưởng một hệ miễn dịch lý tưởng, là phép chữa lành của Phật giáo rất hiệu quả.

7.2. NGHE PHÁP

7.2.a. Định nghĩa

Con về nương tựa Phật, Người đưa đường chỉ lối cho con trong cuộc đời.

Con về nương tựa Pháp, Con đường của tình thương và sự hiểu biết.

Con về nương tựa Tăng, Đoàn thể của những người nguyện sống cuộc đời hòa hợp và tỉnh thức.

(Thích Nhất Hạnh)

Pháp tức là Tam Tạng (Kinh Luật Luận), là con đường của tình thương (từ bi) và hiểu biết (trí tuệ). Kinh Luật Luận Pali và Phạn/Hán là pháp bảo quý giá nhất trên đời mà Đức Phật đã để lại để chữa lành các bệnh cho nhân loại. Vì pháp quý giá như vậy, trong Tăng Chi Bộ, Đức Phật nhấn mạnh nghe pháp có năm lợi ích như sau:

"Một thời, Thế Tôn trú ở Kimbila, tại Veluvana, Ngài cho gọi các Tỷ kheo:

Này các Tỷ kheo, nghe pháp có năm lợi ích này.

Thế nào là năm? 1) Được nghe điều chưa nghe, 2) Làm cho trong sạch điều đã được nghe, 3) Đoạn trừ nghi, 4) Làm cho tri kiến chánh trực, 5) Làm cho tâm tịnh tín." [138]

Lợi ích như vậy, cho nên người Phật tử phải thường xuyên nghe pháp, học theo khuôn mẫu thánh hiền, phát

138. Đại Tạng Kinh Việt Nam, Tăng Chi Bộ II, chương 5, phẩm Kimbila, phần Nghe pháp, VNCPHVN ấn hành, 1996, tr.708

huy kiến thức và thực hành giáo lý. Pháp giúp phá tan những nghi hoặc, hiểu tu đúng chánh pháp, thành tựu niềm tin Tam bảo, chánh kiến vững chắc, không tạo nghiệp xấu là điều kiện để chữa lành các bệnh khổ của thân tâm.

Đại dịch là một đại họa đại nạn cho cộng nghiệp toàn cầu, tuy nhiên nếu chúng ta biết tận dụng cơ hội, thời gian quý hiếm của giãn cách xã hội, cách ly, nghỉ làm, cấm túc tại chỗ để nghe pháp (văn tuệ), trầm tư suy nghĩ (tư tuệ) và thực hành tu tập (tu tuệ) thì chúng ta sẽ nắm vững được chìa khóa chữa bệnh mà Đức Phật đã trao cho chúng ta.

Người hiểu đạo thì cảm thấy không đủ thời gian để văn tư tu. Người không hiểu đạo, thì không biết làm gì để giết thời gian, sanh ra tiêu cực, chán nản, tự tử. Cho nên, chánh kiến về pháp chữa lành của Phật pháp rất quan trọng.

Một người con Phật, muốn có tri thức đúng đắn để thiết lập chánh kiến thì phải đọc, nghe và tư duy thật nhiều về những lời Phật dạy, từ đó mở cửa mọi kho tàng của cuộc sống, làm kim chi nam của tình thương và hiểu biết cho mình và người.

Dù đại dịch, cách ly, nhưng phương tiện truyền thông học tập giáo lý của Đức Phật rất phong phú. Chúng ta có thể nghe pháp bất cứ lúc nào 24/24 ở facebook, zoom, youtube, google, internet, tiktok, vv... Cho nên, đại dịch không làm cản trở việc nghe pháp tu tập và chữa bệnh thân tâm của chúng ta. Xin kể ba câu chuyện về lợi ích của nghe pháp:

7.2.b. Chuyện Một Vị Trời Thoát Chết Nhờ Làm Đệ Tử Phật biết Quy y, Tu tập

Kinh Nhật Thiên Tử[139] kể về trường hợp một vị thiên, tên là Suriya, bị vua A Tu La bắt giam. Thiên tử Suriya mới tưởng niệm và nhớ pháp của Đức Thế Tôn Thích Ca. Đức Phật mới nói với Rāhu (vua A Tu La) rằng hãy trả tự do cho Suriya, vì vị Thiên này bây giờ là Phật Tử biết nghe pháp, tu tập. Vua A Tu La mới trả tự do cho vị Thiên Suriya:

Đảnh lễ đấng Giác Ngộ
Bậc Anh Hùng muôn thuở
Ngài là bậc Giải Thoát
Thoát ly thật viên mãn
Còn con bị trói buộc
Hãy cho con quy ngưỡng.

Rồi Thế Tôn, vì Thiên tử Suriya, nói lên bài kệ này cho Rāhu, vua A-tu-la:

Suriya đã quy y,
Như Lai bậc La-hán,
Rāhu, hãy thả Suriya
Vì chư Phật thương đời.

Ông đi giữa hư không,
Chớ nuốt Suriya,

139. Chương 2: Tương Ưng Thiên Tử, I: Phẩm Thứ Nhất, 2.10. Suriya: (Nhật Thiên tử), Việt dịch: Hòa thượng T T Minh Châu. https://suttacentral.net/sn2.10/vi/minh_chau?lang=en&reference=none&highlight=false

Trong thế giới tối tăm,

Đã đem lại ánh sáng,

7.2.c. Chuyện Tên Trộm chỉ nghe Pháp mà chứng qua Dự Lưu

Trong tích truyện Kinh Pháp Cú, Đức Phật kể rằng có hai tên trộm đi cùng một nhóm cư sĩ Phật tử tới Kỳ Viên Tinh Xá (Jetavana), nơi Đức Phật đang giảng kinh. Một trong hai tên trộm chú ý lắng nghe pháp và tỉnh ngộ, liền đắc quả Dự Lưu. Trong khi đó, tên trộm thứ nhì thì lo đi trộm tiền từ nhà một cư sĩ.

Sau bài kinh, hai chàng trộm trở về nhà của kẻ trộm thứ nhì, người mới trộm được tiền. Vợ của kẻ trộm thứ nhì mới nói giỡn với kẻ trộm thứ nhất: "Anh trí tuệ quá, không có gì để nấu trong nhà của anh đâu."

Nghe thế, kẻ trộm thứ nhất tự nghĩ, "Chị này ngu tới nỗi chị nghĩ rằng chị rất khôn ngoan."

Thế rồi cùng với một số thân nhân, tên trộm thứ nhất tới gặp Đức Phật, kể lại. Đức Phật mới nói như sau:

"Người ngu nghĩ mình ngu,

Nhờ vậy thành có trí.

Người ngu tưởng có trí,

Thật xứng gọi chí ngu."

(Kinh Pháp Cú. Kệ số 63) [140]

---

140. Kinh Pháp Cú, Kệ số 63, Hòa thượng Thích Minh Châu dịch. https://thuvienhoasen.org/a35901/13-phat-tu-doi-tri-dich-benh

Thế rồi, tất cả thân nhân của kẻ thứ nhất cùng chứng quả Dự Lưu. Dù nghiệp nặng như kẻ trộm, nhưng khi chăm chú Nghe Kinh, xa lìa các phiền nào, nên chứng quả thánh.

Như vậy, tên trộm thứ nhất và thân nhân của vị đó trở thành thánh nhân nhờ thính pháp nghe kinh, nhìn tưởng ngu (vì không có tiền), nhưng thật ra là "trí." Trong khi tên trộm thứ hai và vợ của hắn thì trộm có tiền xài, nhưng tạo nghiệp xấu, gánh hậu quả mắc nợ, làm trâu bò trả nợ trong kiếp này và kiếp sau: họ tưởng là họ khôn "trí", nhưng thật ra là "dại."

7.2.d. Lợi ích của nghe pháp

Nghe pháp như thế nào để có oai đức chói sáng như mặt trời?

Đức Phật dạy Cư sĩ Ma-ha-nam có 16 điều như sau:

> "Này Ma-ha-nam, nếu Ưu-bà-tắc có đủ chánh tín và cũng xác lập cho người khác.
>
> Tự mình giữ tịnh giới, cũng xác lập tịnh giới cho người khác.
>
> Tự mình hành bố thí và dạy người hành bố thí.
>
> Tự mình đến chùa tháp gặp các Sa-môn, cũng dạy người khác đến gặp các Sa-môn.
>
> Tự mình chuyên cần nghe pháp, cũng dạy người nghe.
>
> Tự mình thọ trì pháp và dạy người khác thọ trì.
>
> Tự mình quán sát nghĩa cũng người quán sát.
>
> Tự mình biết nghĩa lý sâu xa tùy thuận tu, hành pháp thí, pháp hướng, cũng lại dạy người hiểu rõ

> nghĩa lý sâu xa, tùy thuận tu hành hướng đến pháp, thi pháp.
>
> Này Ma-ha-nam, người nào thành tựu mười sáu pháp như vậy, được gọi là Ưu-bà-tắc có thể tự an hỷ và làm người khác được an hỷ.
>
> Này Ma-ha-nam, nếu Ưu-bà-tắc nào thành tựu mười sáu pháp như vậy, thì tất cả người trong các chúng Bà-la-môn, chúng Sát-lợi, chúng Trưởng giả, chúng Sa-môn đều đến chỗ họ. Ở trong các chúng này, oai đức của họ sáng chói. Giống như mặt trời, ánh sáng chiếu soi cả sáng, trưa, chiều. Cũng vậy, Ưu-bà-tắc nào thành tựu mười sáu pháp, thì oai đức họ cũng tỏ rạng cả đầu, giữa và cuối." [141]

Nhìn chung, trong tất cả các pháp bố thí, pháp thí mới là tối thắng. Pháp thí là giúp người khác hiểu được Chánh pháp để chữa bệnh thân tâm cho mình và người. Đức Phật dạy có hai loại bố thí như sau:

> "Này các Tỷ-kheo, có hai loại bố thí này. Thế nào là hai? Bố thí tài vật và bố thí pháp. Những pháp này, này các Tỷ-kheo, là các loại bố thí. Tối thắng trong hai loại bố thí này, này các Tỷ-kheo, tức là pháp thí." [142]

Để pháp thí hữu hiệu và quần chúng có thể nghe pháp

---

141. Tạp A-hàm. Số 929, Nhất Thiết Sự, bản dịch của hai thầy Tuệ Sỹ và Đức Thắng.
https://suttacentral.net/sa929/vi/tue_sy-thang?lang=en&reference=none&highlight=false

142. Tăng chi bộ (Aṅguttara Nikāya), XIII. Phẩm Bố Thí, 2.141–150. Bố Thí, bản dịch HT.Minh Châu.
https://suttacentral.net/an2.141-150/vi/minh_chau?lang=en&reference=none&highlight=false

để tự chữa lành mình và người, chúng ta cần thực hiện Tứ nhiếp pháp như sau:

> "Này các Tỷ-kheo, có bốn Nhiếp pháp này: bố thí, ái ngữ, lợi hành, đồng sự. Tối thượng trong các loại bố thí, này các Tỷ-kheo, là pháp thí. Tối thượng trong các loại ái ngữ, này các Tỷ-kheo là tiếp tục thuyết pháp cho những ai hy cầu và lóng tai nghe. Tối thượng trong các lợi hành, này các Tỷ-kheo, là đối với người không có lòng tin, khích lệ, đặt vào, an trú vào đầy đủ lòng tin; đối với người không giữ giới, khích lệ, đặt vào, an trú vào đầy đủ giới; đối với người xan tham khích lệ, đặt vào an trú vào bố thí; đối với người ác tuệ, khích lệ, đặt vào, an trú vào đầy đủ trí tuệ. Này các Tỷ-kheo, tối thượng trong đồng sự là đồng sự giữa bậc Dự lưu với bậc Dự lưu, bậc Nhất lai với bậc Nhất lai, bậc Bất lai với bậc Bất lai, bậc A-la-hán với bậc A-la-hán. Này các Tỷ-kheo, đây là sức mạnh năng nhiếp."[143]

7.3. TỤNG KINH

7.3.1. Định nghĩa

Tụng là đọc thành tiếng, kèm theo chuông mõ khánh thì tốt để buổi tụng kinh trang nghiêm hơn. Kinh là lời dạy của Phật, kinh nào tụng cũng được cả, cốt yếu nhắc nhở chúng ta trở về Phật tánh, thân khẩu ý tránh dữ, làm lành, thanh tịnh tâm ý, tạo nghiệp thiện để tránh quả báo sát hại, đau khổ.

143. Tăng Chi Bộ - Anguttara Nikaya, Chương IV - Bốn Pháp, IV. Phẩm Bánh Xe,
Hòa thượng Thích Minh Châu dịch Việt.
https://www.budsas.org/uni/u-kinh-tangchibo/tangchi04-0406.htm

Khi ngồi tụng kinh là thân, khẩu ý đều được nhiếp niệm, không lăng xăng, buông lung. Ngồi thẳng ngay ngắn, các khớp, cổ chân, bàn chân, ngón chân cân bằng, máu huyết lưu thông. Đó là cách hay nhất tăng cường sức khoẻ, đẩy lùi sự lão hoá, và tăng cường sức miễn dịch Covid-19.

Miệng sẽ chánh niệm, không chửi bậy, không nói lời thị phi mà chỉ thốt lời vàng, lời bạc, hơi thở đều đặn, tiếng tụng kinh nhịp nhàng, không gấp gáp, nên hệ tuần hoàn và hô hấp tạo ra một dao động cộng hưởng lên xuống, ra vào, lưu thông, tống các khí độc ra ngoài, có tác dụng tích cực trong trao đổi Oxy ở phế nang khi cơ thể phản ứng tăng tiết miễn dịch ở đường hô hấp.

Tâm ý phải tập trung vào từng lời kinh tiếng kệ mới phát ra miệng, nên sẽ thâu nhiếp những tán loạn, vọng động của tâm mình, để sinh được định và phát được huệ. Từ đó, tiêu trừ những tham sân phiền não, đạt đến trạng thái an nhiên tự tại. Hệ miễn dịch nhờ vậy mà được hoàn bị và chữa lành tất cả tinh, khí, huyết trong cơ thể.

Theo truyền thống Bắc tông, khi toàn cầu đang gặp đại dịch SARS-CoV-2 virus thì nên tụng những kinh khế cơ (con người đang đau khổ vì sự xâm lăng khủng khiếp của bóng ma đại địch), khế lý (phù hợp chân lý cứu khổ, đem sự bình an thực tế trên hành tinh này) như Kinh Dược Sư, Kinh Phổ Môn, Di Đà, Địa tạng, Sám Hối Hồng Danh, Từ Bi Thủy Sám Pháp, Lương Hoàng Sám….Các kinh này chí nguyện ban vui-cứu khổ của chư Phật và Bồ-tát như sau:

7.3.2. Kinh Dược Sư

"Này Mạn-Thù Thất-Lợi! Đức Dược-Sư Lưu- Ly

Quang Như-Lai kia khi đã chứng được đạo Bồ-đề, do sức bổn-nguyện mà Ngài quan-sát biết chúng hữu-tình gặp phải các thứ bệnh khổ như da vàng, gầy ốm, cảm nhiệt, thương hàn, hoặc trúng phải những thứ ếm đối, đồ độc, hoặc bị hoạnh-tử, hoặc bị chết non. Muốn những chứng bệnh đau khổ ấy được tiêu-trừ và lòng mong cầu của chúng hữu-tình được mãn-nguyện, Ngài liền nhập định, gọi là định: "diệt trừ tất cả khổ não chúng sanh." Khi Ngài nhập định, từ trong nhục-kế phóng ra luồng ánh-sáng lớn, trong luồng ánh-sáng ấy nói thần chú Đại Đà-la-ni:

Nam Mô bạt già phạt đế, bệ sát xã, lu lô tịch lưu-ly, bác lặc bà, hát ra xà dả. Đát tha yết đa ra, a ra hắc đế. Tam miệu tam bột đà da, đát điệt tha. Án, bệ sát thệ, bệ sát thệ, bệ sát xã, tam một yết đế tóa ha.

Lúc ấy trong luồng ánh-sáng diễn chú này rồi, cả đại-địa rúng động, phóng ra ánh đại-quang- minh làm cho tất cả chúng-sanh dứt hết bệnh khổ, hưởng được an vui.

Này Mạn-Thù Thất-Lợi! Nếu thấy những người nào đang mắc bệnh khổ thì phải tắm gội cho sạch sẽ và vì họ nhứt tâm tụng chú này 108 biến, chú-nguyện trong đồ ăn, trong thuốc uống hay trong nước không vi-trùng mà cho họ uống thì những bệnh khổ ấy đều tiêu-diệt.

Nếu có ai mong cầu việc gì mà chí tâm tụng- niệm chú này thì đều được như ý muốn: đã không bệnh lại thêm sống lâu, sau khi mạng chung được sanh về thế giới Tịnh Lưu-Ly, không còn thối chuyển, rồi dần dần tu chứng đến đạo quả Bồ-đề. Vậy nên,

Mạn-Thù Thất-Lợi, nếu có những người nào hết lòng ân-cần tôn trọng, cung kính cúng dường đức Dược-Sư Lưu-Ly Quang Như-Lai thì phải thường trì-tụng chú này đừng lãng quên."[144]

7.3.3. Kinh Thủy Sám

"Chúng con tên là ... Nhứt tánh trái ngang chìm đắm hướng về trong bốn thú, Nhứt chơn mờ mịt loanh quanh ở mãi trong sáu đường. Nghiệp thân, miệng, ý buông lung, vì tham, sân, si phóng túng. Làm càn làm bậy tạo ra nghiệp chướng vô biên, theo ác theo tà gây lấy lỗi lầm nhiều thứ…

Nguyện nhờ công đức Sám hối những tội giết hại ấy, chúng con đời đời kiếp kiếp được thân hình bền chắc như kim cương, sống lâu vô cùng, xa lìa oán ghét, không còn nghĩ đến những việc giết hại."[145]

Kinh Thủy Sám là phương pháp sám hối cho người sống và cả thay cho người chết sám hối. Phương pháp này mệnh danh Từ bi thủy sám, gọi tắt là thủy sám, nghĩa là nước từ bi để rửa sách các lỗi lầm trong quá khứ, để quy phục oan gia trái chủ, khiến chữa lành được căn bệnh nhiễm Covid-19.

Cuộc sống đang bị hâm dọa bởi đại dịch Coronavirus,

144. Nghi Thức Cầu An Kinh Dược Sư, Thích Nữ Giới Hương biên soạn, Nhà xuất bản Hồng Đức https://www.huongsentemple.com/index.php/vn/phat-phap/nghi-le/8560-duoc-su-kinh

145. Từ Bi Thủy Sám Pháp, Việt dịch: Thích Huyền Dung, Nxb Tôn Giáo. https://daibaothapmandalataythien.org/tu-bi-thuy-sam-phap-viet-dich-ht-thich-huyen-dung

rất nhiều bệnh nhân chết trong đơn côi lặng lẽ, không một người thân bên cạnh. Hãy thay vì hương linh, hướng đến hương linh đó, mà tụng Từ Bi Thủy Sám hoặc muốn cầu siêu thì tụng kinh Di Đà, Địa Tạng, Vu Lan báo hiếu, Phụ Mẫu Báo Trọng Ân... Biết người thân, người quen hay xa lạ đang nằm bệnh viện hay ở nhà cách ly bị lây nhiễm Covid-19 thì tụng cầu an giải bệnh như kinh Phổ Môn, Dược Sư, v.v...

Trong truyền thống Phật giáo Nguyên thủy, các sư tăng và Phật tử Nam tông hay tụng một số bài kinh như là Kinh Cầu An (Parittas) (bảo vệ khỏi bị bệnh tật và tai họa) hay Kinh Giải Bệnh Girimānanda có năng lực chữa lành, giúp vượt qua bệnh tật và duy trì sức khỏe nhờ những uy lực của Phật, Pháp, Tăng.

7.3.4. Các Kinh Cầu An Paritta

"Nhờ Uy linh của Đức Phật, xin cho những triệu bất hảo, điều bất lợi, tiếng điểu thú không vừa lòng, nghịch cảnh và mộng mị bất mãn thảy đều tiêu tan.

Nhờ Uy linh của Đức Pháp, xin cho những triệu bất hảo, điều bất lợi, tiếng điểu thú không vừa lòng, nghịch cảnh và mộng mị bất mãn thảy đều tiêu tan.

Nhờ Uy linh của Đức Tăng, xin cho những triệu bất hảo, điều bất lợi, tiếng điểu thú không vừa lòng, nghịch cảnh và mộng mị bất mãn thảy đều tiêu tan.

Tất cả chúng sanh đến khổ rồi, xin cho dứt khổ, đến điều lo sợ rồi, xin cho dứt lo sợ, đến cơn phiền muộn rồi, xin cho dứt phiền muộn.

Mong cho Chư Thiên hoan hỷ quả phước của chúng tôi đã tạo, cho được thành tựu những hạnh phúc.

Chúng nhân hãy bố thí, hãy trì giới hãy là người vui thích Tham Thiền (Niệm Phật) thường thường, Chư Thiên đã đến rồi, xin thỉnh các Ngài hồi quy.

Tất cả đức Chánh-Biến-Tri đều duy trì quyền lực, Chư Độc Giác cũng có quyền lực, các bậc A LA HÁN cũng có quyền lực; Tôi xin kết hợp sự duy trì bằng cách phát quang hoàn toàn (của các quyền lực ấy)."[146]

7.3.5. Kinh Giải Bệnh Girimānanda (Kinh Kỳ-Lợi-Ma-Nan)

"Này Ànanda, nếu ngươi đến chỗ của tỷ kheo Girimànanda và nói lại 10 pháp niệm tưởng sau đây, thì sự kiện này có thể xảy ra là sau khi nghe xong, bệnh tình của tỷ kheo Girimànanda có thể lập tức thuyên giảm.

Thế nào là 10 pháp niệm tưởng đó? Đó là Vô thường tưởng, Vô ngã tưởng, Bất tịnh tưởng, Nguy hại tưởng, Đoạn trừ tưởng, Ly tham tưởng, Tịch diệt tưởng, Yếm thế tưởng, Hữu vi hoại tưởng và Nhập xuất tức niệm…

Này Ànanda, nếu ngươi đến chỗ tỷ kheo Girimànanda và nói lại 10 phép niệm tưởng này, sự kiện này có thể xảy ra là sau khi nghe xong, bệnh tình của tỷ kheo Girimànanda có thể lập tức thuyên giảm.

Rồi tôn giả Ànanda, sau khi học xong 10 pháp

146. Pakiṇṇakaparitta – Kinh Tụng Sau Cùng Các Kinh Cầu An. https://theravada.vn/paki%E1%B9%87%E1%B9%87akaparitta-kinh-tung-sau-cung-cac-kinh-cau-an/

niệm tưởng này từ nơi Thế Tôn, đã đi đến chỗ tôn giả Girimànanda và nói lại 10 pháp niệm tưởng này. Lúc bấy giờ, sau khi nghe xong, cơn trọng bệnh của tôn giả Girimànanda đã lập tức thuyên giảm. Bệnh tình của tôn giả Girimànanda đã chấm dứt với sự kiện như vậy."[147]

Lời kinh tiếng kệ đều từ suối nguồn từ bi và trí tuệ siêu phàm của Phật nói ra cho nên công đức vô lượng nếu chúng ta tụng và thực hành, có khả năng chữa lành bệnh dịch cho mình và người, được tiêu tai giải nạn.

Khi tụng kinh, ba nghiệp thân, miệng, ý chúng ta thanh tịnh vì không có tác ý những điều ác, bất thiện. Lời kinh vừa cất lên thì chư thiên, hộ pháp, bồ tát đã giáng lâm hộ trì, nên tại đạo tràng, nơi tụng kinh hay tư gia đều được gia hộ, thanh tịnh, trang nghiêm.

Tụng kinh vào buổi sáng sớm lúc khoảng 5,6 giờ sáng là giờ thanh tịnh nhất, vì sau một đêm ngủ nghỉ, các bận rộn, phiền não đã lắng xuống thì khi tụng hay đọc kinh sẽ có nhiều hiệu quả, thâm huyền, lắng sâu, hiểu rõ và thấm sâu từng chữ như các chùa hay giọng chuông, ngồi thiền và tụng kinh lúc sáng sớm khi sao mai chưa ló dạng.

Nếu không khỏe và không thể tụng ngân nga thì có thể đọc yên lặng hay chỉ tĩnh tâm quán tưởng lời kinh, lời dạy của Phật thì cũng sẽ mang đến nhiều hiệu quả và linh nghiệm chữa lành nhiệm mầu.

Định tâm chú ý vào lời kinh Phật, cùng với lòng thành kính vô biên, tín tâm bất động, khiến bạt những vọng

---

147. Tăng Chi Bộ (Anguttaranikàya), Kinh Giải Bệnh Girimānanda (Kinh Kỳ-Lợi-Ma-Nan)
https://thuvienhoasen.org/a38291/kinh-giai-benh-girima-nanda-sutta

tưởng, để phát sinh lực định tam muội, có năng lực đẩy mạnh nghiệp chướng, chữa lành bệnh thân tâm, sanh trí tuệ. Do đó, lời kinh vang ra đến đâu, âm dương và cả các loài côn trùng, sinh vật, dưới đất, trên đất, trên trời và khắp mười phương đều được lợi ích, khai thị, giác tỉnh, phát tâm tu tập. Các loài Coronavirus cũng do đây mà được kết duyên với Tam bảo trong lời kinh cầu nguyện độ sanh đó, mà chịu đi ra khỏi cơ thể của bệnh nhân.

> "Tụng kinh để trú tâm trong thắng pháp, để hiểu lời Phật dạy và sau đó thực hành. Diệu dụng của pháp Phật chính là ở đây.
>
> Siêng năng trì tụng kinh điển nhưng không thực hành, thì tuy có phước đức, nhưng rất nhỏ nhoi và khó có thể đem đến những kết quả ưu thắng."[148]

Kinh nào cũng quý, quan trọng là chúng ta thành tâm hiểu và thực hành để được lợi ích. Những lời đức Phật đã dạy trong kinh điển, hợp với chân lý và căn cơ của chúng sinh.

7.4. PHÁP THIỀN GIÚP CHỮA LÀNH NỖI SỢ HÃI VỀ DỊCH BỆNH COVID 19

Đức Phật Thích Ca là bậc đạo sư, bậc thánh của nhân loại, nổi tiếng qua phương pháp truyền dạy pháp môn vô lậu "Giới-định-tuệ." Pháp của Ngài để lại, không gì ngoài giới-định-tuệ.

Thiền là một trong đỉnh ba chân đó. Đây là phương pháp tĩnh tâm, nhờ tĩnh tâm mà phát sanh trí tuệ sáng suốt, và có khả năng chữa lành nhiều bệnh, cân bằng tâm lý,

148. Chúc Phú, Khảo Biện về Kinh Dược Sư. https://giacngo.vn/khao-bien-ve-kinh-duoc-su-post38425.html

thoát khỏi cảm giác sợ hãi, khổ đau vì Covid-19.

7.4.1. Định nghĩa

Thiền chánh niệm tỉnh giác, an trú bây giờ và ở đây như thiền sư Thích Nhất Hạnh nói "here and now." Thiền giúp giảm căng thẳng (stress) nhất là đại dịch covid-17 mang đến nhiều lo âu sợ hãi, nguy hiểm đến tánh mạng của mình, gia đình và đồng loại.

Có nhiều phương cách thiền, nhưng đơn giản và phổ biến nhất ở hải ngoại là thiền chánh niệm, sổ tức (theo dõi hởi thở ra vào tức pháp quán Thân trên Thân trong Tứ Niệm Xứ) hay hay pháp môn thiền tịnh độ niệm Phật.

7.4.2. Cách ngồi thiền

Sự kết hợp giữa thiền tập và sức khoẻ trong truyền thống Phật giáo, vốn đã có mặt rất lâu. Nhiều nhà khoa học, các bệnh viện thần kinh, các trại cải tạo, các cơ sở thương mại... đã nhấn mạnh sự đóng góp lớn lao của thiền chánh niệm trong việc giảm căng thẳng, rối loạn, lo âu, bởi lẽ thiền là cách thể dục tạo một môi trường cân bằng cho thân, tâm, cảnh. Thiền giúp cho bộ não nghỉ ngơi, khôi phục sự bình tĩnh (calm down) mang lại sự yên bình nội tâm và ngoại thân.

Cho nên, thiền được xem như loại thuốc bổ vô giá chữa lành cho tâm thể, giúp thư giãn tĩnh lặng, năng hiệu suất làm việc, cải thiện chức năng miễn dịch của cơ thể, giảm huyết áp, tăng cường chức năng nhận thức, hồi phục sức khỏe thể chất, xua tan bao nỗi sợ hãi vọng tưởng, tâm lý hoảng loạn, căng thẳng, ngờ vực, và lo âu.

Đại dịch Covid-19 là cơ hội vàng cho chúng ta thật sự buông sự rộn ràng xuống, sống chậm lại và có nhiều thời quan để thanh thản ngồi thiền, quán tưởng về bản chất của cuộc đời và con Coronavirus đang xâm nhập hành tinh loài người.

Vì cách ly, giãn cách, nên hoàn cảnh yên tĩnh, không rộn ràng, náo nhiệt, chúng ta nên chọn thời gian thích hợp để ngồi thẳng, hướng về tượng Phật. Điều chỉnh tư thế ngồi kiết già (tréo hai chân và hai lòng bàn chân lên trên) hay bán già (chân trên, chân dưới), hay trên ghế (thòng 2 chân xuống) đều mang đến một lợi ích vô cùng lớn. Quan trọng giữ lưng, đầu, cổ, các khớp, cột sống thẳng đứng như vách tường. Hai tay đặt nhẹ lên chân; hai đầu ngón cái chạm nhau để truyền năng lượng thông nhau. Mắt mở, nhìn xuống, giữ cách khoảng nửa mét. Toàn thân thả lỏng tự nhiên và từ từ lắng đọng tâm tư như ly nước đục để yên, cát bùn tự nhiên lắng xuống, nước sẽ trong. Do nối kết theo đường thẳng, khiến hơi thở, khí huyết lưu thông, cơ thể tích cực hoạt động trao đổi oxy ở phế nang, tăng tiết dịch ở đường hô hấp, miễn nhiễm SASK-CoV rất hiệu quả.

Cho nên, thiền là một phương pháp chữa lành hữu nghiệm, hiện nay phổ biến, chẳng những Phật giáo mà ngay cả các tôn giáo khác hay không tôn giáo như ở học đường, công sở, viện dưỡng lão, quân đội, bệnh viện... cũng thực hành thiền như một cẩm nang sống hữu ích ở mọi thời gian và không gian.

7.4.3. Thiền Tứ Niệm Xứ

Tứ niệm xứ là quán thân trên thân, quán thọ trên các thọ, quán tâm trên tâm, quán pháp trên các pháp. Thiền theo dõi hơi thở là thuộc về dùng tuệ quán thân trên thân.

"Thế nào là bốn? Này các Tỷ-kheo, ở đây Tỷ-kheo sống: Quán thân trên thân, sống quán thọ trên các thọ, sống quán tâm trên tâm, sống quán pháp trên các pháp, nhiệt tâm, tỉnh giác, chánh niệm để chế ngự tham ưu ở đời.

"Quán thân - niệm hơi thở: Này các Tỳ Khưu, thế nào là quán thân trên thân? người tu tập đi vào rừng vắng, hay dưới cội cây hoặc nơi nhà trống, ngồi kiết già với lưng thẳng hướng sự chú ý ngay trước mặt. Vị ấy thở ra, thở vào với sự tỉnh thức. Khi thở vô dài vị ấy sáng suốt nhận biết: đang thở vô dài; khi thở ra dài vị ấy sáng suốt nhận biết: đang thở ra dài. Khi thở vô ngắn vị ấy sáng suốt nhận biết: đang thở vô ngắn; khi thở ra ngắn vị ấy sáng suốt nhận biết: đang thở ra ngắn. Vị ấy thực tập: cảm giác toàn thân tôi sẽ thở vô; vị ấy thực tập: cảm giác toàn thân tôi sẽ thở ra; vị ấy thực tập: an tịnh toàn thân tôi sẽ thở ra; vị ấy thực tập: an tịnh toàn thân tôi sẽ thở vô; vị ấy thực tập: an tịnh toàn thân tôi sẽ thở ra; vị ấy thực tập: an tịnh toàn thân tôi sẽ thở vô. Cũng như người thợ tiện thành thạo khi quay dài hay ngắn đều biết rõ, người tu tập cũng vậy." [149]

Chánh niệm nơi thân, thọ, tâm, pháp (Tứ Niệm Xứ).[150] Tập dần dần sẽ đưa đến chánh niệm để chế ngự tham ưu vì đại dịch Covid-19 ở đời.

Chúng ta đi con đường trung dung, ôn hòa. Sống hài hòa với môi trường, với xã hội, thay vì sợ hãi, tuyệt vọng,

---

149. Trung Bộ Kinh (Majjhima Nikaya), 10. Kinh Niệm xứ (Satipatthàna sutta). https://quangduc.com/a33515/thien-su-tinh-lang-cua-tam

150. Tứ Niệm Xứ, Sư bà Hải Triều Âm giải nghĩa. Kinh Tứ Niệm Xứ - TKN Hải Triều Âm
https://daibaothapmandalataythien.org/kinh-tu-niem-xu-tkn-hai-trieu-am
Kinh Tứ Niệm Xứ - TKN Hải Triều Âm
Kinh Tứ Niệm Xứ - TKN Hải Triều Âm
Kinh Tứ Niệm Xứ - TKN Hải Triều Âm

chán nãn, tự tử, thì tích cực ngồi thiền, tích cực cùng với xã hội chống dịch Covid-19 bằng cách mở các lớp thiền zoom online để nâng số lượng người an ổn, lạc quan và khỏe mạnh.

Trái đất hữu hình luôn luôn biến đổi ngay cả hạt nguyên tử (tế bào nhỏ nhất) cho tới một sinh vật bé tí như con Coronavirus, hay côn trùng, chó, mèo, con người, tập thể, quốc gia, hành tinh, một hệ mặt trời, một thiên hà, hay toàn vũ trụ (Milky way) đều bị chi phối theo luật sanh-già-bệnh-chết, sanh-trụ-dị-diệt, thành-trụ-hoại-không và lý duyên khởi. Một có thì tất cả cùng có. Một diệt thì tất cả cùng diệt. Cho nên, nếu chúng ta thiền định tỏa năng lượng vững chải, tình thương và hiểu biết đến muôn loại thì tất cả cũng cảm nhận được năng lượng đó mà an ổn. Như thắp một ngọn đèn thì sáng le lói, ngàn ngọn đèn thì tỏa sáng hơn, nên hãy cùng ngồi thiền để có nhiều năng lượng tỏa ra, giúp trái đất đang bị Covis-19 xâm nhập được bình an.

Đây là trí minh sát tuệ (Vipassana) tỉnh giác quan sát những gì đang xảy ra, từng phản ứng, cảm xúc, cử động của thân, tâm như gương chiếu các vật đến và đi mà không có mảy may phê phán hoặc so sánh.

Có nhiều phương cách thực hành thiền chánh niệm từ cấp độ đơn giản đến cấp độ cao hơn. Một trong những cách dễ nhất và đơn giản để thực hành là đếm hơi thở để trú tâm nơi hơi thở tức quán thân trên thân (đối tượng quán đầu tiên của Tứ Niệm Xứ). Khi hít hơi thở vào rồi thở ra, đếm một. Hít hơi thở vào rồi thở ra, đếm hai... Đếm cho đến mười. Đếm mười xong trở lại đếm một, hai rồi đến mười. Cứ trở lui, trở tới từ một đến mười ấy. Mục đích của đếm hơi thở là cột tâm vào số đếm, vào hơi thở ấy để cho tâm khỏi nghĩ ngợi lung tung.

Sau khi thành thục bài tập vỡ lòng này rồi thì bước qua giai đoạn hai là dõi theo hơi thở, nhận biết luồng hơi thở đi vào cơ thể qua sóng mũi, luồng hơi thở đi ra khỏi cơ thể từ sóng mũi (hay miệng). Khi tâm rời hơi thở (đi lang thang), cần chánh niệm nhận ra ngay điều này, kéo tâm trở về với hơi thở. Hãy chú ý luồng hơi thở đi vào, luồng hơi thở đi ra, từ mũi xuống đan điền (phía dưới rốn khoảng ba đốt ngón tay) và từ đan điền ra chót mũi. Cảm nhận hơi thở nóng lạnh khi đi ra và vào lỗ mũi.

Dù là đếm hơi thở hay dõi theo hơi thở đều nên áp dụng lối thở bụng như lối thở của trẻ thơ. Khi hít hơi thở vào, bụng phồng ra, khi thở ra, bụng lép lại.

Để thực hành quán thân trên thân này, hãy tìm một nơi yên tĩnh. Chúng ta có thể ngồi trên ghế hoặc đệm, bồ đoàn. Nếu trước một tượng Phật thì càng hay. Thư giãn ngồi với lưng thẳng. Tay phải đặt vào lòng bàn tay trái, hai ngón tay cái chạm vào nhau. Nhắm mắt và hít một hơi thật sâu. Cảm nhận và tập trung vào sự chuyển động lên xuống của ngực và bụng khi hít vào hay thở ra. Cảm nhận hơi thở đi lên xuống qua ngực và bụng. Ngoài ra, cũng có thể ghi nhận sự mát mẻ của không khí khi hơi thở hít vào và không khí ấm áp khi thở ra. Thư giãn và tự nhiên. Cứ như vậy nhẹ nhàng theo dõi hơi thở vào ra.

Trong quá trình luyện tập, sự dõi theo hơi thở có thể bị sao lãng trong sát na khoảnh khắc vì tập khí vọng tưởng tán loạn. Hãy nhẹ nhàng trở về với hơi thở. Chúng ta có thể thực hành kỹ thuật đơn giản này trong 15 phút hay nhiều hơn mỗi ngày. Việc thực hành chỉ có hiệu quả khi được thực hành liên tục.

Sư ông Nhất Hạnh, bậc thầy nổi tiếng của phương Tây

và toàn cầu về pháp thiền hơi thở chánh niệm. Ngài dạy như sau:

> "Sự sống chỉ có mặt nơi giây phút hiện tại, vì vậy mỗi bước chân của chúng ta hãy trở về giây phút hiện tại, để có thêm năng lượng vững chãi và thảnh thơi. Khi ấy mỗi bước chân của chúng ta sẽ giúp mình tiếp xúc được sâu sắc với sự sống và những mầu nhiệm của sự sống. Thiền sư Nhất Hạnh đã từng viết: "Con nguyện là mỗi bước đi con sẽ chú tâm vào hơi thở, vào sự tiếp xúc giữa bàn chân với mặt đất mầu nhiệm... Những mầu nhiệm cuốc sống có mặt ngay trong giờ phút này từ nụ hoa, hạt sỏi, dòng suối, con sóc tiếng chim, cho đến gió trăng và tinh tú. Con biết rằng con sống, con có đủ hai chân khỏe mạnh và đang bước đi thảnh thơi trên mặt đất là một phép lạ, là đại thần thông."[4]

Hạnh phúc có thể có được bây giờ và ở đây. Chúng ta không cần phải có thật nhiều tiền hay sống trong ngôi nhà đầy đủ tiện nghi mới có thể hạnh phúc. Ta có thể sống giản dị, nhưng phải biết thực tập chánh niệm thì mỗi giây phút đều có thể trở thành một giây phút hạnh phúc. Chúng ta cảm nhận mình đang thở, ngắm thảm cỏ hay bầu trời xanh, thưởng thức trọn vẹn sự bình yên trong mỗi sát-na khi mình còn khỏe mạnh và sống cùng những người thương. Tiền bạc, uy quyền và sự hưởng thụ không cho ta hạnh phúc, Để có được sự cân bằng tâm lý trong giai đoạn dịch bệnh hiện nay, chúng ta cần phải thực tập chánh niệm trong đời sống hằng ngày. Ta cần sống chậm lại, tư duy sâu lắng hơn. Đôi khi công việc, cuộc sống với bao lo toan đã kéo chúng ta đi xa với nội tâm của chính mình. Dịch bệnh do Covid-19 gây ra cũng chính là cơ hội để giúp ta định tâm lại, hiểu thực sự giá trị của cuộc sống nằm ở vị trí nào trong cuộc đời của ta. Chánh niệm giúp ta quay lại với chân tâm của mình. Ta cần quan sát bản thân, từ thân – khẩu – ý. Ta biết mình đang nghĩ gì, nói gì và làm gì? Ta cần phải biết cách làm chủ bản thân trong đời sống và không để cho các hoàn cảnh xấu lôi kéo và chi phối.

Thiền sư Kōshō Uchiyama, thuộc dòng Tào Động Nhật Bản, có nói về pháp tu thiền của phái Tào Động như sau: "Khi chúng ta tọa thiền (zazen) có nghĩa là mọi ý nghĩ phải ngưng bặt và đầu óc trống rỗng phải không? Không, dĩ nhiên là không phải thế. Khi mà chúng ta còn sống thì các ý nghĩ khởi lên là điều tự nhiên, ngay cả khi tọa thiền cũng vậy. Điều quan trọng là để chúng tự đến và đi mà ta không theo đuổi chúng hoặc dẹp trừ chúng. Hãy coi chúng như những đám mây trên trời, chúng đến rồi tự động đi. Niệm có khởi thì chỉ cần không chạy theo chúng, không dính mắc, không nắm chặt lấy chúng, chứ cũng không cần phải lo diệt trừ chúng."[151]

Ý Ngài Kōshō Uchiyama dạy chúng ta, khi thực hành thiền định hàng ngày, luôn giữ tâm trong chánh niệm, nhẹ nhàng khi có các vọng tưởng, chỉ nhìn vào chúng để thấy chúng tự trôi đi như đám mây trên trời, đến đi và việc của mây. Còn chúng ta vẫn là người chủ tự tại nhẹ nhàng ngồi quán sát.

Tập như thế, dần dần chúng ta sẽ phát triển sự bình tĩnh, tự tại, xóa bỏ âu lo, sợ hãi, giảm thiểu sự phiền nhiễu của truyền thông xã hội, tăng mức độ tập trung và chức năng nhận thức cũng như cải thiện hệ miễn dịch trong mỗi chúng ta. Thêm vào đó, thiền chánh niệm cũng có tác

151. Tâm Thái, Lục tổ Huệ Năng - Pháp môn Vô Niệm. https://www.buddhismtoday.com/viet/phatphap/phapmon_vo_niem.htm

dụng thúc đẩy chúng ta năng nỗ tham gia những việc tích cực như tập thể dục, ăn uống lành mạnh, tiết giảm uống rượu và bỏ hút thuốc lá, cần sa. Nhờ đó, theo các nghiên cứu khoa học đều có thể giúp tăng cường khả năng miễn dịch, giảm áp huyết, cải thiện sức khỏe tim mạch và chống miễn nhiễm Coronavirus. Đó là ý nghĩa của chánh định đóng góp cho con người và xã hội.

Thiền chánh niệm hay còn gọi là chánh định là một trong tám con đường chân chánh (bát chánh đạo)[152] do Đức Thế Tôn giảng dạy để dứt đau khổ được an vui. Chánh định kết hợp với giữ thân khẩu ý chân chánh tức trì giới (chánh ngữ, chánh nghiệp, chánh mạng), sẽ giúp chúng ta có thể vững vàng phòng vệ được dịch bệnh coronavirus, nhiều bệnh dịch khác, và có thể sáng suốt giải quyết những thử thách khó khăn của cuộc sống.

Kinh tạng Pali và Phạn ngữ đã nhấn mạnh thiền chánh niệm chẳng những giúp giảm căng thẳng tinh thần, mà còn trực tiếp chữa lành nhiều bệnh tật về thể chất như Kinh Giải Bệnh Kỳ-lợi-ma-nan (*Girimānanda Suttai)*[153] thuộc Phật giáo Nguyên Thủy (kết tập trong thế kỷ thứ nhất trước Tây lịch), tôn giả Girimànanda sau khi lắng nghe kinh này thực hành chánh niệm và đã được bình phục sức khỏe; hay Kinh Duy Ma Cật (*Virmalakirti Sutra*) thuộc

---

152. Bát chánh đạo: Chánh kiến, Chánh tư duy, Chánh ngữ, Chánh nghiệp, Chánh mạng, Chánh tinh tấn, Chánh niệm, Chánh định, hay nói gọn lộ trình đó là Tuệ - Giới - Định.
https://langmai.org/tang-kinh-cac/vien-sach/giang-kinh/trai-tim-cua-but/bai-05-dao-de-bat-chanh-dao.
https://giacngo.vn/ba-cach-thuyet-minh-bat-chanh-dao-post53212.html

153. Tăng Chi Bộ Kinh, số 10.60. Girimānanda sutta - Kinh Giải Bệnh Kinh Kỳ-lợi-ma-nan (Girimānanda sutta). Kết tập trong thế kỷ thứ nhất trước Tây lịch.
https://thuvienhoasen.org/a38291/kinh-giai-benh-girima-nanda-sutta

truyền thống Đại thừa (xuất hiện vào thế kỷ thứ II sau Tây lịch) đã nói về cư sĩ Duy Ma Cật giác ngộ tánh không, chế ngự được bệnh tật của thân và thị hiện bệnh để chỉ cho các bồ tát hiểu rằng vì "chúng sanh bệnh nên cư sĩ bị bệnh"[154] hay các thần chú tam muội thuộc Kim Cương Thừa (Mật Tông) (xuất hiện từ thế kỷ thứ năm sau Tây lịch) có khả năng điều hoà năng lượng vi tế trong cơ thể để chữa lành bệnh tật rất hay.

Tóm lại, dù có sự khác biệt về hình thức thực tập chánh niệm giữa các truyền thống Phật giáo và các nền văn hóa, nhưng kết quả của thiền tập nói chung đều đưa đến năng lực chữa lành hoặc phòng bệnh.

Thiền định đúng cách là một phương pháp tâm linh nhưng rất thích hợp với khoa học về tinh thần học trong khoa học tâm lý trị liệu. Thiền định trong mùa dịch bệnh rất thích hợp với việc cách ly vi khuẩn Covid-19, dừng việc lây lan trên bình diện rộng.

7.4.4. Pháp Thiền Giúp Chữa Lành Nỗi Sợ Hãi, Chế Ngự Tham Ưu

Đức Phật dạy: "Này các Tỳ kheo, thế nào là các công việc đáng phải làm hơn hết? Chúng ta phải biết chánh niệm tỉnh giác từng tâm niệm của mình, khi đi tới, khi đi lui đều tỉnh giác; khi nhìn thẳng, khi nhìn quanh đều tỉnh giác; khi co tay, khi duỗi tay đều tỉnh giác; khi mặc y, ôm bình bát đi khất thực đều tỉnh giác; khi ăn uống đều tỉnh giác; khi đi đại tiểu tiện đều tỉnh giác; khi đi đứng, nằm,

154. Kinh Duy Ma Cật. Dịch giả cẩn chí Thích Huệ Hưng. https://www.matthuongnhindoi.org/index.php/phap-am/ii-kinh-van-phat-trien/kinh-duy-ma-cat

thức, ngủ, nói năng hay yên lặng đều tỉnh giác."

Phương pháp chánh niệm tỉnh giác, giúp ta nhận biết rõ ràng từ ý nghĩ, lời nói, hành động, không khởi tâm bám víu chạy theo, chúng ta chỉ nhìn thấy quán sát.

Đại dịch có thể khiến nhiều người sợ hãi và lo lắng về hiện tại và tương lai. Để tạo được tâm lý xã hội ổn định, chúng ta cần có nhận thức đúng đắn về dịch bệnh Covid-19. Cho nên, cần tiếp cận truyền thông cung cấp đầy đủ về nạn dịch Coronavirus, kịp thời thu nhận kiến thức về phòng ngừa bệnh dịch, tạo làn sóng tâm lý xã hội ổn định trên cơ sở chính niệm, để chúng ta giữ được tâm lý phòng ngừa và sự bình an trước dịch bệnh.

Người Phật tử có thể áp dụng các nguyên tắc của Phật pháp và thiền định để giảm bớt sự sợ hãi lo lắng. Hành thiền hưởng thọ sự an lạc của hơi thở ra vào ở hiện tại và tập trung vào những điều tích cực trong cuộc sống.

Nếu chúng ta biết tu tập thì vững chải, không có gì phải lo sợ cuộc tấn công của Coronavirus. Thiền, sống chậm, quán chiếu giác tỉnh rằng cuộc sống thế gian giống như môt vỡ kịch của một kiếp người một trăm năm. Sống chết, bệnh khỏe, giàu nghèo, vinh nhục, hạnh phúc đau khổ, cũng chỉ là thoáng đến, thoáng đi do nghiệp tạo không phải thật, cho nên chúng ta ổn định tâm trong pháp tu và không quá bám víu hay bị chi phối nhiều bởi bệnh dịch hay hoàn cảnh vô thường bên ngoài, bởi vì sư xâm nhập của Coronavirus ngoài tầm kiểm soát của chúng ta, như Đức Tenzin Gasho, Đạt-lai-lạt-ma thứ 14 đã khuyên rằng, "Nếu việc gì có thể làm được - thì hãy làm, không cần lo lắng. Nếu không làm gì được nữa, lo lắng sẽ không giúp ích gì."[155]

Theo báo Giác Ngộ, cơ quan truyền thông Phật Giáo TP HCM thì thành phố Sài Gòn có 599 bệnh nhân tử vong trong 2 ngày 21 và 22-8-2021. Như vậy cứ mỗi giờ ở Sài Gòn có hơn 12 người tử vong do dịch bệnh Covid-19 biến chủng Delta và người - Hòa thượng Thích Trí Quảng[156], vị đứng đầu Giáo Hội Phật giáo thành phố đã trấn an đồng bào Phật tử bằng cách thiền quán, vững chải không lo sợ như sau:

"Chúng ta còn nhớ vào đầu mùa hạ, dịch bệnh chỉ khởi điểm ở một trung tâm truyền giáo nhỏ mà chúng ta không để ý, rồi nó mở rộng ra thêm một điểm, hai điểm và dần dần dịch bệnh lan rộng cho đến ngày 18-7, TP.HCM công bố có trên 4.000 ca nhiễm bệnh. Điều này khiến Tăng Ni, Phật tử hơi dao động.

Ai cũng muốn dịch bệnh Covid-19 chấm dứt nhanh chóng để trả lại đời sống bình thường cho mọi người. Tuy nhiên, chúng ta càng lo lắng càng mong muốn, nhưng chúng ta không biết nguồn gốc của con siêu vi, không biết cách nó gây bệnh và không biết cách phòng chống thì càng làm cho dịch bệnh phát triển mạnh thêm.

Dịch bệnh phát xuất từ nghiệp ác của con người mà tạo nên hoàn cảnh xã hội trở thành tệ ác. Theo Phật dạy, mọi việc phát xuất từ tâm, nên chúng ta phải nghĩ đến việc

---

155. Thông điệp của Đức Tenzin Gyatso, Đạt-lai-lạt-ma thứ 14, về Covid-19.
https://thuvienhoasen.org/a33678/thu-cua-duc-dat-lai-lat-ma-ve-dai-dich-coronavirus

156. TP.HCM sáng 23-8-2021: Chưa bao giờ như hôm nay.
https://giacngo.vn/tphcm-sang-23-8-2021-chua-bao-gio-nhu-hom-nay-post58235.html

tiêu diệt con siêu vi tận gốc ngay từ tâm con người. Nếu chúng ta càng dao động, càng sợ hãi là tạo điều kiện tốt để nó phát triển thêm.

Vì vậy, chúng ta cần bình tĩnh và sáng suốt để biết rõ chúng ta phải làm thế nào ngăn ngừa dịch bệnh này. Trước nhất, chúng ta biết dịch bệnh Covid-19 lây nhiễm qua đường hô hấp của con người, chủ yếu từ người truyền sang người. Vì thế, chúng ta cách ly người với người thì siêu vi này không thể truyền qua được, đó là điều quan trọng phải biết."

7.4.5. Pháp Thiền Giúp Chữa Lành Dịch Bệnh Covid 19

Trong Kinh Tứ Niệm Xứ, Đức Phật dạy chúng ta quán thân trên thân, trong đó chánh niệm, tỉnh giác, chú tâm theo dõi hơi thở ra vào dài ngắn (sổ tức) với mục đích giúp chúng ta trú tâm nơi sóng mũi, quay về thực tại, bây giờ và ở đây (here and now). Bình yên trong từng hơi thở.

Từng bước thiền hành theo dõi hơi thở trong không gian vườn thiền thanh tịnh, giãn cách xã hội trong mùa dịch Covid-19, là phương pháp thiền quán hữu hiệu để cải thiện chức năng miễn dịch của cơ thể, giảm huyết áp, tăng cường chức năng nhận thức đối trị bệnh dịch và khiến giảm bớt đau khổ.

Thiền hơi thở dễ dàng, ngay sẵn nơi lỗ mũi mình, không cần tìm đâu xa mà lợi ích rất lớn mang những an lạc cơ bản và cần thiết trong đời sống như giúp tâm mình ổn định, sống chậm, giảm những tham muốn, phiền lụy, mê dại; thân cũng lắng dịu, bớt rong ruỗi, nhẹ nhàng, thong thả chánh niệm, tránh lỗi lầm. Đời sống sẽ trở nên an toàn, kiểm soát, tỉnh giác, không hỗn loạn, sợ hãi, tuyệt vọng.

Hơi thở giúp chúng ta cột tâm nơi từng cử động: "Thở vào ngắn, biết thở vào ngắn. Thở vào dài, biết thở vào dài," "rửa tay biết rửa tay" "mở nước rửa biết mở nước rửa tay"... chậm rãi, sạch sẽ, nên ngăn chặn sự lây nhiễm và đối trị bệnh dịch Covid-19 giữa mình và người. Thiền hơi thở là một pháp môn quan trọng hay liều thuốc trị vật lý, tâm lý hữu hiệu mà Đức Thế Tôn, bậc thầy của nhân loại đã để lại cho chúng ta.

Trong nhà Phật, bệnh là do thân, tâm và nghiệp.

a. Thân bệnh là do đất (thịt, gân, xương, tủy, thận..), nước (máu mũ, mồ hôi, nước mắt...), gió (hơi thở), lửa (hơi nóng trong người) không cân bằng. Lạnh quá là do thiếu hơi lửa, khiến đau nhức. Nóng sốt quá là do thiếu lạnh thì hơi thở không thông, như lửa bừng cháy,... Đất nhiều quá thì mập. Nước nhiều quá thì bủng yếu...nên bốn đại mà cân bằng, không nhiều, không ít. Ăn uống điều độ, tập thể dục, đi bộ, thiền nơi thân... là cách tránh thân bệnh.

b. Tâm bệnh là do chấp những vọng tưởng của tham, sân, si làm tâm mình, cho là thật, nên bị sai sử tạo nghiệp. Tôi thương, tôi ghét, tôi khổ, tôi hạnh phúc, tôi bị trầm cảm, lo âu, tuyệt vọng vì sợ Covid-19... đều là những vọng chấp. Biết những tâm tiêu cực không thật, đừng để bị chi phối tạo nghiệp, và nuôi dưỡng những tâm tích cực, tăng cường sức khỏe tâm lý như tình thương, hiểu biết, tha thứ, thân thiện, tinh tấn, nhẫn nhục, vị tha.... Từ sức khỏe của tâm đưa đến sức khỏe của thân. Tâm tiêu cực dễ hư hỏng, nào rượu chè, thuốc phiện, thì thân sẽ bệnh hoạn, chết sớm. Ngược lại, tâm ổn định, hướng thượng thì các nội tạng lục phủ của thân cũng ảnh hương sống lâu và bền bỉ đối phó với nạn dịch.

c. Nghiệp bệnh là do nghiệp sát sanh, làm thân tâm của người hay con vật đau đớn và bây giờ cảm báo nghiệp xấu, trả quả khiến thân bị bệnh, bệnh nghiệp như trong Kinh Tiểu Nghiệp Phân Biệt,[157] Đức Phật đã mô tả như sau:

"Có thanh niên Subha Todeyyaputta đi đến Thế Tôn; sau khi đến, nói lên với Thế Tôn những lời chào đón hỏi thăm; sau khi nói lên những lời chào hỏi thăm thân hữu, liền ngồi xuống một bên. Ngồi xuống một bên, thanh niên Subha Todeyyaputta bạch Thế Tôn:

-- Thưa Tôn giả Gotama, do nhân gì, do duyên gì giữa loài Người với nhau, khi họ là loài Người, lại thấy có người liệt, có người ưu?

Thưa Tôn giả Gotama, chúng tôi thấy có người đoản thọ, có người trường thọ; chúng tôi thấy có người nhiều bệnh, có người ít bệnh; chúng tôi thấy có người xấu sắc, có người đẹp sắc; chúng tôi thấy có người quyền thế nhỏ, có người quyền thế lớn; chúng tôi thấy có người tài sản nhỏ, có người tài sản lớn; chúng tôi thấy có người thuộc gia đình hạ liệt, có người thuộc gia đình cao quý; chúng tôi thấy có người trí tuệ yếu kém, có người có đầy đủ trí tuệ.

Thưa Tôn giả Gotama, do nhân gì, do duyên gì, giữa loài Người với nhau, khi họ là loài Người, lại thấy có

157. Trung Bộ Kinh (Majjhima Nikaya), Số 135, Tiểu Kinh Nghiệp Phân Biệt (Cùlakammavibhanga sutta)
https://www.budsas.org/uni/u-kinh-trungbo/trung135.htm

người liệt, có người ưu?

-- Này Thanh niên, các loài hữu tình là chủ nhân của nghiệp, là thừa tự của nghiệp. Nghiệp là thai tạng, nghiệp là quyến thuộc, nghiệp là điểm tựa, nghiệp phân chia các loài hữu tình; nghĩa là có liệt, có ưu.

-- Ở đây, này Thanh niên, có người đàn bà hay người đàn ông, sát sanh, tàn nhẫn, tay lấm máu, tâm chuyên sát hại đả thương, tâm không từ bi đối với các loại chúng sanh. Do nghiệp ấy, thành đạt như vậy, thành tựu như vậy, sau khi thân hoại mạng chung, bị sanh vào cõi dữ, ác thú, đọa xứ, địa ngục. Nếu sau khi thân hoại mạng chung, người ấy không sanh vào cõi dữ, ác thú, đọa xứ, địa ngục, nếu được đi đến loài Người, chỗ nào người ấy sanh ra, người ấy phải đoản mạng. Con đường ấy đưa đến đoản mạng, này Thanh niên, tức là sát sanh, tàn nhẫn, tay lấm máu, tâm chuyên sát hại đả thương, tâm không từ bi đối với các loài hữu tình.

Do não hại, đánh đập, hành hạ, sát hại các loài hữu tình, không tu dưỡng tâm từ, không biết phóng sinh cứu vật. Như vậy, bệnh là do túc nghiệp hành vi trong quá khứ, hay trong hiện tại của chính mỗi người chúng ta tạo thành chứ không ai khác."

Bài kinh trên đã phân biệt rất rõ, thân yếu bệnh hoạn là do nghiệp dữ "sát sanh, tàn nhẫn, tay lấm máu, tâm chuyên sát hại đả thương, tâm không từ bi đối với các loài hữu tình do não hại, đánh đập, hành hạ, sát hại các loài hữu tình, không tu dưỡng tâm từ, không biết phóng sinh cứu vật."

Ngược lại, ai tạo nghiệp lành như bố thí, phóng sanh, ăn chay, niệm Phật, tụng kinh, trì chú sám hối, thiền định, vị tha, giúp người thì đời sống hiện tại sẽ được phước báu, sống lâu, giàu có, khỏe mạnh và hạnh phúc.

Bệnh tật là một trong tám nổi khổ mà loài người chúng ta phải đối diện, không ai tránh khỏi.

Nhà Phật có câu "Thân bệnh mà tâm không bệnh" nghĩa là do nghiệp báu quá khứ hay hiện tại mà thân bị sanh, trụ, dị, diệt, nhưng tâm vẫn vững chải, kiên định không sợ hãi bởi tâm Phật mới là của mình, còn xác thân là nghiệp báu giả tạm, sẽ theo vô thường mà đi. Pháp thiền của đạo Phật giúp chúng ta quán chiếu thấy bản chất như thật của cuộc đời này mà sống an lạc, hy sinh, phụng sự và đầy ý nghĩa.

7.4.6. Thiền để giác tỉnh cuộc đời là vô thường, vô ngã, khổ và không (Bốn Pháp Ấn)

Tập thở sâu, chú tâm vào hơi thở cũng là cách đơn giản mà rất hiệu quả để giác tỉnh cuôc đời là vô thường, vô ngã, khổ và không. Hít vào bằng mũi, thở ra chậm rãi qua miệng như là mình đang thổi qua một ống hút (đầu vào của mũi và cửa ra của miệng).

Đơn giản như vậy, tập trung vào hơi thở, sẽ giúp ta tập trung vào hiện tại, sống ở hiện tại.

Hiện tại là thời điểm duy nhất mà ta có thể sống, có thể kiểm soát được.

Quá khứ, dù chỉ cách đây một phút; tương lai, dù chỉ là một giây nữa thôi, cũng đều ngoài tầm kiểm soát của mình.

Hãy thở rất nhẹ nhàng (soft) để giác tỉnh cuộc đời là vô thường, vô ngã, khổ và không. Tập trung tâm theo hơi thở, thấy mình và hơi thở là một. Chánh niệm, tỉnh thức theo dõi hơi thở, không còn thấy cảnh, thân và tâm, chỉ là một. Niệm thở cũng là niệm thân, cũng là niệm tâm. Hơi thở nhẹ nhàng trong vắt, như khói, như sương, vô hình. Thân, tâm nhập một với hơi thở nên cũng vô hình, không nặng nề, khinh an. Tỏa năng lượng khinh an cho toàn thân mình và người xung quanh

Trong hơi thở, thiền quán thấy sự vô thường thay đổi (ra vào, vào ra, không có gì là mình), vô ngã (không có cái ta, cái tên, chỉ có hơi thở phập phồng nơi mũi và bụng), không (thở ra mà không vào, vào mà không ra là chết, không,vì mạng căn bám víu nơi hơi thở ngắn ngủi), khổ (đại dịch Covid-19 vi trùng xâm nhập phổi làm khó thở, hơi thở nhiễm, nên khổ đau, sợ hãi).

Như vậy, từ ngồi thiền theo dõi hơi thở chuyển sang niệm Tứ Pháp Ấn (vô thường, vô ngã, khổ, không).

Qua hơi thở, qua sự nhiễm và tử vong của Covid-19, lại một lần nữa chứng minh rằng cuộc đời rất vô thường. Sống đó và chết đó.

Nếu thực sự nhận thức được điều hiển nhiên này, ta sẽ

có thể tập trung hơn vào từng hơi thở, từng giây phút sống hiện tại của mình, để đạt được cứu cánh, mục tiêu đích thực cuối cùng, trong cuộc sống của bất cứ ai, là hạnh phúc.

Để an nhiên tự tại, để thanh thản sống, dù một phút, một giây nữa, có kết thúc cuộc đời, cũng không hối tiếc. Vì có hối tiếc, thì cũng chẳng thay đổi được gì khi nghiệp lực đã đến.

7.4.7. Thiền sổ tức đưa đến sự khinh an của các tầng thiền chứng

Thời Phật, các bậc thánh ngồi quán sổ tức và chứng quả sơ thiền, nhị thiền, tam thiền và tứ thiền. Các trạng thái khinh an tịnh chỉ được kinh Trung Bộ và Tăng Chi Bộ Kinh [158] mô tả rất hay như hành giả cảm thấy toàn thân ngập tràn an định trong hạnh phúc, toàn thân làn da như xoa bột tắm (sơ thiền, chứng thiền thứ nhứt, tầm (chú tâm vào) và tứ (dán tâm vào quan sát) được đoạn diệt, tịnh chỉ.

Ở nhị thiền, hành giả cảm nhận ngọn gió vô thường đang trôi chảy xuyên khắp thân tâm liên tục; hành giả sẽ buông bỏ mọi thứ, tất cả lậu hoặc phiền não....

Khi chứng Thiền thứ nhứt, lời nói được khinh an

Khi chứng Thiền thứ hai, tầm tứ được khinh an

Khi chứng Thiền thứ ba, hỷ được khinh an.

Khi chứng Thiền thứ tư, hơi thở vô, hơi thở rất tinh tế,

158. Trung Bộ Kinh. 52. Kinh Bát thành.
https://suttacentral.net/mn52/vi/minh_chau?lang=en&reference=none&highlight=false
Tăng Chi Bộ Kinh IIIA, 411-419, Con Đường Tu Chứng Của Thế Tôn. Bản dịch của HT. Minh Châu, 1981.
https://www.budsas.org/uni/u-thuctai/thuctai04.htm

tịnh chỉ.

Đối với Tỷ-kheo đã đoạn tận các lậu hoặc, tham được đoạn diệt, sân được đoạn diệt, si được đoạn diệt.

Trong Kinh Sống Một Mình (Rahogata Sutta)[159] Đức Phật đã dạy rằng:

Và này các Tỷ-kheo, thân hành niệm tu tập như thế nào, làm cho sung mãn như thế nào, có quả lớn, có công đức lớn ?

Ở đây, này các Tỷ-kheo, Tỷ-kheo đi đến khu rừng, hay đi đến gốc cây, hay đi đến ngôi nhà trống và ngồi kiết-già, lưng thẳng và an trú chánh niệm trước mặt. Chánh niệm, vị ấy thở vô. Chánh niệm, vị ấy thở ra. Hay thở vô dài, vị ấy biết :

"Tôi thở vô dài". Hay thở ra dài vị ấy biết: " Tôi thở ra dài" .

Hay thở vô ngắn, vị ấy biết : "Tôi thở vô ngắn". Hay thở ra ngắn, vị ấy biết : "Tôi thở ra ngắn".

"Cảm giác cả toàn thân, tôi sẽ thở vô", vị ấy tập. "Cảm giác cả toàn thân, tôi sẽ thở ra".

An tịnh thân hành, tôi sẽ thở vô", vi ấy tập. "An tịnh thân hành, tôi sẽ thở ra", vị ấy tập.

Trong khi vị ấy sống không phóng dật, nhiệt tâm, tinh cần, các niệm và tư duy thuộc về thế tục được đoạn trừ. Nhờ đoạn trừ các pháp ấy, nội tâm được an trú, an tọa, chuyên nhất, định tĩnh. Như vậy, này các Tỷ-kheo, Tỷ-

---

159. Chương 36: Tương Ưng Thọ, Phần Hai-Phẩm 36.11. Sống Một Mình. Dịch Việt: Hòa thượng Thích Châu.
https://suttacentral.net/sn36.11/vi/minh_chau?lang=en&reference=none&highlight=false

kheo tu tập thân hành niệm.

Hay trong Kinh Giải Bệnh,[160] Đức Phật dạy tôn giả Kỳ-lợi-ma-nan chánh niệm nơi thở ra thở vào để giải bệnh như sau:

"Ở đây vị tỷ kheo vào rừng sâu hay tìm đến gốc cây hoặc nhà vắng, rồi ngồi kiết già thẳng lưng, chánh niệm hướng ra phía trước, thở vào trong tỉnh thức và thở ra trong tỉnh thức. Khi thở vô dài, vị ấy biết rõ: Ta đang thở vô dài. Khi thở ra dài, vị ấy biết rõ: Ta đang thở ra dài. Khi thở vô ngắn, vị ấy biết rõ: Ta đang thở vô ngắn. Khi thở ra ngắn, vị ấy biết rõ: Ta đang thở ra ngắn.

Vị ấy tâm niệm: Ý thức toàn thân ta sẽ thở vô.

Vị ấy tâm niệm: Ý thức toàn thân ta sẽ thở ra.

Vị ấy tâm niệm: Với thân hành lắng đọng, ta sẽ thở vô.

Vị ấy tâm niệm: Với thân hành lắng đọng, ta sẽ thở ra.

Vị ấy tâm niệm: Trong niềm hỷ duyệt, ta sẽ thở vô.

Vị ấy tâm niệm: Trong niềm hỷ duyệt ta sẽ thở ra.

Vị ấy tâm niệm: Trong niềm an lạc, ta sẽ thở vô.

Vị ấy tâm niệm: Trong niềm an lạc, ta sẽ thở ra.

Vị ấy tâm niệm: Cảm nhận toàn bộ tâm hành, ta sẽ thở vô.

Vị ấy tâm niệm: Cảm nhận toàn bộ tâm hành, ta sẽ thở ra.

Vị ấy tâm niệm: Với tâm hành lắng đọng, ta sẽ thở vô.

Vị ấy tâm niệm: Với tâm hành lắng đọng, ta sẽ thở ra.

Vị ấy tâm niệm: Cảm nhận toàn bộ tâm thức, ta sẽ thở vô.

---

160. Tăng Chi Bộ (Anguttaranikàya), Kinh Giải Bệnh cho Tôn giả Kỳ-lợi-ma-nan (Girimànanda Sutta).
https://thuvienhoasen.org/a38291/kinh-giai-benh-girima-nanda-sutta

Vị ấy tâm niệm: Cảm nhận toàn bộ tâm thức, ta sẽ thở ra.

Vị ấy tâm niệm: Với nội tâm thắng duyệt, ta sẽ thở vô.

Vị ấy tâm niệm: Với nội tâm thắng duyệt, ta sẽ thở ra.

Vị ấy tâm niệm: Với nội tâm định tĩnh, ta sẽ thở vô.

Vị ấy tâm niệm: Với nội tâm định tĩnh, ta sẽ thở ra.

Vị ấy tâm niệm: Với nội tâm giải thoát, ta sẽ thở vô.

Vị ấy tâm niệm: Với nội tâm giải thoát, ta sẽ thở ra.

Vị ấy tâm niệm: Sống tùy quán vô thường, ta sẽ thở vô.

Vị ấy tâm niệm: Sống tùy quán vô thường, ta sẽ thở ra.

Vị ấy tâm niệm: Sống tùy quán ly tham, ta sẽ thở vô.

Vị ấy tâm niệm: Sống tùy quán ly tham, ta sẽ thở ra.

Vị ấy tâm niệm: Sống tùy quán tịch diệt, ta sẽ thở vô.

Vị ấy tâm niệm: Sống tùy quán tịch diệt, ta sẽ thở ra.

Vị ấy tâm niệm: Sống tùy quán xả ly, ta sẽ thở vô.

Vị ấy tâm niệm: Sống tùy quán xả ly, ta sẽ thở ra.

Này Ànanda, đây được gọi là Nhập xuất tức niệm. Sau khi nghe xong, cơn trọng bệnh của tôn giả Girimànanda đã lập tức thuyên giảm. Bệnh tình của tôn giả Girimànanda đã chấm dứt với sự kiện như vậy."

Như vậy, căn bản là tôn giả Girimànanda do nương hơi thở để thân tâm yên tịnh. Các Coronavirus theo hơi thở ra để tống đi và lấy không khí trong lành vào phổi. Dần tập như vậy, mà bệnh hết, thân khỏe, định sanh, trí sáng.

Cổ nhân có câu: "Thần tịch thì trí sáng" như ly nước bị khuấy đục thì hãy để lặng yên. Khi bụi lắng xuống, thi ly nước sẽ trong. Khi trong thì sẽ thấy xuyên suốt được phong cảnh bên kia của ly nước (sáng suốt), do vậy, Đức

Phật dạy, "định sanh tuệ."

Chẳng những người con Phật mà tất cả mọi người ngoài xã hội như giáo sư sinh viên, học trò, nhân viên... ai cũng cần có sự tập trung (định) hoặc ít hoặc nhiều thì mới có sáng tạo, nâng cao hiệu quả trong công việc, học tập, vv... Vì thế ai cũng cần phải tịnh tâm, ngồi thiền hay thiền hành (đi trong thiền) thì sẽ đạt được kết quả trong đạo và cả ngoài đời như Kinh Tứ Niệm Xứ đã khẳng định:

"Này các Tỳ Khưu, người nào tu tập bốn niệm xứ trong bảy năm như vậy có thể chứng một trong hai quả ngay trong đời hiện tại: một là vô lậu chánh trí nếu không thì quả bất hoàn.

Này các Tỳ Khưu, không nhất thiết phải tu tập đến bảy năm, một người có thể chứng quả trong thời gian tu tập bốn niệm xứ trong sáu năm, năm năm, bốn năm, ba năm, hai năm, một năm hoặc bảy tháng, sáu tháng, năm tháng, bốn tháng, ba tháng, hai tháng, một tháng, nửa tháng thậm chí bảy ngày có thể chứng đắc một trong hai quả vô lậu chánh trí hoặc quả bất hoàn.

Này các Tỳ Khưu, đây là con đường độc nhất dẫn đến thanh tịnh, vượt khỏi sầu não, đoạn tận khổ ưu, thành tựu chánh trí, chứng ngộ niết bàn. Đó là quán niệm bốn lãnh vực. Đức Thế Tôn thuyết giảng như vậy, các Tỳ Khưu hoan hỷ tín thọ lời Ngài."[161]

Ngồi thiền như tăng thêm tinh hoa, khí thần của tâm linh và trời đất. Phương pháp tập luyện thiền có tác dụng đến tầng mức siêu việt nhiệm mầu như thế. Vì thế, công

161. Tứ Niệm Xứ, Sư bà Hải Triều Âm giải nghĩa. Kinh Tứ Niệm Xứ - TKN Hải Triều Âm
https://daibaothapmandalataythien.org/kinh-tu-niem-xu-tkn-hai-trieu-am

phu thiền tập càng nhiều càng tốt trong giai đoạn bị đại dịch Corona này.

Tháng 4 năm 2020, tổ chức Dhammakaya của Thái-lan đã sử dụng YouTube để kêu gọi khoảng 3 triệu hội viên khắp thế giới cùng đến với nhau để "hành thiền chống coronavirus." Tổ chức này nỗ lực tích lũy một triệu phút hành thiền tập thể vào ngày 22/04/2020 là một hành động sẽ "chữa lành vết thương trên thế giới."[162]

Trên internet có ghi một đoạn văn (không biết tác giả) đã mô tả một bệnh nhân nhập viện mười ngày, đã quán tưởng lời Phật dạy xuyên suốt. Vị ấy liền thành tâm sám hối, cầu nguyện, tịnh tâm, tăng năng lượng miễn dịch SASK-CoV-2 và khiến thoát cửa tử một cách kỳ diệu. Câu chuyện như sau:

7.4.8. Thân và Tâm Trong Mười Ngày Nhập Viện, Tĩnh Tâm thiền quán lời Phật dạy

Nằm ở bệnh viện cũng giống như đi tĩnh tâm; mình sống với chính mình và trải nghiệm với sự sống và chết. Tôi sẽ đi du lịch mười ngày với thân và tâm. Mang theo một túi xách nhỏ, tôi bước vào phòng bệnh viện và bắt đầu gặp gỡ với cuộc sống, bệnh tật của tôi. Từ cái nhìn này, đây là một cơ hội quý báu, tôi không còn có thể dùng sự bận rộn công việc như là một cái cớ để trốn tránh. Cuộc tĩnh tâm mười ngày này là một dịp may vô giá để tôi lắng đọng và kết nối trở lại với thân và tâm của tôi.

---

162. Pitcha Dangprasith and Lillian Suwanrumpha, "Thai Monks Make Virus Masks from Recycled Plastic," *Agence France-Presse*(via The Jakarta Post), accessed 17 April 2020, https://www.thejakartapost.com/seasia/2020/03/24/thai-monks-make-virusmasks-from-recycled-plastic.html.

Bởi vì đây là lần đầu tiên tôi nhập viện, mọi việc đều mới lạ cho tôi, và các trải nghiệm ở đó hoàn toàn khác hẳn những gì quen thuộc hàng ngày. Mắt chỉ thấy người ta, sự kiện và những thứ liên quan đến bệnh tật; tai chỉ nghe những tiếng rên rỉ, than thở buồn rầu; mũi chỉ ngửi được mùi thuốc và mùi bệnh; lưỡi chỉ nếm các chất đắng và vô vị; và thân chỉ tiếp xúc với các bề mặt lạnh lẽo của thiết bị y tế hoặc cảm giác đâm chích của các mũi kim. Trải nghiệm tinh thần và thể xác của năm uẩn cấu tạo thân này – sắc, thọ, tưởng, hành, thức – cũng rất lạ lùng và khó chịu.

Tôi chịu nhiều thống khổ trong thời gian đó, nhưng thử thách khổ sở nhất là cơn đau thể xác. Cơn đau này không cho tôi ngồi, nằm, hay ngủ và có khi làm tôi khó thở. Cảm giác nghẹt thở khi bị cơn đau khốc liệt hoành hành, không có chữ nghĩa nào có thể dùng để diễn tả cho bác sĩ hiểu. Sự đau đớn như thế này có lẽ tương tự như cơn đau mà Ngài Khemaka đã diễn tả trong kinh Tạp A-hàm:

> "Cơn đau này như thể người đồ tể dùng con dao bén rạch bụng một con bò còn sống để moi lấy nội tạng của nó. Làm sao con bò có thể chịu được những cơn đau nơi bụng như thế? Bụng của tôi bây giờ đang chịu đau đớn hơn cả bụng bò."

Khi tôi đọc đoạn kinh này, tôi đã bị sốc vì không ngờ đoạn kinh đã diễn tả chính xác và sinh động về trạng thái đau đớn của tôi.

Cơn Đau Là Một Công Án: Kiểu đau không chịu nổi này khiến tôi tự hỏi: Có loại giảng dạy nào có thể giúp tôi vượt qua khổ đau mãnh liệt này? Ngoài cơn đau thể xác, tôi còn phải tìm cách đối diện với cảm giác bấp bênh bất định của cơn bệnh. Cái chết không thể tránh khỏi; và do đó, vấn đề về cái chết thường xuất hiện trong tâm trí tôi, mang theo nhiều âu lo. Có thể nói rằng cảm giác về đau và sự bất lực không thể nào được hiểu rõ bởi người quan sát mà chỉ biết đồng cảm.

Trong tình huống này, khi tôi tìm cách đối diện với cơn đau và cái chết, tôi bắt đầy suy ngẫm sâu xa hơn:

Những lời dạy nào của Đức Phật mà tôi có thể nương tựa và được hướng dẫn cho phần còn lại của đời tôi?

Đức Phật đã hướng dẫn người bệnh và người sắp chết như thế nào?

Ngài dạy họ phải đối diện cái chết như thế nào?

Những câu hỏi đó xoay vần trong tâm trí tôi như thể là một "thoại đầu" – một từ hay một câu để quán soi trong Thiền tông Đông độ, cũng thường được gọi là "công án."

Tìm kiếm cảm hứng từ Kinh Điển: Sau khi rời bệnh viện, tôi bắt đầu khảo sát các bài kinh để tìm một phương pháp thực hành thích hợp cho người bệnh và người sắp chết. Cuối cùng, tôi tìm thấy một nhóm các bài kinh trong Tạp A-hàm ghi lại các lời giảng dạy của Đức Phật cho các vị đệ tử về các phương cách thực hành để đối diện với bệnh tật, đau đớn và cái chết. Những kinh văn này ghi lại phương cách Đức Phật dạy các đệ tử khi lâm trọng bệnh – bao gồm các vị trưởng lão và sa-di, cũng như các cư sĩ già lẫn trẻ.

Khi tôi bắt đầu đọc các bài kinh đó, tôi rất ngạc nhiên khi khám phá ra rằng mặc dù các bài kinh đó có vẻ đáp ứng ngẫu nhiên về các tình huống đặc biệt, chúng ta có thể tìm thấy trong các bài kinh này một sự trình bày súc tích, gọn gàng, đơn giản, có hệ thống về sự thực hành và khuôn khổ các khái niệm. Càng đọc và phân tích nội dung các bài kinh, tôi càng hoan hỷ và tràn ngập niềm vui thích trước các phương pháp thiền chữa lành tuyệt vời của Đức Phật.

7.5. NIỆM PHẬT

Niệm là tưởng nhớ. Niệm Phật A-di-đà là tưởng nhớ và đọc lớn hay thầm danh hiệu Phật cũng là một cách chữa lành bệnh dịch virus SARS-CoV-2. Quán tưởng thân kim sắc và đức hạnh của Đức Phật A Di Đà, tổ Tông Tịnh độ là Đức Đại hùng đại lực Đại Thế Chí Bồ Tát cùng chư thánh chúng, để luôn luôn cố gắng noi theo bước chân các Ngài và nương thần lực chư Phật và Bồ tát gia hộ đang trong thời điểm cõi trần gặp nạn đại dịch Coronavirus.

Niệm Phật là một pháp môn dễ thực hành nhất, hiệu quả nhất và có thể giúp vượt thoát nghiệp tội nhanh nhất ngay trong từng ý niệm.

7.5.1. Định nghĩa

7.5.2. Sáu niệm (Lục niệm: Phật, pháp, tăng, giới, thí, thiên)

Đức Phật dạy: "Này các Tỳ kheo, có sáu đối tượng tùy niệm. Thế nào là sáu? Niệm Phật, niệm Pháp, niệm Tăng, niệm giới, niệm thí và niệm thiên."[163]

Ai tu tập thành tựu sáu tùy niệm này sẽ đưa đến an tịnh, thắng trí, giác ngộ, Niết-bàn.

1. Niệm Phật (Buddhānussati):

163. Anguttara Nikāya (The Numerical Discourses of the Buddha), Dịch tiếng Anh: Bhikhu Bodhi, Boston, Wisdom publications, 2012, p. 862. Thích Trung Định, Sáu Tùy Niệm.

Niệm Nam Mô Bổn Sư Phật Thích Ca Mâu Ni.

Nam mô là kính lễ.

Bổn sư: Bổn nghĩa là gốc, đầu tiên. Sư nghĩa là thầy. Vị thầy chính của mình.

Thích-ca nghĩa là Năng Nhơn. Năng là năng lực, nhơn là từ bi, nhân từ.

Mâu-ni nghĩa là tịch mặc. Tịch là yên lặng, không bị sáu trần bên ngoài cám dỗ. Mặc là lặng lẽ, không bị phiền não khuấy rối.

Phật nghĩa là Giác Giả (bậc đã giác ngộ, sáng suốt hoàn toàn). Giác có ba bậc:

- Tự giác: tự Ngài đã giác ngộ hoàn toàn.

- Giác tha: mình đã giác ngộ, lại đem phương pháp thức tỉnh ấy dạy cho những người tu hành được giác ngộ như mình.

- Giác hạnh viên mãn: giác ngộ hoàn toàn đầy đủ cho mình và cho người. Những bậc Bồ-tát, tuy đã giác ngộ cho mình và cho người, nhưng công hạnh chưa viên mãn, nên chưa gọi được là "Giác hạnh viên mãn." Đức Phật là bậc tự giác, giác tha viên mãn và phước trí vẹn toàn.

Vì thế, Ngài có 10 danh hiệu: "Đây là Thế Tôn, bậc A-la-hán, Chánh Đẳng Giác, Minh Hạnh Túc, Thiện Thệ, Thế Gian Giải, Vô Thượng Sĩ, Điều Ngự Trượng Phu, Thiên Nhân Sư, Phật, Thế Tôn."

Chúng ta hướng tâm nhớ nghĩ đến những đức hạnh và danh hiệu (Thập hiệu) để tăng trưởng niềm tin bất động. Nhờ oai đức đó mà các nghiệp chướng bệnh tật tiêu trừ.

https://thuvienhoasen.org/a30841/sau-tuy-niem

2. Niệm Pháp (dhammānussati): Pháp là lời dạy của đức Phật tức Tam Tạng Pali/Phạn/Hán (Kinh, Luật, Luận). Pháp là chân lý, khế cơ khế lý có công năng chuyển khổ thành an vui.

Chúng ta nhớ nghĩ đến Pháp: "Pháp được Thế Tôn khéo thuyết, thiết thực hiện tại, không có thời gian, đến để mà thấy, có khả năng hướng thượng, được những bậc trí tự mình giác hiểu."[164]

Khi nhớ nghĩ những lời dạy của Phật, dần dần trí tuệ và chánh kiến khai mở.

3. Niệm Tăng (Sanghānussati): Tăng là đoàn thể xuất gia tu hành trọn đời, thay Phật tại thế gian để diễn giảng giáo pháp, cứu độ chúng sanh. Bản thể của Tăng là thanh tịnh và hòa hợp. Nên niệm tăng là nhớ nghĩ đến sự thanh tịnh và hòa hợp để làm cho tâm mình trở nên thanh tịnh và hòa hợp.

Chúng ta nhớ nghĩ đến Tăng: "Diệu hạnh là chúng đệ tử Thế Tôn. Trực hạnh là chúng đệ tử Thế Tôn. Ứng lý hạnh là chúng đệ tử Thế Tôn. Chánh hạnh là chúng đệ tử Thế Tôn. Tức là bốn đôi tám vị. Chúng đệ tử Thế Tôn này đáng được cung kính, đáng được tôn trọng, đáng được cúng dường, đáng được chắp tay, là vô thượng phước điền ở đời."[165]

4. Niệm giới (sīlānussati): Giới là nền tảng đạo đức giúp hành giả ngăn chặn điều ác, thực hành thiện hạnh và giữ tâm ý trong sạch. Giới là biệt giải thoát, xứ

164. E.M.Hare, The Book of the Gradual Sayings (Anguttara Nikāya or More-Numbered Suttas), Motilal Banarsidass, Delhi, 2006, p. 206. Thích Trung Định, Sáu Tùy Niệm. https://thuvienhoasen.org/a30841/sau-tuy-niem

165. Anguttara Nikāya (The Numerical Discourses of the Buddha), Dịch

xứ giải thoát bao gồm các tính năng của khai, giá, trì và phạm. Giới đưa đến bất hối, khinh an và thành tựu định và tuệ. Thanh Tịnh Đạo nói rằng, bất cứ ai hướng tâm vào tùy niệm giới, an trú trong giới, thực hành chánh hạnh, tùy niệm vào những phẩm chất khác nhau của giới hạnh, vị ấy sẽ gặt hái được sự bất hối và khinh an.[166]

Chúng ta nhớ nghĩ đến Giới: "Giới không bị bể vụn, không bị sứt mẻ, không bị vết chấm, không có uế tạp, đưa đến giải thoát, được người trí tán thán, không bị chấp thủ, đưa đến Thiền định."[167]

Khi chuyên tâm vào niệm trì giới và các oai nghi tế hạnh, vị ấy giữ giới hạnh tròn đầy, thành tựu phạm hạnh. Nhờ oai đức đó mà bệnh tật, báo chướng nghiệp chướng, phiền não chướng tiêu trừ.

5. Niệm Thí (cāgānussati): Thí là sự bố thí. Thí bao gồm tài thí, pháp thí và vô úy thí.

Chúng ta nhớ nghĩ đến Thí như sau: "Nhiều người bị cấu uế xan tham chi phối, ta sống với tâm không bị cấu uế của xan tham chi phối, bố thí rộng rãi với tâm trong

---

tiếng Anh: Bhikhu Bodhi. Wisdom publications, Boston, 2012, p. 863. Thích Trung Định, Sáu Tùy Niệm. https://thuvienhoasen.org/a30841/sau-tuy-niem

166. Bhadantācariya Buddhaghosa, Visuddhi- Magga, Dịch tiếng Anh: Bhikkhu Náóamoli. The Path of Purification, Buddhist Publication Society, Columbo, 2010, p. 186-88. Thích Trung Định, Sáu Tùy Niệm. https://thuvienhoasen.org/a30841/sau-tuy-niem

167. E.M.Hare, The Book of the Gradual Sayings (Anguttara Nikāya or More-Numbered Suttas), Motilal Banarsidass. Delhi. 2006. p. 206. Thích Trung Định, Sáu Tùy Niệm. https://thuvienhoasen.org/a30841/sau-tuy-niem

sáng, sẵn sàng chia sẻ phân phát vật bố thí."[168]

Đại dịch Covid-19 là cơ hội cho ta thực hành bố thí, chia sẻ nhu yếu phẩm, khẩu trang, bình dưỡng khí oxy, quan tài không đồng và vật chất cho người cần thiết (tài thí). Giới thiệu những bài pháp hay để giúp mọi người và bệnh nhân vững chải lòng tin chống dịch (pháp thí). An ủi và đồng hành để người dân bớt sợ và mạnh mẽ tinh tấn tu tập, để chuyển hóa ngiệp chướng của nhân loại (vô úy thí).

6. Niệm thiên (devatānussati): Thiên là chư thiên thuộc các tầng trời. Chư thiên có phước báu nhờ tu tập bát quan trai giới, bố thí và mong hưởng phước thọ an nhàn nên sanh cõi trời.

Chúng ta nhớ nghĩ đến chư Thiên như sau: "Có bốn Thiên vương, chư Thiên cõi trời Ba mươi ba, chư Thiên Yāma, chư Thiên Tusità (Đâu - suất), chư Thiên Hóa lạc Thiên, chư Thiên Tha hóa Tự tại, chư Thiên Phạm chúng, và nhiều chư Thiên khác ở cõi cao hơn.

Khi nhớ niệm Tín, Giới, nghe Pháp, Thí và Tuệ của tự mình và chư Thiên ấy, tâm sẽ không bị tham, sân, si chi phối, tâm được chánh trực nhờ nhớ niệm đến chư Thiên."[169].

Sống trong cõi ta bà đầy tai ương của bát nạn[170] tam

---

168. E.M.Hare, The Book of the Gradual Sayings (Anguttara Nikāya or More-Numbered Suttas), Motilal Banarsidass, Delh., 2006, p. 207. Thích Trung Định, Sáu Tùy Niệm. https://thuvienhoasen.org/a30841/sau-tuy-niem

169. Anguttara Nikāya (The Numerical Discourses of the Buddha), Dịch tiếng Anh: Bhikhu Bodhi, Wisdom publications, Boston, 2012, p. 862.

170. Bát nạn là tám nạn

1.Nạn địa ngục: chúng sanh do tạo nghiệp ác, nên phải chiêu cảm quả báo đọa vào địa ngục, chịu khổ không ngừng, không được thấy

tai,[171] nên thường tưởng niệm Thiên là những nhân quả

Phật nghe pháp.
2. Nạn ngạ quỷ: Tức là loài quỷ đói. Chúng sanh do tạo nghiệp tham lam bỏn xẻn nên chiêu cảm thọ sanh vào loài ngạ quỷ phải chịu đói khát khổ sở trăm bề.
3. Nạn súc sanh: Chúng sanh do si mê tối tăm, hành động phi pháp trái với luân thường đạo lý, nên phải chiêu cảm quả báo thọ sanh vào loài súc sanh nầy.
4. Nạn sanh lên cõi trời Trường thọ: Cõi trời nầy thọ mạng dài lâu, bị chướng ngại không được thấy Phật nghe pháp.
5. Nạn sinh ở Uất đan việt hay còn gọi là Bắc cu lô châu hoặc Thắng xứ. Vì người sanh về cõi nầy, họ mãi mê tham đắm hưởng lạc, nên không gặp được Phật pháp tu hành.
6. Nạn đui điếc câm ngọng: Tuy sanh được làm người nhưng sáu căn của họ không được vẹn toàn, nên cũng không được thấy nghe học hỏi Phật pháp.
7. Nạn thế trí biện thông: hạng người nầy, tuy họ rất thông minh lanh lợi, chuyên nghiên cứu học sách ngoại đạo, nên họ không tin chánh pháp, không biết tu hành để được giải thoát sanh tử khổ đau.
8. Nạn sanh trước Phật và sau Phật: Chúng sanh do nghiệp chướng sâu dầy, nên sanh ra đời không được gặp Phật.

171. Tam tai la ba tai họa chung, có hai loại tam tai: Tam đại tai: Thủy tai, Hỏa tai, Phong tai. Có thể nhiễu hại từ cõi người đến cõi tiên; Tam tiểu tai: Cơ cẩn tai, Ôn dịch tai, Đao binh tai. Có thể hại cả triệu người hoặc cả toàn cầu.

A.Tam đại tai: Ba tai họa lớn :

1. Thủy tai: Nạn nước lụt tràn ngập hại phá cho tới cảnh Nhị thiền, trừ ra cảnh Tam thiền thì sức nước không thể tới được.
2. Hỏa tai: Nạn lửa cháy hại chúng sanh từ cõi Dục giới này đến cảnh tiên Sơ thiền ở cõi Sắc giới, trừ ra cõi Nhị thiền thì sức lửa chẳng tới.
3. Phong tai: Nạn gió bão, hại cho tới cảnh Tam thiền, trừ Tứ thiền sức gió chẳng tới nổi.

B. Tiểu tam tai: ba tai họa nhỏ:

1.Cơ cẩn tai: Nạn đói khát vào lúc con người tuổi thọ khoảng 30, thì nạn này xảy ra.
2. Ôn dịch tai: Nạn bệnh dịch lan tràn vào lúc con người tuổi thọ khoảng 20 thì nạn này xảy ra.
3. Đao binh tai: Nạn chiến tranh hủy hoại thế giới, vào lúc con

của sống lâu, hưởng phúc lộc.

"Thật kinh ngạc và tuyệt vời! Đức Thế Tôn, Bậc A La Hán chánh đẳng chánh giác, Ngài thấy và biết, đã khám phá ra chân trời giải thoát, đã mở cánh cửa bất tử, đưa đến sự thanh tịnh cho chúng sinh, vượt qua sầu, bi khổ ưu não, đạt đến niết bàn, đó là sáu tùy niệm."[172]

Nhờ chuyên chú vào sáu niệm "Phật, Pháp, Tăng, Giới, Thí, Thiên," tâm chúng ta dần dần đoạn trừ phiền não, lo toan, trở nên thanh tịnh, oai đức có thể bạt những Coronavirus bên ngoài. Cho nên, sáu tùy niệm còn có diệu dụng tuyệt vời cho bất cứ ai áp dụng thực hành.

7.5.3. Niệm Tam thế Phật

1. Phật quá khứ là niệm đức Phật A-di-đà. Pháp truyền của Ngài trì danh hiệu Phật.
2. Phật hiện tại: Niệm đức Phật Thích-Ca Mâu-Ni, Đức Giáo Chủ của cõi ta bà và pháp truyền của Ngài là giới-định-tuệ.
3. Phật tương lai: Niệm danh hiệu đức Phật Di Lặc, đức Phật giáo chủ Cõi Long Hoa Đâu-Suất, pháp truyền của Ngài là từ bi hỉ xả.

Phật quá khứ: A-di-đà nghĩa là vô lượng thọ, vô lượng quang. Niệm Phật là nhớ thọ mạng vô cùng và hào quang trí tuệ sáng vô cùng của mình, để xua tan bao bóng tối của

người thọ mạng khoảng 20 tuổi, nạn này xảy ra. Phật Học Tự Điển của Đoàn Trung Còn.

172. Anguttara Nikāya (The Numerical Discourses of the Buddha), Dịch tiếng Anh: Bhikhu Bodhi, Wisdom publications, Boston, 2012, p. 862. Thích Trung Định, Sáu Tùy Niệm. https://thuvienhoasen.org/a30841/sau-tuy-niem

vô minh và đại dịch Covid-19. Giống như khi ánh sáng xuất hiện thì bóng tối tan, giống như muốn nước đục hóa trong, thì cho một chút phèn vào, các chất dơ bẩn ngầu đục kia dần dần lắng xuống, bấy giờ nước đục trở nên trong sạch. Pháp niệm Phật cũng vậy, công năng trừ phá các vọng niệm ở nơi thân khẩu ý (6 căn) và cảnh (sáu trần) bên ngoài, để trở nên sáng như vàng ròng thanh tịnh của vô lượng thọ và vô lượng quang.

Phật quá khứ là niệm đức Phật A-di-đà. Ngài vốn đã thành Phật từ quá khứ xa xưa, phát nguyện cứu hộ chúng sanh và đưa về cõi Cực lạc cho bất cứ ai phát nguyện vãng sanh cực lạc. Chỉ cần tín-hạnh-nguyện và niệm danh hiệu Ngài liên tục, nhất tâm bất loạn, dù chỉ 10 niệm cũng được hiệu quả.

Đức Phật Thích-Ca đã giới thiệu cõi A-di-đà như sau:

"Bấy giờ đức Phật bảo Ngài Trưởng lão Xá-Lợi-Phất rằng: "Từ đây qua phương Tây quá mười muôn ức cõi Phật, có thế giới tên là Cực Lạc, trong thế giới đó có đức Phật hiệu là A Di Đà hiện nay đương nói pháp.

...Nếu có thiện nam tử, thiện nữ nhân nào nghe nói đến đức Phật A Di Đà, rồi chấp trì danh hiệu của đức Phật đó, hoặc trong một ngày, hoặc hai ngày, hoặc ba ngày, hoặc bốn ngày, hoặc năm ngày, hoặc sáu ngày, hoặc bảy ngày, một lòng không tạp loạn. Thời người đó đến lúc lâm chung đức Phật A Di Đà cùng hàng Thánh Chúng hiện thân ở trước người đó. Người đó lúc chết tâm thần không điên đảo, liền được vãng sanh về cõi nước Cực Lạc của đức Phật A Di Đà.

... Xá-Lợi-Phất! Vì nếu có thiện nam tử, thiện nữ nhân nào nghe kinh này mà thọ trì đó, và nghe danh hiệu của đức Phật, thời những thiện nam tử cùng thiện nữ nhân ấy đều được tất cả các đức Phật hộ niệm, đều được không thối chuyển nơi đạo Vô thượng chánh đẳng chánh giác."[173]

Phật hiện tại: Niệm đức Phật Thích-Ca Mâu-Ni, đức Phật giáo chủ của cõi ta bà và phương pháp của Ngài là giới-định-tuệ. Cuộc đời hy sinh từ bỏ cuộc sống nhung lụa, khổ hạnh sáu năm và ngồi thiền 49 ngày giác ngộ là một tấm gương sáng cho chúng ta nương theo.

Phật tương lai: Niệm danh hiệu đức Phật Di Lặc, đức Phật giáo chủ Cõi Long Hoa Đâu-Suất. Vị Phật luôn mĩm cười hỉ xả (the laughing Buddha)

7.5.4. Niệm danh hiệu Phật A-di-đà

A di đà là vô lượng thọ, vô lượng quang, nghĩa là trở lại tánh Phật sáng suốt vốn có của mình.

Tịnh độ: Tịnh là thanh tịnh, độ là quốc độ, cõi nước. Cõi nước thanh tịnh không có tham, sân, si, đại dịch, sóng

173. Khóa Tịnh Độ – Kinh A Di Đà, Thích Nữ Giới Hương biên soạn, NXB Hồng Đức, 2022.
https://www.huongsentemple.com/index.php/vn/phat-phap/kinh-ta-ng-ca-a-cha-a-hs/6211-6-kinh-a-di-da-20

thần, tam tai[174] bát nạn.[175] Ai niệm Phật giữ tâm tín-hạnh-

---

174. A.Tam đại tai: Ba tai họa lớn :
1. Thủy tai: Nạn nước lụt tràn ngập hại phá cho tới cảnh Nhị thiền, trừ ra cảnh Tam thiền thì sức nước không thể tới được.
2. Hỏa tai: Nạn lửa cháy hại chúng sanh từ cõi Dục giới này đến cảnh tiên Sơ thiền ở cõi Sắc giới, trừ ra cõi Nhị thiền thì sức lửa chẳng tới.
3. Phong tai: Nạn gió bão, hại cho tới cảnh Tam thiền, trừ Tứ thiền sức gió chẳng tới nổi.
B. Tiểu tam tai: ba tai họa nhỏ :
1.Cơ cẩn tai: Nạn đói khát vào lúc con người tuổi thọ khoảng 30, thì nạn này xảy ra.
2. Ôn dịch tai: Nạn bệnh dịch lan tràn vào lúc con người tuổi thọ khoảng 20 thì nạn này xảy ra.
3. Đao binh tai: Nạn chiến tranh hủy hoại thế giới, vào lúc con người thọ mạng khoảng 20 tuổi, nạn này xảy ra.
(T*heo Phật Học Tự Điển của Đoàn Trung Còn)*
http://www.hoalinhthoai.com/buddhistdictionary/detail/char-2202/.html

175. Bát nạn: còn gọi là Bát nạn xứ hay Bát nạn giải pháp v.v... Nó có nhiều tên gọi khác nhau, nhưng tựu trung cũng chỉ cho tám chỗ mà chúng sanh thọ khổ. Bát nạn gồm có:
1.Nạn địa ngục: chúng sanh do tạo nghiệp ác, nên phải chiêu cảm quả báo đọa vào địa ngục, chịu khổ không ngừng, không được thấy Phật nghe pháp.
2. Nạn ngạ quỷ: Tức là loài quỷ đói. Chúng sanh do tạo nghiệp tham lam bỏn xẻn nên chiêu cảm thọ sanh vào loài ngạ quỷ phải chịu đói khát khổ sở trăm bề.
3. Nạn súc sanh: Chúng sanh do si mê tối tăm, hành động phi pháp trái với luân thường đạo lý, nên phải chiêu cảm quả báo thọ sanh vào loài súc sanh nầy.
4. Nạn sanh lên cõi trời Trường thọ: Cõi trời nầy thọ mạng dài lâu, bị chướng ngại không được thấy Phật nghe pháp.
5. Nạn sinh ở Uất đan việt hay còn gọi là Bắc cu lô châu hoặc Thắng xứ. Vì người sanh về cõi nầy, họ mãi mê tham đắm hưởng lạc, nên không gặp được Phật pháp tu hành.
6. Nạn đui điếc câm ngọng: Tuy sanh được làm người nhưng sáu căn của họ không được vẹn toàn, nên cũng không được thấy nghe học hỏi Phật pháp.

nguyện nghĩa là đức tin sâu dày, thực hành chuyên cần và tâm nguyện tha thiết hướng về cõi Cực lạc (không khổ) thì sẽ vãng sanh. Tâm tịnh thì cõi tịnh sẽ hiện tiền. Pháp môn niệm Phật rất phổ biến trong Phật Giáo bắc tông và nhiều nước trên thế giới.

Có bốn phương cách tu tập như sau:

a. Trì danh niệm Phật: định tâm bằng cách lần tràng hạt và đếm số lượng.

b. Thật tướng niệm Phật: niệm tự tánh Di Đà vốn có của mình.

c. Quán tưởng niệm Phật: quán tưởng y báo và chánh báo nơi cõi tịnh độ.

d. Quán tượng niệm Phật nhìn vào hảo tướng của Phật mà quán xét.

Lợi ích của Niệm Phật thật nhiều như Từ Vân Sám Chủ dạy rằng: "Nếu ai có thể quy y Tam Bảo, thọ trì danh hiệu một vị Phật thì hiện đời sẽ được mười điều lợi thù thắng:

1. Ngày đêm thường được hết thảy chư thiên, đại lực thần tướng ẩn hình thủ hộ.

2. Thường được hai mươi lăm vị Bồ Tát như Quán Thế Âm v.v… thủ hộ.

3. Thường được chư Phật ngày đêm hộ niệm, A Di Đà Phật thường phóng quang minh nhiếp thọ người ấy.

---

7. Nạn thế trí biện thông: hạng người nầy, tuy họ rất thông minh lanh lợi, chuyên nghiên cứu học sách ngoại đạo, nên họ không tin chánh pháp, không biết tu hành để được giải thoát sanh tử khổ đau.
8. Nạn sanh trước Phật và sau Phật: Chúng sanh do nghiệp chướng sâu dầy, nên sanh ra đời không được gặp Phật.
https://quangduc.com/a53655/98-bat-nan-la-gi

4. Hết thảy ác quỷ, dạ xoa, la sát đều chẳng hại được; rắn độc, thuốc độc thảy đều chẳng làm hại nổi.

5. Đều chẳng mắc nạn nước, lửa, oán tặc, đao, tên, gông cùm, tù ngục, chết ngang.

6. Những tội trước kia trót tạo đều sẽ tiêu diệt; mạng trót giết oan đều được giải thoát, chẳng còn đối chấp.

7. Đêm mộng điều tốt lành, thấy hình sắc tượng thắng diệu của Phật A Di Đà.

8. Tâm thường hoan hỉ, nhan sắc tươi nhuận, khí lực sung mãn, việc làm tốt lành.

9. Thường được hết thảy thế gian, nhân dân cung kính, lễ bái giống như kính Phật.

10. Lúc mạng chung, tâm không sợ hãi, chánh niệm hiện tiền, A Di Đà Phật và các thánh chúng cầm đài kim cang tiếp dẫn vãng sanh Cực Lạc Thế Giới hưởng sự vui mầu nhiệm thù thắng đến cùng tột đời vị lai."[176]

"Trong tam tạng giáo điển, Đức Phật giảng dạy nhiều pháp môn. Nhưng đặc biệt Tịnh độ thì Ngài tha thiết khuyến khích chúng sanh nên thực hành như được trình bày trong kinh A Di Đà, kinh Vô Lượng Thọ, kinh Quán Vô Lượng Thọ, kinh Pháp Hoa, kinh Hoa Nghiêm, kinh Niết Bàn v.v... Chẳng

---

176. Niệm Phật được 10 điều lợi ích.
Dật Nhân pháp sư biên thuật, Ấn Quang pháp sư giám định.
Chuyển ngữ: Như Hòa - Trích "Trùng Đính Tây Phương Công Cứ"
https://www.chuahoangphap.com.vn/tin-tuc/chi-tiet-niem-phat-duoc-10-dieu-loi-ich-122/

những trong pháp hội kinh A Di Đà, Ngài diễn tả cảnh giới Tây phương Cực lạc một cách rõ ràng, mà ở pháp hội kinh Vô Lượng Thọ Ngài thuyết minh cho chúng sanh thấy nguyện lực đức Phật A Di Đà và nhân duyên mật thiết giữa chúng sanh cõi Ta bà với đức Phật này.

Cũng chính trong pháp hội Vô Lượng Thọ, đức Thích Ca còn khẳng định rằng, chúng sanh cách Phật lâu xa về sau, ngoài pháp môn niệm Phật ra, không có pháp môn nào cứu giúp chúng sanh giải thoát luân hồi sanh tử có hiệu năng bằng pháp môn Tịnh độ. Và khi Phật pháp tận diệt hết trên cõi đời, chỉ còn lại độc nhất kinh Vô Lượng Thọ kéo dài thêm 100 năm nữa trước khi mạt pháp kết thúc. Người tu học Phật mà không đọc, không tin lời đức Phật nói ở kinh Vô Lượng Thọ, thì quả thật khó mà đạt đạo giác ngộ giải thoát."[177]

Thật ra, mỗi vị Phật, Bồ tát thị hiện trên cõi đời với nhiều công hạnh, nhưng bản thể vốn giống nhau không khác. Cho nên, niệm danh hiệu Phật A-di-đà, Thích Ca, Di-lặc, hay danh hiệu Bồ tát Quan Thế Âm, Dược Sư Lưu Ly Quang Như Lai....đều có công đức ngang bằng nhau.

7.5.5. Niệm danh hiệu Quan Thế Âm

Đức Phật bảo Ngài Vô-Tận-Ý Bồ-Tát: "Này Thiện

---

177. Phật Thuyết Đại thừa vô lượng thọ Trang nghiêm thanh tịnh Bình đẳng giác kinh,
Nguyên Hán bản: Ngài HẠ LIÊN CƯ (hội tập), Việt dịch: HT. Thích Đức Niệm & Cư sĩ Minh Chánh.
Nhà Xuất Bản Tôn Giáo. Hà Nội, PL. 2553, DL.2009.
https://thuvienhoasen.org/a15649/kinh-vo-luong-tho

nam tử! Nếu có vô lượng trăm nghìn muôn ức chúng sanh chịu các khổ não, nghe Quán-Thế-Âm Bồ-Tát này một lòng xưng danh. Quán-Thế-Âm Bồ-Tát tức thì xem xét tiếng tăm kia, đều được giải thoát...

Này Thiện-nam-tử! Chớ nên sợ sệt, các ông nên phải một lòng xưng danh hiệu Quán-Thế-Âm Bồ tát, vị Bồ-Tát đó hay đem pháp vô úy thí cho chúng sanh, các ông nếu xưng danh hiệu thì sẽ được thoát khỏi oán tặc này."

Các người buôn nghe rồi, đều lên tiếng xưng rằng: "Nam mô Quán- Thế-Âm Bồ-Tát!" Vì xưng danh hiệu Bồ-Tát nên liền được thoát khỏi.

Quán-Thế-Âm đại Bồ Tát đó ở trong chỗ nạn gấp sợ sệt hay ban sự vô-úy, cho nên cõi Ta-bà này đều gọi Ngài là vị Thí-vô-úy."[178]

7.5.6. Niệm Phật Dược Sư

Đức Phật Dược Sư là vị Thầy thuốc trên tất cả vị thầy thuốc, bởi lẽ Ngài không những chữa được bệnh trên thân mà chữa cả bệnh tâm cho chúng sinh. Vì thế, chúng ta nên thành tâm trì chú và niệm hồng danh Đức Phật Dược Sư, nhất là trong đại dịch Covid-19 này.

Danh hiệu đầy đủ của Ngài là "Dược Sư Lưu Ly Quang Vương Phật" và chúng ta thường niệm: "Nam mô Tiêu Tai Diên Thọ Dược Sư Lưu Ly Quang Vương Phật".

Vậy danh hiệu của Ngài có ý nghĩa là gì? Tiêu tai là tiêu trừ tai ương, ách nạn, diên thọ là kéo dài thọ mạng,

---

178. Nghi Thức Cầu An Kinh Phổ Môn, Thích Nữ Giới Hương biên soạn, NXB Hồng Đức, 2022.
https://www.huongsentemple.com/index.php/vn/phat-phap/nghi-la-hang-nga-y/6313-i-2-kinh-pho-mon

Dược Sư là vị thầy về thuốc, lưu ly là một chất trong suốt, trong sáng, quang là ánh sáng, vương là vua và Phật là bậc giác ngộ, tự giác và giác tha, giác hạnh viên mãn.

Có bốn lời nguyện (6,7,11 và 12) trong 12 lời nguyện của Đức Phật Dược Sư nói về cứu bệnh nhân như sau:

Lời Nguyện thứ sáu: "Nguyện sau khi thành Phật, nếu có chúng sinh nào thân thể yếu đuối, tàn tật, tâm trí ngu si, ngông cuồng, khi nghe danh hiệu tôi thì thân thể khỏe mạnh, tàn tật được lành lặn, dứt mọi bệnh khổ, phát sinh trí tuệ."

Lời Nguyện thứ bảy: "Nguyện sau khi thành Phật, nếu có chúng sinh mắc các chứng bệnh hiểm nghèo, không thầy cứu, không thuốc chữa, không thân nhân chăm sóc, đau khổ mọi bề, khi nghe được danh hiệu tôi thì bệnh tật liền dứt, thân tâm an lạc, và phát tâm tinh tấn tu tập cho đến khi đạt được đạo quả giác ngộ."

Lời Nguyện thứ mười một: Nguyện sau khi thành Phật, nếu có chúng sinh nào sa vào cảnh đói khát khốn khổ, và vì miếng ăn mà phải gây ra các hành động tội lỗi xấu xa, khi nghe được danh hiệu tôi và chuyên tâm quán niệm thì tôi sẽ trước đem cho thức ăn ngon, sau đem pháp vị mà hóa độ, khiến cho an trú mãi trong niềm an lạc vô biên."

Lời Nguyện thứ mười hai: Nguyện sau khi thành Phật, nếu có chúng sinh nào nghèo túng đến nỗi không có áo mặc, đêm ngày phải chịu rách rưới, lạnh lẽo, trăm điều khổ sở, khi nghe được danh hiệu tôi và chuyên tâm quán niệm thì nhờ uy đức của tôi mà họ sẽ được có áo quần lành lặn đẹp đẽ, với đầy đủ các món trang sức thân thể."

Như vậy danh hiệu của Đức Phật Dược Sư có ý nghĩa đầy đủ: Ngài là một vị Phật Toàn Giác, là vua của các thầy thuốc để cứu các bệnh khổ cho chúng sinh. Đặc biệt nhất là khổ về bệnh tật và khổ về chết."

7.5.7. Một câu chuyện linh ứng hết bệnh Covid-19 do niệm Phật

Xin kể một câu chuyện của cô Bùi Thị (Texas, Hoa Kỳ)[179] bị nhiễm Covid và nhờ uống thuốc cùng niệm Phật mà qua khỏi. Cô diễn tả cảm thọ đau khổ của nhiễm virus và sự nhiệm mầu của câu niệm Phật Dược Sư, A Di Dà và Quan Âm Bồ tát như sau:

"Nhiều ngày tôi cứ nằm dán chặt giường, đau buốt toàn thân, hơi thở có những lúc gấp gáp và có cảm giác như ai đó đã hút hết năng lượng của tôi ra ngoài. Có những thời khắc tôi không thể ngồi dậy và không thể ăn gì trong ba ngày liên tục. Một đêm nọ trong lúc mê man tôi thấy có một luồng ánh sáng mát dịu dù đã tắt hết đèn. Trong cơn mê, tôi vẫn nhớ lại những gì người ta mô tả về ánh sáng của Đức Phật A Di Đà. Tôi tự nhủ là ngày đó sao đến sớm vậy. Sáng hôm sau, tôi mừng thấy mình tỉnh dậy. Nhưng tôi vẫn không thể đi lại được, cũng không thể ăn gì, tôi cố gắng uống một chút sữa và thuốc hạ sốt rồi cứ nằm trên giường bệnh và nhìn ra cửa sổ. Trời vẫn trong xanh và có một dải mây trắng rất đẹp ngay đúng tầm nhìn của mình. Bất giác tôi thấy có mối giao cảm kỳ lạ với đám mây đó, tôi cố gắng đánh thức bản thân tỉnh táo để nhìn ra bầu trời và cầu nguyện.

Tôi không nhớ mình đã gọi tên Đức Phật A Di Đà, Bồ-

179. Bùi Thị, Hoa Kỳ - Bài học lớn về sự vô thường, Texas, Hoa Kỳ. https://giacngo.vn/bai-hoc-lon-ve-su-vo-thuong-post54775.html

tát Quán Thế Âm và Đức Phật Dược Sư bao nhiêu lần. Tôi chỉ biết là tôi tin có Như Lai thị hiện qua dải mây trắng ngoài kia và rồi tôi thiếp đi hoàn toàn. Khi tỉnh dậy, tôi thấy như có ai đã thổi năng lượng vào người mình, quan trọng hơn hết là cảm giác đau nhức toàn thân gần như giảm hẳn, và tôi có thể đứng lên đi lại. Cơn đau chấm dứt theo kiểu cứ như có ai cắt phăng cái cục đau ra khỏi người. Bất giác tôi thèm cam. Tôi ăn một trái cam xong thì thấy cổ họng mát rượi, và rồi tôi cảm nhận rõ dòng nước đó chạy khắp cơ thể đang trống rỗng của mình. Đó là trái cam ngon nhất từ trước đến nay trong đời tôi. Không, chính xác đó là giọt nước cam cam-lồ của Bồ-tát Quán Thế Âm.

Sau hôm đó, tôi gần như thoát khỏi cơn nguy kịch và hồi phục từng chút một theo từng ngày. Được nửa chặng đường thì một người bạn ở bang khác gửi thuốc hỗ trợ kháng viêm phổi cho tôi. Cả nhà cô ấy cũng từng bị nhiễm Covid hồi đầu mùa và dùng toa này từ Việt Nam gửi sang rất hiệu quả. Thuốc được chính bác sĩ Việt Nam kê toa để chữa cho các bệnh nhân nhiễm Covid-19 tại Việt Nam vào thời điểm đó. Tôi dùng được vài hôm thì có cảm giác phổi mình không còn nghẽn nữa. Mỗi sáng tôi đều có thể ngồi dậy tập thở và cầu nguyện, đi lại nhẹ nhàng và tự nấu nước xông. Mỗi lần tắm gội với hương thơm thảo dược là tôi có một cảm giác rất pha trộn, như thể tôi có thuật phân thân rằng thân thể này đang ở trời Tây, nhưng còn có một thân thể khác ở phương Đông. Chính xác là không có một không gian nào cả, chỉ có ở đây và bây giờ. Sau mỗi lần xông là tôi lại thấy mình khỏe hơn một chút. Những cam, sả, gừng, lá thảo dược đã yểm trợ cho hệ miễn dịch và ý chí của tôi rất nhiều…"

Tại sao niệm Phật có thể giúp chúng sanh vượt thoát

nghiệp tội? Bởi pháp này không chỉ được Phật Thích Ca diễn nói mà còn là pháp mà mười phương, ba đời chư Phật đồng đều diễn nói trong A Di Đà Kinh và Vô Lượng Thọ Kinh cùng nhiều kinh khác. Không những thế, người niệm Phật còn được Phật Thích Ca cắt cử: "Hai mươi lăm vị Bồ Tát hộ trì người ấy, thường khiến cho người ấy không bệnh, không khổ, dù là người hay phi nhân đều chẳng thừa dịp làm hại được, đi, đứng, nằm, ngồi, bất luận là ngày hay đêm, thường được an ổn"; và "Nếu có chúng sanh tin tưởng kinh này và niệm A Di Đà Phật, nguyện vãng sanh, thì đức Phật A Di Đà trong thế giới Cực Lạc ấy liền sai hai mươi lăm vị Bồ Tát ủng hộ hành giả. Dù đi, hay ngồi, dù đứng, hay nằm, dù ngày, hay đêm, trong hết thảy thời, hết thảy chỗ, chẳng để cho ác quỷ, ác thần có cơ hội thuận tiện quấy nhiễu hành giả." (Kinh Thập Vãng Sanh).

Như vậy, Phật pháp nói chung và pháp niệm Phật nói riêng rất linh ứng nhiệm mầu cứu người thoát bệnh khổ, chuyển hoá nghiệp nạn Corona Virus .

7.6. TRÌ CHÚ

7.6.1. Định nghĩa

Trì là trì tụng miên mật, không gián đoạn. Chú, thần chú, mật chú (mantra) là lời bí mật của chư Phật.

Lời Phật dạy có hiển giáo và mật giáo. Hiển giáo là kinh, luật, luật; ai cũng có thể nghe (văn), sư nghĩ (tư) và tu (thực hành) cả. Mật giáo là mật chú, chỉ có chư Phật mới hiểu được, chứ các hàng Bồ tát, Duyên giác, Thanh Văn cũng khó hiểu thấu. Các bài chú đều có oai thần và công đức không thể nghĩ bàn, dứt trừ được nghiệp chướng, tiêu tai giải nạn và tăng trưởng phước huệ, nên gọi là thần chú.

Một câu thần chú là danh biệu một vị Phật, tóm gọn cả một bộ kinh, vì vậy, hiệu lực của các thần chú rất phi thường. Kinh Lăng Nghiêm dạy, khi tôn giả A-nan bị mắc nạn Ma-đăng-già, Đức Phật liền sai tôn giả Văn-Thù Sư-Lợi đem thần chú Lăng Nghiêm đến cứu, và A-Nan liền thoát được nạn nguy hiểm.

Trong thời đại dịch SARS-CoV-2 virus, nghiệp người mỏng cạn, thời gian gấp rút, việc trì chú rất thích hợp vì thần chú ngắn hơn kinh, và có oai lực, công năng rất lớn không thể nghĩ bàn, khi trì tụng, tâm phải định thì mới trì trôi chảy, thông suốt (như suối chảy liên tục).

Thường trì tụng từ 3 biến, hoặc 21, 49, 108, ngàn biến hay càng nhiều càng tốt. Các thần chú phổ biến trong mùa dịch Covid-19 này được biết đến như:

7.6.2. Tiêu tai Cát tường Thần chú (có hiệu lực tiêu trừ hoạn nạn, mang điều tốt và may mắn).

Nẵng mồ tam mãn đa, Mẫu đà nẫm, A bát ra để, Hạ đa xá ta nẵng nẫm, Đát điệt tha. Án, khê khê, khê hế, khê hế, hồng hồng, Nhập phạ ra, nhập phạ ra, Bát ra nhập phạ ra, bát ra nhập phạ ra, Để sắc sá, để sắc sá, Sắc trí rị, Sắc trí rị, Ta phấn tra, ta phấn tra, Phiến để ca, Thất rị duệ, Ta phạ hạ.

7.6.3. Thất Phật diệt tội chân ngôn (có công năng tiêu trừ tội chướng của chúng ta)

Ly bà ly bà đế, cầu ha cầu ha đế, đà ra ni đế, ni ha ra đế, tỳ lê nễ đế, ma ha già đế, chân lăng càn đế, ta bà ha.

7.6.4. Bạt nhứt thế nghiệp chướng căn bổn đắc sinh Tịnh độ đà-la-ni (chuyển hóa nghiệp chướng, khiến được vãng sinh về Tịnh độ)

Nam-mô a di đa bà dạ, đa tha dà đa dạ, đa điệt dạ tha. A di rị đô bà tỳ, a di rị đa tất đam bà tỳ, a di rị đa tì ca lan đế, a di rị đa tì ca lan đa, dà di nị dà dà na, chỉ đa ca lệ ta bà ha.

7.6.5. Dược sư thần chú (có công năng trị bệnh)

Nam mô bạt già phạt đế, bệ sát xã, lũ lô thích lưu ly bác lặc bà, hắc ra xà giả. Đát tha yết đa da, a ra hắc đế. Tam miệu tam bột đà da, đát điệt tha. Án, bệ sát thệ, bệ sát thệ, bệ sát xã, tam một yết đế tóa ha.

7.6.6. Lục Tự Đại Minh Chú (tuy chỉ có sáu chữ, nhưng oai lực lớn không thể nghĩ bàn)

Án Ma Ni Bát Di Hồng– Om Mani Padme Hum

7.6.7. Chú Đại bi

7.6.8. Thập chú

7.6.9. Năm Đệ Lăng Nghiêm (chuyển hóa những ma chướng và nghiệp báo nặng nề)

Các thần chú này và nhiều thần chú khác thuộc về mật pháp, phải tụng liên tục và trôi chảy như dòng suối thì lực định mới mạnh. Khi có lực định (tam muội), thì mới có khả năng tiêu nghiệp chướng và khi đó, chú nguyện trong ly nước, hay đạo tràng… thì công năng, công hiệu mới thật kỳ diệu, khó có thể nghĩ bàn, như người uống nước ấm, lạnh thì tự biết lấy, chúng ta không thể đoán được.

Niệm Phật, trì Mật Chú là để nhiếp phục tâm ác, khơi phục tâm thiện, hàng phục ma tâm, nhiếp hóa oán kết, chứ không phải để khống chế, điều khiển, sai xử người khác theo tà niệm. Với tâm nguyện luôn vì chúng sanh đang đau khổ vì nạn dịch Coronavirus mà trí chú tiêu tai giải kết, nên hành giả phải giữ tâm thật thanh tịnh hành trì công phu thì hiệu quả sẽ đến rất nhiều.

Chúng ta có thể tự mình trì tụng, lễ sám hay mở facebook, youtube, zoom, tiktok, để tụng theo các chùa hay các đạo tràng. Chung ta có rất nhiều cơ hội nghe kinh tu tập trong thời đại dịch này để giải nghiệp và thanh tịnh cho mình và người.

7.6.10. Các thần chú Tây Tạng

Tenzin Gyatso, Đức Đạt Lai Lạt Ma thứ 14 đã xuất hiện rất nhiều lần trên các phương tiện truyền thông báo chí để khuyên các Phật tử vững tâm tu tập trì chú, thiền định trước nạn đại dịch Covid-19 tấn công toàn cầu.

Trong một bài báo đăng trên tạp chí Time ngày 14/04/2020, Ngài đã diễn dịch cuộc khủng hoảng Coronavirus theo nguyên lý Duyên Khởi tương quan tương liên, khổ, vô thường, và kêu gọi Phật tử khởi tâm lan tỏa tình thương và hy vọng.

Trong một bài báo khác dành riêng cho các Phật tử Trung quốc và Tây Tạng, Ngài đặc biệt kêu gọi các Phật tử tụng thần chú Bồ tát Tara để được Phật và Bồ tát che chở chống lại virus.

1. Lục Tự Minh Chân Ngôn (của Chezerig - Quan Thế

Âm)

Oṃ maṇi padme hūṃ.
(108 lần hay trì càng nhiều càng tốt)

Giúp tịnh hóa những vọng tưởng, sân giận, si mê và để hiện thực hóa lòng từ bi bao la.

2. Thần chú Kim Cang Thủ (Vajrapani)

Om Vajra Pani Hum Phat. (7 lần)

Nhằm dẹp những nội ngoại chướng và đặc biệt là rồng và những linh thể có hại và hiện thực hóa địa vị kim cang bất hoại

3. Kim Cang Du Già Thánh Nữ (Vajrayogini)

Om Om Om Sarva Buddha Dakiniye Vajra Varnaniye
Vajra Vairochaniye Hum Hum Hum Phat Phat Phat
Svaha. (36 lần)

Để tịnh hóa sự trói buộc, bất tịnh và hiện thực hóa sự hợp nhất giữa Đại Lạc và Tánh không trong trạng thái hoàn toàn giác ngộ.

4. Thần chú Thân Khẩu Ý Kim Cang

Om Ah Hum. (7 lần)

5. Thần chú đạo sư kim cương Guru Rinpoche

Om Ah Hum Benza Guru Padme Siddhi Hum. (7 lần)

6. Thần chú Dược sư

Tadyatha Om Bekhandze Bekhandze Maha Bekhandze
[Bekhandze] Radza Samudgate Svaha. (8 lần)

Với mục đích chuyển hóa những chướng ngại bên trong, bên ngoài, tăng trưởng sức khỏe toàn hảo và đóng lại cánh cửa đến những cảnh giới thấp kém (súc sanh, ma quỷ, địa ngục).

7. Thần chú của Tara Xanh

Om Tare Tuttare Ture Svaha. (21 lần)

Sẽ giúp vượt qua nỗi sợ hãi và giận dữ, bảo vệ chúng ta khỏi những chướng ngại cũng như tăng trưởng những ước nguyện một cách nhanh chóng.

8. Thần chú của Tara Trắng.

Om Tare Tuttare Ture Mama Ayur Punye Jnana Pushtim Kuru Ye Svaha. (7 lần).

Giúp tăng tuổi thọ, phước báu và trí tuệ, đặc biệt là dẹp những chướng ngại của cái chết bất đắc kì tử.

9. Thần chú Phật Đảnh Tôn Thắng (Namgyalma Buddha)

Om Bhrum Svaha / Om Amrita Ayur Da De Svaha. (7 lần)

Nhằm tăng tuổi thọ, phước báu và trí tuệ, đặc biệt là dẹp những chướng ngại của cái chết bất đắc kì tử.

10. Thần chú của Phật Vô Lượng Thọ

Om Ah Ma Ra Ni Ze Vin Ta Ye Svaha. (7 lần)

Giúp tăng tuổi thọ, phước báu và trí tuệ, đặc biệt là dẹp những chướng ngại của cái chết bất đắc kì tử.[180]

180. Tuyển Tập 42 Câu Chú Mật Tông (Kim Cang Thừa) https://www.facebook.com/PhapKhiMatTong.

7.6.11. Một câu chuyện linh ứng hết bệnh do trì Chú Đại Bi

Mỗi đêm sau khi ngồi thiền, xả thiền xong, bao giờ tôi cũng tụng bảy biến chú Đại Bi.[181]

Tháng 07/2009, sau khi đi dự đám cưới đứa cháu về, sau ót tôi nổi lên một khối u to bằng ngón chân cái, cứng, không đau, không đỏ nhưng cứ tưng tức rất khó chịu. Đi khám bác sĩ chuyên khoa ung bướu xác định là bướu lành, tới lui bệnh viện ba lần không mổ được, tôi rất bực bội tay cứ rờ nắn khối u khiến nó càng to thêm.

Một hôm sau khi xem đĩa VCD nói về sự mầu nhiệm của Bồ-tát Quán Thế Âm và chú Đại Bi, tôi quyết tâm nhờ thần lực đó để trị bệnh cho mình. Thay vì tụng 7 biến, tôi tăng lên 21 biến. Ngày đầu tụng 21 biến, đầu của tôi tê rần rần, đến ngày thứ 2, thứ 3 thì quen dần. Đến ngày thứ năm, sau khi lễ Phật, ngồi thiền và tụng 21 biến chú Đại bi, tôi đi ngủ và nằm mơ. Trong giấc mơ, tôi thấy mình ngồi trên một băng đá, dọc đường đi, cảnh vật mờ mờ sương phủ, lại thấy có một người đàn bà tuổi trung niên dẫn một chiếc xe đạp đến trước mặt tôi, tay chỉ vào khối u và nói: Phải trị cho hết chứ có đâu để hoài như vậy được? Bà bảo tôi lên xe để chở đi trị bệnh, tôi ngoan ngoãn ngồi lên yên sau cho bà chở đi, được một đoạn đường tôi hỏi:

- Dì ơi! dì là ai mà tốt với con vậy?

Người đàn bà đó quay mặt lại cười nói với tôi:

- Bộ con không biết ta sao?

---

181. Hương Đức, Linh ứng liên tiếp nhờ trì tụng và hướng dẫn mọi người trì chú Đại Bi.
https://phatgiao.org.vn/linh-ung-lien-tiep-nho-tri-tung-va-huong-dan-moi-nguoi-tri-chu-dai-bi-d84465.html

Nhìn mặt bà tôi giật mình vì đó là khuôn mặt của Bồ-tát Quán Thế Âm mà hàng ngày tôi vẫn ngắm nhìn trân trọng. Đột nhiên tôi giật mình tỉnh dậy vừa mừng vừa lo.

Sáng hôm sau tôi bảo với vợ con:

- Hôm nay Bồ-tát Quán Thế Âm sẽ về trị bệnh cho tôi.

Họ nghe tôi nói nhưng có vẻ không tin, kiểm tra lại khối u vẫn còn y nguyên tôi hơi phân vân nhưng vẫn quyết tâm tụng chú Đại Bi và niệm danh hiệu Bồ-tát Quán Thế Âm suốt ngày. Đến 4 giờ chiều tôi ngừng tụng niệm vì đầu óc quá căng nên mở tivi ra xem.

Đang xem tivi bỗng tôi nghe một tiếng "bục" sau ót và có cảm giác như có nước tuôn xuống dưới cổ.

Tôi vội đưa tay lên sờ thì mới biết khối u đã vỡ, máu, chất nhầy chảy ra dính tay và cổ áo, rồi vết thương tự lành mà không cần săn sóc gì nữa...Sau sự việc này, cả nhà tôi đều công nhận sự linh ứng của Bồ-tát Quán Thế Âm và chú Đại bi.

7.7. SỰ GIA TRÌ GIỚI LUẬT CÓ THỂ TIÊU TẬT BỆNH

7.7.1. Định nghĩa

Giới luật rất quan trọng trong đời sống tu tập của chúng xuất gia và tại gia. Giới luật giúp chế ngự thân, khẩu, ý tránh xa điều ác, tăng trưởng điều lành. Do chế ngự, rèn luyện tâm trí và xây dựng một môi trường an ổn xung quanh trong một thời gian dài, sẽ giúp đệ tử Phật phát triển khả năng miễn dịch và phòng bệnh Coronavirus.

Thanh tịnh giới luật một cá nhân sẽ giúp cộng đồng xã hội thanh tịnh xung quanh (quy luật từ trường). Sự suy đổi đạo đức của một người sẽ làm ảnh hưởng xã hội. Vì thế do giới luật, chúng ta có thể giữ thân tâm khỏe mạnh, an ổn, thanh tịnh, miễn dịch và có oai đức bảo vệ cho những người xung quanh, nhất là trong bối cảnh đại dịch Covid-19 này.

Thọ Trì Năm Giới gồm những gì?

- Không sát sanh.
- Không trộm cắp.
- Không tà dâm.
- Không nói dối.
- Không uống rượu bia và chất kích thích (ma túy).

Tự thân mình giữ giới còn gọi là đại bố thí vì ban sự bình an cho mình và những người xung quanh. Đức Phật dạy trong Tăng Chi Bộ Kinh, Phẩm Bố Thí[182] như sau:

> "Này các Tỷ-kheo, có năm bố thí này, là đại bố thí, được biết là tối sơ, được biết là lâu ngày, được biết là truyền thống cổ xưa, trước không tạp loạn, hiện tại không tạp loạn, tương lai không tạp loạn, không bị những Sa-môn, những Bà-la-môn có trí khinh thường. Thế nào là năm? Ở đây, này các Tỷ-kheo, Thánh đệ tử đoạn tận sát sinh, từ bỏ sát sinh. Lại nữa, này các Tỷ-kheo, Thánh đệ tử đoạn tận lấy của không cho, từ bỏ lấy của không cho ... Này các Tỷ-kheo, đây là bố thí thứ hai, là đại bố thí. Lại nữa, này các Tỷ-kheo, Thánh đệ tử đoạn tận tà hạnh trong các dục, từ bỏ tà hạnh trong các

182. Tăng Chi Bộ Kinh, Chương 8: Tám Pháp, Phẩm Bố Thí, phần (XI) số 39 Nguồn nước công đức. Bản dịch HT.Minh Châu. https://thuvienhoasen.org/a33936/thanh-tuu-ngu-gioi-vang-sanh-tay-phuong-tinh-do

> dục ... Này các Tỷ-kheo, đây là bố thí thứ ba, là đại bố thí... Lại nữa, này các Tỷ-kheo, Thánh đệ tử đoạn tận nói láo, từ bỏ nói láo... Này các Tỷ-kheo, đây là bố thí thứ tư, là đại bố thí... Lại nữa, này các Tỷ-kheo, Thánh đệ tử đoạn tận đắm say rượu men, rượu nấu, từ bỏ đắm say rượu men, rượu nấu... Này các Tỷ-kheo, đây là bố thí thứ năm, là đại bố thí, được biết là tối sơ, được biết là lâu ngày...".

Tăng nhất A-hàm, số 43.2 Tám pháp, Phẩm Thiên Tử Mã Huyết[183] nói về do công đức tu tập Tám giới (Bát Quan trai giới) mà có năng lực chuyển công đức này cho các chúng sanh đang gặp nạn như sau:

> "Sao gọi là trai pháp tám quan? Một là không sát sinh, hai là không lấy của không cho, ba là không dâm dục, bốn là không nói dối, năm là không uống rượu, sáu là không ăn phi thời, bảy là không nằm ngồi trên giường cao rộng, tám là tránh xa việc đàn ca xướng hát và xoa hương thơm vào mình. Tỷ-kheo, đó gọi là trai pháp tám quan của Hiền thánh".
>
> Thế Tôn bảo: "Người ấy nguyện rằng: 'Nay con bằng trai pháp tám quan này sẽ không đọa địa ngục, ngạ quỷ, súc sinh, cũng không rơi vào nơi tám nạn, không ở biên địa, không rơi vào nơi tệ ác, không theo tri thức ác; con phụng sự cha mẹ chân chánh không có tà kiến, sinh vào trung bộ, được nghe pháp thiện, tư duy phân biệt, thành tựu pháp tùy pháp; đem công đức trai pháp này nhiếp lấy pháp lành của tất cả chúng sinh; đem công đức

---

183. Tăng nhất A-hàm, số 43.2 Tám pháp, Phẩm Thiên Tử Mã Huyết. https://suttacentral.net/ea43.2/vi/tue_sy-thang?lang=en&reference=none&highlight=false

này bố thí cho họ giúp cho người kia thành Đạo Vô thượng Chánh chơn; đem phước của thệ nguyện này bố thí để thành tựu ba thừa khiến cho không bị thối lui giữa chừng. Lại đem trai pháp tám quan này để học Phật đạo, Bích Chi Phật đạo, A-la-hán đạo. Những người học Chánh pháp ở các thế giới cũng đều tập theo nghiệp này...".

7.7.2. Do Giữ Giới Luật nghiêm túc nên các ước nguyện khỏe mạnh được thành tựu

Trong kinh Ước Nguyện (Trung Bộ),[184] Đức Phật dạy lợi ích do giữ giới luật như sau:

"Các Tỷ-kheo, hãy sống đầy đủ giới hạnh, đầy đủ giới bổn, sống phòng hộ với sự phòng hộ của giới bổn, đầy đủ uy nghi chánh hạnh, thấy sự nguy hiểm trong các lỗi nhỏ nhặt, chơn chánh lãnh thọ và học tập các học giới.

Này các Tỷ-kheo, nếu Tỷ-kheo có các ước nguyện rằng:

"Mong rằng ta được các đồng phạm hạnh thương mến, yêu quý, cung kính và tôn trọng!"

"Mong rằng ta được các vật dụng như y phục, các món ăn khất thực, sàng tọa và các dược phẩm trị bệnh!"

"Mong rằng ta nay hưởng thọ các vật dụng như y phục, các món ăn khất thực, sàng tọa và các dược phẩm trị bệnh! Mong rằng hành động của những vị tạo ra các vật dụng ấy được quả báo lớn, được lợi ích lớn!"

"Mong rằng những bà con huyết thống với ta, khi họ

---

184. Trung Bộ, 6. Kinh Ước Nguyện (Ākaṅkheyyasutta), Hòa Thượng Thích Minh Châu dịch. https://suttacentral.net/mn6/vi/minh_chau?lang=en&reference=none&highlight=false

chết và mệnh chung, nghĩ (đến ta) với tâm hoan hỷ (và nhờ vậy) được quả báo lớn, lợi ích lớn!"

"Mong rằng ta nhiếp phục lạc và bất lạc, chớ không phải bất lạc nhiếp phục ta. Mong rằng ta sống luôn luôn nhiếp phục bất lạc được khởi lên!"

"Mong rằng ta nhiếp phục khiếp đảm và sợ hãi, chớ không phải khiếp đảm và sợ hãi nhiếp phục ta! Mong rằng ta sống luôn luôn nhiếp phục khiếp đảm và sợ hãi được khởi lên!..."

Tỳ-kheo ấy phải thành tựu viên mãn giới luật, kiên trì, nội tâm tịch tĩnh, không gián đoạn Thiền định, thành tựu quán hạnh, thích sống tại các trú xứ không tịnh thì các ước nguyện như trên sẽ được thành tựu như nguyện.

Như vậy, giới luật là thiện pháp, là đạo đức của mọi người. Hãy lấy thiện pháp chuyển hóa ác pháp. Ác pháp là những nghiệp báo của thiên tai, lũ lụt, hỏa hoạn, động đất, sóng thần, bệnh tật, tai ương, đại dịch…

Cho nên, đức Phật dạy muốn ước nguyện được bình an, không bệnh tật, không tai nạn, muốn y phục đầy đủ, muốn chết sanh cõi an lành, muốn chế ngự được sợ hãi thì mỗi chúng ta phải giữ gìn nghiêm túc giới luật. Giới luật giữ gìn nghiêm túc thì ước nguyện ấy sẽ mãn nguyện.

Pháp của Phật rất thực tế, cụ thể, hiện tại không có thời gian, kết quả sẽ thấy ngay liền những ước nguyện sẽ được mãn nguyện.

Xin được minh họa thêm một câu chuyện của Thầy Tỳ Kheo Vô Não vốn trước kia là tên sát nhân, nhưng bây giờ là bậc thánh có oai lực gia trì người khác.

7.7.3. Sức Gia Trì Của Tăng Sĩ Vô Não cho Phụ Nữ Mang Thai

Một hôm, khi Tôn giả Vô Não (Angulimala)[185] ôm bát đi khất thực ở làng mạc, bỗng nhiên Ngài nghe thấy tiếng kêu khóc của một thiếu phụ đến ngày lâm bồn, nhưng mãi không sinh nở được, xung quanh lại không có thầy thuốc nào, Ngài lo rằng hai mẹ con sẽ không qua nổi. Chứng kiến cảnh đó, Tôn giả Angulimala vội quay về tịnh xá bạch Đức Thế Tôn:

- Bạch Đức Thế Tôn! Con vừa gặp một thiếu phụ đến ngày lâm bồn, nhưng khó sinh, nên đang chịu đau đớn quằn quại giữa đường. Xin Đức Thế Tôn hãy chỉ cho con cách để có thể giúp thiếu phụ đó được an toàn.

Bấy giờ, Đức Thế Tôn chỉ dạy rằng:

- Này Angulimala! Con hãy đi đến chỗ người đàn bà ấy, phát nguyện bằng lời chân thật rằng: Từ khi tôi sinh ra, biết mình không có tự ý sát hại chúng sanh; do lời chân thật này, xin cho cô sinh đứa con dễ dàng và hài nhi của cô cũng được an toàn!

Nghe đến đây, Tôn giả Angulimala tỏ ra do dự, bởi nếu nói như Thế Tôn, phải chăng Ngài đang nói dối vì trước đó Angulimala từng giết hại rất nhiều người. Nhưng Đức Thế Tôn đã từ bi giảng giải và chỉ dạy cho Angulimala rằng: "Này Angulimala! Từ khi sinh ra, tức là kể từ ngày con được sinh ra trong dòng dõi giáo pháp Thánh tộc (xuất gia)."

Vâng lời Đức Thế Tôn, Ngài lập tức đi đến trước mặt người sản phụ và phát nguyện: "Từ khi tôi sinh ra (xuất

---

185. Trung Bộ Kinh (Majjhima Nikaya) 86. Kinh Angulimàla (Angulimàla sutta). Việt dịch: Hòa thượng T Minh Châu. https://www.budsas.org/uni/u-kinh-trungbo/trung86.htm

gia), biết mình không có tự ý sát hại chúng sanh; do lời chân thật này, xin cho cô sinh đứa con dễ dàng và hài nhi của cô cũng được an toàn!"

Angulimala nghe lời Phật đến phát nguyện lời chân thật để hồi hướng phúc lành cho thiếu phụ đang trong cơn nguy kịch. Lời vừa dứt, tiếng trẻ con khóc liền vang lên, quả nhiên cho thấy sự nhiệm màu và vi diệu từ lời phát nguyện chân thật, đức độ của vị Tôn giả Angulimala. Về sau, Tôn giả Angulimala nỗ lực tu tập, chứng ngộ Tứ thánh đế, đắc quả A-la-hán bằng trí tuệ siêu thế."

Câu chuyện cho thấy bỏ quá khứ sát hại sau lưng, từ ngày xuất gia, tăng sĩ Angulimala đã một lòng sám hối, chịu dừng nghiệp ác và thanh tịnh giữ giới bất hại, giới nói thật, cùng nhiều giới khác.

Giới có sức mạnh, oai lực và công năng thần kỳ nên có thể ban năng lực ấy cho người đối diện như Kinh Ước Nguyện đã nói. Tôn giả Angulimala có năng lực mang lại hạnh phúc cho chúng sinh kể từ khi gia nhập Tăng đoàn. Vì vậy, hai mẹ con thai phụ được mẹ tròn con vuông và Tăng sĩ trở thành người hữu ích, đáng kính ngưỡng trong xã hội.

Do vậy, trong thời kỳ nạn dịch SARS-CoV-2 đang bùng phát toàn cầu, rất cần những người giới hạnh, đạo đức để chuyển hóa những điều tai ương và mang lại bình an cho từng người.

7.7.3. Không Hy Sinh Người Già Để Cứu Vãn Kinh Tế bởi vì quý trọng mạng sống người bình đẳng bất kể già trẻ

Lệnh "Cách Ly Tại Nhà" của Tổng Thống Donald

Trump vào ngày 23 tháng 5 năm 2020, nhằm kiềm chế sự lan tràn của dịch cúm Coronavirus tại Hoa Kỳ... dĩ nhiên là phải trả giá về kinh tế. Nạn thất nghiệp gia tăng, sự thiệt hại về kinh tế có thể ước lượng cả chục ngàn tỉ Mỹ Kim. Và nếu tình trạng khẩn trương kéo dài trong ba tháng có thể đưa đến kinh tế suy sụp. Hầu hết các quốc gia trên thế giới đều chấp nhận hy sinh kinh tế để cứu mạng người.[186]

Thế nhưng tại Hoa Kỳ có khác. Trước nhu cầu tái tranh cử vào tháng 11 năm 2020 tới đây. Nếu kinh tế cứ như thế này thì hy vọng tái cử rất mong manh. Do đó, tổng thống Trump gợi ý có thể hủy bỏ sắc lệnh phong tỏa, tức sinh hoạt sẽ trở lại bình thường. Khi đó, hai tình huống có thể xảy ra.

Thứ nhất: Khi lệnh cách ly hủy bỏ, dịch cúm Coronavirus sẽ lan nhanh và lúc đó vô phương cứu chữa, người ta sẽ chết hàng loạt.

Thứ hai: Có thể dịch cúm cũng sẽ lan tràn nhưng ở tốc độ vừa phải. Người trẻ có sức chịu đựng sẽ không chết. Còn người già nếu có chết vài ngàn cũng không sao, bởi lẽ kinh tế sẽ hồi phục.

Ông Dan Patrick - Phó Thống Đốc Tiểu Bang Texas – 69 tuổi, một đồng minh của tổng thống Trump trong một cuộc hội thoại trên Fox News nói rằng các cụ ông cụ bà (*grandparents*) Hoa Kỳ sẵn sàng chết vì dịch cúm Corona để cứu vãn nền kinh tế. Ông lên án việc phong tỏa và đóng cửa các cơ sở không cần thiết. Nếu việc phong tỏa kéo dài ba tháng thì nền kinh tế Mỹ sẽ sụp đổ và ông không

---

186. Thiện Quả Đào Văn Bình, Hy Sinh Người Già Để Cứu Vãn Kinh Tế, California, 25/03/2020.
https://thuvienhoasen.org/a33639/hy-sinh-nguoi-gia-de-cuu-van-kinh-te-

muốn cả quốc gia phải hy sinh. Ông còn nói rằng ông sẵn sàng hy sinh tính mạng mình cho nền kinh tế.

Trong khi đó Ông Andrew Cuomo - Thống Đốc Tiểu Bang New York lại có quan điểm ngược lại. Là tiểu bang chịu ảnh hưởng nặng nề bởi dịch cúm Corona với 20.875 người nhiễm bệnh và 157 người chết, Ông Cuomo nói rằng, "Mẹ tôi không thể bị hy sinh, mẹ của bạn cũng không thể bị hy sinh và các anh chị em của chúng ta cũng không thể bị hy sinh và chúng ta sẽ không chấp nhận tiền đề cho rằng mạng người có thể bỏ đi và chúng ta chũng không được đặt đồng cô-la lên sinh mạng của con người." (*New York Gov. Andrew Cuomo took issue with the ethical choices implied by Trump's priorities, saying, "My mother is not expendable and your mother is not expendable and our brothers and sisters are not expendable, and we're not going to accept a premise that human life is disposable, and we're not going to put a dollar figure on human life."*)

Phật tử Thiện Quả Đào Văn Bình[187] đưa ra câu hỏi và gợi ý như sau: Chúng ta nghĩ gì về chủ trương "hy sinh người già để cứu vãn kinh tế"?

"Là một Phật tử với tinh thần từ bi, chúng ta không thể hy sinh một tầng lớp nào đó cho phúc lợi của một tầng lớp nào đó.

Trong lịch sử nhân loại có một thời kỳ bi thảm đó là chủ trương thanh lọc chủng tộc của Hitler. Theo Biên Niên Sử Thế Kỷ XX (Chronicle of the 20th Century), vào ngày 26/7/1933, bằng một loạt các sắc lệnh, Hitler ra lệnh lành mạnh hóa chủng tộc để không còn người mù, câm, điếc, thân thể méo mó, di truyền, khờ dại, động kinh...ngăn cấm lai

187. Như trên.

giống để chỉ đẻ ra giống Aryan thuần chủng thông minh, đẹp đẽ, thân hình cao lớn, tóc vàng. Bằng ý tưởng điên rồ và man rợ, Hitler vì muốn có một giống Đức thuần chủng và đẹp đẽ, đã giết chết biết bao nhiêu người vô tội. Ai cũng có quyền sống dù đó là người già nua, tàn tật, đui mù, câm điếc. Đó là lòng nhân đạo hay lý tưởng nhân đạo. Là lãnh đạo đất nước chúng ta phải có trách nhiệm bảo vệ mạng sống của toàn dân chứ không phải hy sinh lớp người này để cứu lớp người kia.

Là người Phật tử, hành động cần thiết trong cơn đại nạn là không kinh hoảng, không kỳ thị, nhẫn nại chịu đựng, cầu nguyện và phát triển tâm lành, đồng thời tin tưởng vào các nhà khoa học, y bác sĩ, dược sĩ và những quyết định đúng đắn của chính quyền."

Đối với xã hội ngày nay nhất là các quốc gia tân tiến văn minh như Hoa Kỳ, Canada, Nga, Đức, Pháp, Anh… mà nói thì không những con người có dư thừa khả năng phòng ngừa và ngăn chặn không để virus gây hại mà còn có thể mang chúng lên mặt trăng hay sao Hỏa.

Ở đây, chúng ta nên dùng các phương pháp phòng ngừa và ngăn chặn chứ không nên dùng phương pháp hủy diệt một số đông người già yếu để số đông người trẻ khỏe còn lại sống. Các chuyên gia hàng đầu trong lãnh vực này đồng ý rộng rãi rằng biện pháp cực đoan này sẽ có thể làm mất cân bằng xã hội, có thể gây ra những tác động tiêu cực đến xã hội về thể chất, tinh thần và tài chính - và khuyên các chính phủ không nên dùng.

Đối với Phật Giáo, không sát sanh được Đức Phật thiết lập đầu tiên, có vị trí và vai trò hàng đầu trong các giới, tức là tánh mạng người vật rất quý. Thay gì sát hại thì hãy phóng sanh tha mạng, dẹp bỏ hình phạt tử hình.

Cho nên, giới sát sanh (dù là người già, bệnh, tật nguyền) là cơ sở, cội nguồn để xác lập đạo đức, nhân cách con người nói chung và Phật tử nói riêng.

7.8. SÁM HỐI VỚI CHƯ VỊ BỒ TÁT CORONA VIRUS

7.8.1. Định nghĩa

Sám hối: Sám là ăn năn, hối là không dám tái phạm.

Sám hối bất định nghĩa là có hai mặt: tốt (tích cực) và xấu (tiêu cực).

Nếu sám hối biết lỗi cũ nên ăn năn và nguyện sau này không tái phạm nữa. Đây là sám hối thiện tốt và tích cực.

Nhưng có sám hối tiêu cực là chúng ta cứ hối hận, khóc lóc, cắn rứt, dày vo, hành hạ mình vì mình làm sai... mà không chịu đứng lên lập lại cuộc đời, thì hối lỗi đó là hại, không nên. Thời gian rất quý, nên hối hận là nguyện chừa bỏ và đặt hết nhiệt huyết làm điều tích cực.

Chúng ta gọi Coronavirus là các vị bồ tát thị hiện cho chúng ta giác tỉnh sự vô thường của cuộc sống. Bồ tát nghĩa là người hùng, người giúp cho mình thành tựu mục đích tối thượng. Trong đó, bao gồm cả những người ác, xấu... cản trở, thử thách để mình thành đạo. Như Đề-Bà-Đạt-Đa là một bồ tát cản trở để giúp Đức Phật Thích Ca kiên trì thành đạo. Covid-19 là một bồ tát thị hiện để cảnh tỉnh sự vô thường ngắn ngủi của kiếp người để chúng ta sớm tu tỉnh. Mặt khác, virus cũng là một sinh vật, có tánh Phật, hiện thân trong cõi đời này, trong đại dịch này theo vòng nhân quả, vay trả trả vay, mà kiếp trước có nhân duyên với loài người chúng ta, nên chúng ta cần sám hối và gỡ oán kết này với các bồ tát Coronavirus, như người phạm lỗi mà biết sám hối.

Thời Đức Phật còn tại thế, để trả lời một vị sa môn hỏi "Thế nào là một người đáng quý?" Đức Phật đã dạy rằng:

"Trên đời có hai hạng người đáng quý. Thứ nhất, là người chưa từng phạm lỗi. Thứ hai, là người phạm lỗi mà biết nhận lỗi."

7.8.2. Phàm phu dễ phạm tội, nên phải thường xuyên sám hối

Trong Kinh Lăng Nghiêm, Đức Phổ Hiền Bồ Tát nói: "Nếu tội lỗi của chúng sanh có hình tướng, tất cả hư không cũng không chứa hết" hay Kinh Thủy sám, chúng ta đọc được câu: "Kẻ phàm phu, mỗi khi động chân cất bước là đều phạm tội."

Vì thế, muốn thanh tịnh, nhẹ nhàng, sống an vui, trường thọ, không bị bệnh dịch SARS-CoV-2 thì chúng ta phải sám hối. Sám hối những nghiệp lực xấu do tội lỗi sát sanh, trộm cướp, nói láo... trong kiếp này và nhiều kiếp trước mà vì vô tình hay cố ý, do vô minh mà chúng ta từ thân, miệng, ý, lỡ phạm.

Nay Coronavirus tung hoành khắp toàn cầu, khắp nơi phủ một màu tang. Bệnh viện không đủ giường cho bệnh nhân. Nghĩa trang phải chôn tập thể. Xác chết xếp hàng chờ hỏa thiêu, không có giờ trống để lên giàn hỏa, phải chất đống ngoài trời và tự chất củi đốt. Con người dường như đã đến ngày giờ tận thế, phải trả nghiệp (đồng nghiệp) phải trả quả báo do giết hại (ahiṃsā) mà ra.

Chúng ta bị ám ảnh, hoảng sợ khi thấy những người thân, đồng loại bị nhiễm Coronavirus và chết gần bảy triệu người. Có phương thuốc nào để chuyển hoá căn bệnh này?

Mọi người đua nhau đi chích ngừa và uống thuốc kháng sinh Paxlovid, Molnupiravir hay Remdesivir... nhưng có vĩnh viễn đặc trị không? Mọi hiện tượng xấu tốt trong hiện tại đều phát xuất từ nghiệp cảm của chúng sanh. Cho nên, SARS-CoV-2 là một phần nghiệp bệnh của chúng sanh, mà nghiệp chúng sanh là bất khả tận. Vì thế, một trong những phương thuốc tâm linh hữu hiệu là sám hối nghiệp chướng, phát nguyện tu tập, ăn chay, tụng kinh, ngồi thiền, tránh ác, làm lành, hồi hướng, giải oán kết với các con Coronavirus vô hình mà hung hãn, không biết sẽ gọi tên mình bất cứ lúc nào.

Nếu chúng ta biết tu tập, hàm dưỡng nội tâm, xa ác, làm lành, dùng năng lượng tích cực hướng đến Covid-19, thì bệnh nhân, muôn vật, môi trường, sẽ chiêu cảm cảnh an lành, tốt đẹp. Ngược lại, nếu chúng ta buông lung, tự do sát hại, giết người, cướp của, nói lời ác độc, hại nhân, giết vật, gây tạo ác nghiệp, sẽ chiêu cảm thiên tai, nhân hoạ, dịch bệnh Coronavirus lan tràn.

Một khi quả báo chín muồi thì không thể tránh khỏi.

Thế nhưng, trong khi nhận quả báo đó, không phải tất cả mọi người đều phải nhận lấy báo khổ như nhau. Bởi lẽ, trong chúng ta tạo nghiệp thiện ác sai khác và nghiệp cảm sai khác, nên có biệt nghiệp và đồng nghiệp. Phải sám hối từng nghiệp riêng và từng nghiệp chung, từng ân oán vay trả trả vay.

7.8.3. Sám Hối Nghiệp Quả Tiếp Tục

Kinh Đại Phật Đỉnh Thủ Lăng Nghiêm dạy "Nghiệp quả sai biệt tương tục" như sau:

"Này Phú Lâu Na, tư tưởng thương yêu ràng buộc

lẫn nhau, yêu mãi không rời, thì những cha mẹ con cháu trong thế gian sinh nhau không ngớt, bọn này thì lấy dục tham làm gốc. Lòng tham, lòng yêu giúp nhau tăng trưởng, tham mãi không thôi, thì các loài thai sinh, noãn sinh, thấp sinh, hóa sinh trong thế gian, tùy sức mạnh yếu, ăn nuốt lẫn nhau; bọn này lấy sát tham làm gốc. Lấy thân người ăn con dê, dê chết làm người, người chết làm dê, như vậy cho đến mười loài chúng sinh chết sống, sống chết, ăn nuốt lẫn nhau, nghiệp dữ cũng sinh ra tột đời vị lai, bọn này thì lấy đạo tham làm gốc.

Người này mắc nợ thân mệnh người kia, người kia trả nợ cũ cho người này; do nhân duyên ấy, trải qua trăm nghìn kiếp, thường ở trong đường sống chết. Người này yêu cái tâm người kia, người kia ưa cái sắc người này, do nhân duyên ấy, trải qua trăm nghìn kiếp, thường ở trong vòng ràng buộc. Duy ba món sát, đạo, dâm làm gốc và vì nhân duyên đó, nghiệp quả tiếp tục."[188]

Như vậy, do sát sanh, trộm cắp, tà dâm mà tạo ra vô số nghiệp thiện ác sai biệt. Trong lúc trả các nghiệp, lại tạo ra vô số oán ân, ân oán, vay trả, trả vay, vì vậy cùng trong môi trường thiên tai khổ nạn đại dịch, nhưng có người không bị cảm nhiễm, có người không qua khỏi, có người tránh được kiếp nạn khổ đau lầm than, nhưng có người bị nhiễm và bị SARS-CoV-2 hành hạ cảm sốt, không thở được. Nói theo Phật pháp, đây là biệt nghiệp trong cộng nghiệp của chúng sanh.

---

188. Kinh Thủ Lăng Nghiêm, Hán dịch: Bát Thích Mật Đế, Việt Dịch: Cư Sĩ Tâm Minh Lê Đình Thám.
Phật Học Viện quốc Tế Xuất Bản PL 2527 – 1983, Nhà xuất bản Tôn Giáo Hà Nội, 2000, tr. 292-3.

Tất cả có gần bảy triệu (6,860,779)[189] người đồng nghiệp tử vong và 700 triệu (686,647,374) người đồng nghiệp nhiễm Coronavirus. Trong cái đồng nghiệp lại có những cái biệt nghiệp, bị nhiễm, nhưng hồi phục hay không bị virus hành hạ thân xác. Vì thế, nhiễm tịnh, phước hay hết phước đều khác nhau, cảm lấy quả báo khỏe, bệnh, hồi phục, tử vong, khổ hoặc vui tuỳ theo túc nghiệp hoặc hiện nghiệp tạo nên.

Ví dụ như câu chuyện SARS-CoV-2 ở Bhutan. Bhutan tọa lạc giữa hai nước đông dân nhất là Trung Quốc và Ấn Độ. Tại Bhutan, những buổi lễ chư Tăng Ni Phật tử cầu nguyện vẫn diễn ra hàng ngày với niềm tin rằng việc này sẽ bảo vệ họ khỏi mối đe dọa của đại dịch Covid-19. Với 20 ca mắc Coronavirus và không có ca tử vong nào (tính đến ngày 15/5/2020), nhiều người dân ở Vương quốc nằm dưới dãy Himalaya nay tin rằng họ được những vị thần bảo hộ.[190] Trong khi đồng nghiệp của Trung Quốc và Ấn Độ số nhiễm và tử vong rất cao, thì biệt nghiệp Bhutan không bị ảnh hưởng.

Hoặc ca nhiễm đầu tiên ở nước Bhutan là vợ chồng người Mỹ, cùng đi du lịch với nhau. Khi được khám sức khỏe, người chồng dương tính trong khi người vợ âm tính. Vợ chồng với nhau mà rõ ràng biệt nghiệp khác nhau. Cho

189. Theo thống kê của Worldometers, ngày 26 tháng 4 năm 2023, 01:46 GMT, thế giới đã ghi nhận tổng cộng 686,647,374 ca nhiễm virus SARS-CoV-2 gây bệnh viêm đường hô hấp cấp Covid-19, trong đó có 6,860,779 ca tử vong.
https://www.worldometers.info/coronavirus/country/us/+

190. Câu chuyện chống Covid-19 ở Bhutan khi nằm giữa 2 nước đông dân nhất.
https://vov.gov.vn/cau-chuyen-chong-covid-19-o-bhutan-khi-nam-giua-2-nuoc-dong-dan-nhat-dtnew-171376

nên, chỉ có sám hối, tiêu nghiệp và tu tập mới cứu chúng ta.

7.8.4. Thiết lập đạo tràng sám hối.

Sám hối có hai mặt: sự (hình thức) và lý (ý nghĩa).

7.8.4.1. Sự sám hối

1- Lập giới đàn sám hối: Thỉnh Chư tôn đức đạo hạnh chứng minh. Chúng ta quỳ bạch lỗi, ăn năn và hứa không tái phạm. Tăng bảo khai thị và tiến hành lễ sái tịnh, sám hối.

2- Quán tưởng sám hối: Chúng ta thiết lập bàn thờ, có các tượng Phật và Bồ tát với thân kim sắc thanh tịnh. Chúng ta thành tâm lễ bái hình tượng Phật hoặc Bồ Tát, quán tưởng các Ngài quang lâm, chứng minh sự phát lồ sám hối và nguyện không tái phạm. Sám hối sẽ hiệu quả cho đến khi nào chúng ta thấy được thoại tướng hay hào quang, thấy Phật hay Bồ Tát đến xoa đầu mới thôi.

3- Hồng danh sám hối: Hồng danh: danh hiệu, tên cao thượng của các vị Phật, Bồ tát và thánh hiền. Sám hối bằng cách là xướng và quỳ lạy đảnh lễ danh hiệu đức hạnh của 108 vị Phật để trừ 108 phiền não tội chướng.

108 tội chướng hay 108 phiền não là 6 căn (mắt, tai, mũi, lưỡi, thân, ý) + 6 trần (sắc, thanh, hương, vị, xúc, pháp) + 6 thức (nhãn thức, nhĩ thức, tỷ thức, thiệt thức, thân thức, và ý thức) = 18. Mỗi cái đều có sáu căn bản phiền não (tham, sân, si, mạn, nghi, ác kiến). 18 x 6 phiền não = 108 phiền não, nên mỗi xâu chuỗi có 108 hạt.

Đức Phật Tỳ-Bà-Thi cách nay 91 kiếp về trước đã tuyên bố: "Nếu ai niệm lạy danh hiệu các vị Phật, thì nhiều kiếp sẽ không bị đọa vào ba đường ác."

Kinh Bảo Tích dạy: "Nếu chúng sanh nào phạm tội

ngũ nghịch, thập ác, đến nhiều kiếp không thể sám hối, chỉ lễ lạy niệm danh hiệu Phật thì bao nhiêu tội lỗi đều tiêu diệt hết."

Công đức vô biên của chư Phật không thể nghĩ bàn như vậy, nên hầu hết các chùa mỗi nửa tháng (14 và 30 âm lịch) đều có tổ chức lễ Hồng danh sám hối này.

7.8.4.2. Lý sám hối

1- Quán Tâm vô sinh: Tâm vốn chưa từng sanh ra và chưa từng diệt, nên Kinh Kim Cang dạy: "Tâm quá khứ không có, tâm hiện tại chẳng có, tâm tương lai cũng không." Vậy tâm nào phạm tội? cho nên Kinh dạy:

Tội từ tâm khởi đem tâm sám
Tâm được tịnh rồi tội liền tiêu
Tội tiêu tâm tịnh thảy đều không
Thế mới thật là chơn sám hối.

Nam Mô Cầu Sám Hối Bồ Tát Ma-ha-tát.

2- Quán Pháp vô sinh: Là quán sát các pháp hiện tượng bên ngoài theo duyên mà giả có, rồi sẽ chóng biến mất như Kinh Kim Cang dạy "Hễ có tướng là hư vọng" (Phàm sở hữu tướng giai thị hư vọng), cho nên tội lỗi vốn không.

Bát Nhã Tâm Kinh dạy "Không sinh, không diệt, không thêm không bớt," không bị thời gian thay đổi, không bị không gian chuyển dời xưa nay vẫn thế, nên gọi là thật tướng, chân như Phật tánh. Khi biết được thật tướng rồi thì giả tướng chẳng còn, tội lỗi là giả tướng nương gá vào đâu mà tồn tại được nữa. Cho nên, nếu thật sám hối chừa bỏ rồi thì tội tướng vốn không.

7.8.5. Lợi ích của sám hối

Ai cũng có lỗi. Có lỗi mà biết sám hối thì quý hơn người ngụy trang bên ngoài mình là thanh tịnh, nhưng thật ra có đầy lỗi. Sám hối có nhiều lợi ích như lương tâm trong sáng, không bị cắn rứt, tiếp nhận những hạnh thanh cao (như ly nước đã rửa sạch) khiến cho nghiệp chướng, báo chướng, phiền não chướng tiêu trừ, sinh phước và thẳng tiến đến giải thoát an lạc.

Nguyện nghiệp chướng, báo chướng,

Phiền não chướng, ba chướng tiêu trừ.

Nguyện tân duyên, cựu duyên,

Oan trái duyên, mọi duyên giải thoát.

Đạo hữu Thiện Nhân[191] trên facebook Thiện Lợi có chia sẻ bài văn sám hối như sau:

7.8.6. Văn Phát Lồ Sám Hối

(Quỳ trước bàn Phật bạch)

Đệ tử chúng con tên là ....

Pháp danh ....

Hiện cư ngụ tại địa chỉ số ....

Hôm nay ngày .... tháng .... năm .... đối trước Phật đài, xin thành tâm phát lồ sám hối:

Con (chúng con…) vì nghiệp báo vô minh, không tin nhân quả, không hiểu Phật pháp, từ vô lượng kiếp tới nay trôi lăn trong vòng sanh tử, nghiệp ác chúng con tạo ra nếu

191. Sám hối về Tội Sát Sanh. Facebook Thiện Lợi. https://www.facebook.com/ sám-hối-với-chư-vị-bồ-tát-coronanam-mô-bổn-sư-thích-ca-mâu-ni-phật-nỗi-ám-ảnh-

có thể tính đếm và có hình tướng tận hư không giới cũng không có nơi để chứa đựng. Do những nghiệp vô minh, tham, sân, si ba nghiệp dẫn dắt này mà chúng con đã sát người, hại vật, tự làm, bảo người làm, xui khiến người làm, hay thấy người làm sanh lòng vui mừng, ưa thích nên chúng con đã trôi lăn, đoạ lạc trong tam ác đạo không ngừng dứt.

Đời này chúng con dẫu được thân người, nhưng vì nghiệp ác bủa vây khiến chúng con lại tiếp tục sống trong vô minh, không tin nhân quả, không tìm cầu học hỏi Phật pháp, vì thế nên hiện nay chúng con đã bị nhiễm bệnh Corona.

Khi nhiễm bệnh rồi, toàn thân chúng con mỏi mệt, đau nhức, khó thở, không ăn, không ngủ, thân, tâm cạn kiệt không còn sự sống. Lâm cảnh này, chúng con mới cảm nhận được những nỗi đau khổ mà các chư vị chúng sanh, trong đó có cả các chư vị bồ tát Coronavirus đã từng bị chúng con vì vô minh nhân quả đã sát hại, cũng vật vã, đớn đau không kém chúng con hiện nay vậy.

Hôm nay, đối trước Tam bảo, đối trước Tổ tiên cửu huyền thất tổ, một lòng phát lồ sám hối hết thảy mọi tội lỗi, tội chướng mà chúng con đã gây tạo từ vô lượng kiếp tới nay, cho dù là gián tiếp hay trực tiếp, cho dù là vô ý hay hữu ý, dù tự làm, bảo người làm, xui khiến người làm, hay thấy người làm sanh lòng vui mừng, ưa thích thì chúng con cũng một lòng dập đầu cúi xin sám hối trước chư Phật và Tổ tiên cùng hết thảy các chư vị bồ tát Coronavirus.

Nguyện xin chư Phật, chư Bồ tát, cùng tổ tiên cửu huyền thất tổ khởi tâm từ bi, chứng giám cho lời sám hối của chúng con, đồng nguyện xin chư Phật, chư Bồ tát dùng pháp nhãn và sức uy thần, cùng ông bà tổ tiên đồng thuỳ chứng minh, gia hộ để chúng con có được cơ hội sám hối, đoạn ác, tu thiện, giới sát ăn chay, chuyển hoá nghiệp lực hiện tiền. Xin giúp cho chúng con cùng hướng về Phật pháp của đức Thế Tôn, chân chánh tu học pháp niệm Phật để tiến tới giác ngộ và giải thoát. Chúng con đồng nguyện xin chư vị bồ tát Coronavirus đồng khởi tâm từ bi hỉ xả tha thứ cho những nghiệp tội chúng con đã gây ra cho các chư vị và thân quyến của các chư vị. Nguyện từ nay về sau một lòng hành theo thiện pháp, cùng nhiếp tâm niệm hồng danh A Di Đà Phật để có thêm công đức hồi hướng cho các chư vị cùng thân quyến của chư vị đồng nương theo ánh từ quang của Phật A Di Đà, cùng chúng con sanh về Tây Phương Tịnh Độ. Sự sám hối này của chúng con là xuất phát từ đáy lòng thật tâm của chúng con, quyết không vì muốn mau khỏi bệnh mà dối trá.

Chúng con nguyện từ hôm nay, hàng ngày sẽ cùng nhau tịnh hoá thân, tâm, cùng phát tâm niệm hồng danh A Di Đà Phật để hồi hướng tận hư không giới chúng sanh, cùng hết thảy cửu huyền thất tổ, đa sanh phụ mẫu, hết thảy chư vị Bồ tát Corona đang trụ trong thân chúng con. Nguyện cho hết thảy đồng buông xuống mọi oán thù, cùng chúng con niệm Phật để sanh về Cực lạc quốc.

Nam mô Tiêu Tai Giáng Kiết Tường Bồ Tát Ma-ha-tát.

Nam Mô Cầu Sám Hối Bồ Tát Ma Ha Tát
đồng tác đại chứng minh.

Giải kết, giải kết, giải oan kết

Nghiệp chướng bao đời đều giải hết

Rửa sạch lòng trần phát tâm thành kính

Đối trước Phật đài cầu xin giải kết.

Dược Sư Phật, Dược Sư Phật

Tiêu tai Diên thọ Dược Sư Phật

Tùy tâm mãn nguyện Dược Sư Phật.

Nam mô Đông Phương Giáo Chủ, Mãn Nguyệt Từ Tôn,

Tiêu Tai Diên Thọ Dược Sư Phật. (3 lần)

7.8.7. Luôn tâm niệm nhớ rằng:

1. Người đời có thể lừa dối nhau bằng lời nói hay hành động, nhưng với chư Phật, chư Bồ tát thì chỉ khởi một niệm lên thôi thì chư Phật, Bồ tát đều đã biết cả, do vậy, khi sám hối phải xuất phát từ tâm chân thành và thanh tịnh thì mới có tác dụng.

2. Sám hối rồi phải thực tâm hành theo, quyết không được dối lời, cho dù phải bỏ thân mạng cũng phải hành cho bằng được. Tạo sao? Bởi đó là sự thử thách lòng thành với chư Phật, chư Bồ tát và các chư vị Corona, vì họ cũng có thể biết được tâm niệm của người đang mắc bệnh và sám hối.

3. Trong những ngày mắc bệnh phải đoạn tuyệt đồ ăn mặn (non-veg), chỉ nên ăn đồ chay (veg) và phải tu học pháp ngồi thiền, niệm Phật, trì chú. Các vị Coronavirus sẽ theo dõi sự sám hối và tu học của bệnh nhân rồi tuỳ theo lòng thành mà SARS-CoV-2 tự nguyện tha thứ để ra đi.

4. Khi mắc bệnh, tuỳ thể trạng mỗi người sẽ có những hiện tượng: Ngứa cổ họng, ho khan, nhiệt độ cao, khó thở, mất vị… nhất quyết không được khởi ý niệm muốn triệt tiêu chư vị Coronavirus hay khởi những ý niệm chửi bới, xúc phạm…đến họ, vì sẽ khiến cho bệnh tình thêm phức tạp.

5. Chỉ cần giữ tâm sám hối, không hoảng sợ, ăn, uống nước, trái cây có hàm lượng Vitamin E hay sữa bổ dưỡng để duy trì kháng thể. Nhà nên thường xuyên mở cửa thông phòng, trong nhà nên mở máy niệm Phật vừa đủ nghe, suốt 24 giờ, kết hợp tu học ngày 2-3 buổi theo thời gian tự sắp xếp, cùng niệm Phật để hồi hướng như trên.

Nếu tận tâm, tận sức sám hối, tu hành, chỉ ít ngày sau sẽ khoẻ lại bình thường. Do vậy, khoẻ lại nhanh hay chậm, khoẻ toàn phần hay di chứng phụ thuộc vào phước-nghiệp và tâm sám hối của mỗi người.

Nguyện có ai thấy nghe
Đều phát tâm bồ đề
Khi mãn báo thân này
Đồng sanh Cực lạc quốc.
Nam Mô A Di Đà Phật!

7.8.8. Sám Cầu Siêu

Trên bảo tọa khói hương nghi ngút[192]
Tấm lòng thành chí thiết từ đây
Mây lành năm sắc phủ vây
Chở che nhân loại lắm thay oan hồn.

Vẫn biết chữ "tử qui sanh ký"
Người trần ai ai dễ sống lâu

192. Nghi thức Cầu Siêu Chư Hương Linh https://huongsentemple.com/index.php/vn/phat-phap/nghi-le/8704-cung-thai-nhi

Nhân vì nghĩa nặng ân sâu
Thương tình đồng loại với nhau một giòng. (o)

Sanh bất hạnh nhằm đời mạt Pháp
Chịu trăm bề khốn khổ xiết bao
Sống thời vất vả lao đao
Chết không toàn thể thây giao tử thần.
Nay chúng con hết lòng cầu khẩn
Xin Phật từ cứu độ vong linh
Ngưỡng nhờ chư Phật cao minh
Xót thương nhân loại phù sinh vô thường. (o)

Hễ có sinh là có bi thương
Kiếp luân hồi lắm nẻo tai ương
Hữu hình hữu hoại, vô thường
Có không không có là phường phù du.

Dầu tài sắc trăm năm cũng thế
Kiếp phù sinh há dễ sống lâu
Oan hồn trôi nổi đâu đâu
Ráng nghe kinh kệ ngõ hầu siêu thăng. (o)

Xin kíp đến qui y Tam Bảo
Nước nhành dương rửa sạch lòng trần
Gội nhuần Phật Đức thâm ân

Bao nhiêu tội chướng cũng lần tiêu tan.

Nay hết lúc hồn vương ảo ảnh
Kíp trở về thắng cảnh Tây Phương
Oan hồn nương khói hương thơm
Tiêu diêu Cực Lạc sớm hôm an nhàn. (ooo)

7.9. BẬC ĐẠI Y VƯƠNG CHỮA LÀNH CÁC BỆNH THÂN TÂM THẾ GIAN

Đại dịch làm hao mòn sự tự tin, mang tới cảm giác sợ hãi, thất bại, lo lắng và cảm giác không bao giờ biết đủ. Cho nên, Đức Phật như bậc đại y vương, có khả năng chữa lành, trị bệnh thân tâm cho mọi người.

Nam mô Đông Phương Giáo Chủ, Mãn Nguyệt Từ Tôn, Tiêu Tai Diên Thọ, Dược Sư Lưu Ly Quang Vương Phật. (3 lần)

Dược là thuốc, sư là thầy. Vị thầy thuốc trị bệnh tâm cho chúng sanh. Có Đức Phật Dược Sư ở phương Đông. Có Đức Phật Thích Ca Mâu Ni Phật ở cõi ta bà, Ngài có 84 vạn pháp môn (tức 84 vạn pháp tu) để trị 84 ngàn căn bệnh của chúng sanh.

Lời nguyện của chư Phật "Vào những lúc tật dịch tràn lan, con sẽ hóa hiện thành thuốc men (dược thảo), cứu chữa cả những bệnh trầm kha; gặp khi nạn đói hoành hành, con sẽ hóa hiện thành lương thực để cứu người đói lạnh cơ khổ. Bất cứ điều lợi ích (thiết thực) nào, con nguyện sẽ không từ nan."

Đức Phật là bậc thánh giữa thế gian và đã có ba lần thị

hiện bị bệnh nặng. Hai lần đầu tiên trong mùa an cư tại Vesālī tại làng Beluva như Kinh Tương Ưng Niệm Xứ, Phẩm Ambapāli[193] mô tả như sau:

"Trong khi Thế Tôn an cư mùa mưa, một cơn bệnh trầm trọng khởi lên, những cảm thọ khốc liệt gần như chết tiếp diễn. Ở đây, Thế Tôn chánh niệm, tỉnh giác, không có than vãn."

Lúc 80 tuổi, sau khi thọ nhận bát cháo nấm của cư sĩ Thuần Đà (Cunda), Ngài bị bệnh kiết lỵ, đây là lần thứ ba và cũng là lần cuối cùng thị hiện để có lý do cho xác thân tứ đại (đất nước gió lửa) này không hòa hợp và tan rả trả lại cho đất nước gió lửa. Đức Phật đã từ bỏ thọ hành của thân thể như văn kinh dạy như sau: "Sau khi dùng cơm của thợ sắt Cunda, Thế Tôn bị nhiễm bệnh nặng, bệnh lỵ huyết, đau đớn gần như đến chết, và Thế Tôn chánh niệm tỉnh giác, nhẫn nại, chịu đựng cơn bệnh."[194]

"Chánh niệm, tỉnh giác, nhẫn nại, chịu đựng cơn bệnh" là tinh thần của các bậc thánh khi tiếp cận với sự khổ khổ của xác thân tứ đại này, thân bệnh nhưng tâm không bệnh và như Kinh Tạp A-hàm đã dạy như sau:

"Này các Tỳ-kheo, các lương y thế gian không biết như thật cách đối trị đối với cội gốc sanh, không biết như thật cách đối trị đối với cội gốc lão, bệnh, tử, ưu, bi, khổ, não.

---

193. Kinh Tương Ưng Bộ, II, Chương 47: Tương Ưng Niệm Xứ, I: Phẩm Ambapāli. 47.9. BệnhThích Minh Châu dịch. Nxb. Tôn Giáo, Hà Nội. 2015. Tr. 566.
https://suttacentral.net/sn47.9/vi/minh_chau?lang=en&reference=none&highlight=false

194. Trường Bộ Kinh. Digha Nikaya. Số 16. Kinh Đại Bát-Niết-Bàn (Mahàparinibbàna sutta)
https://www.budsas.org/uni/u-kinh-truongbo/truong16.htm

Trong khi Như Lai, Ứng Cúng, Đẳng Chánh Giác là vị Đại Y Vương, biết như thật cách đối trị đối với cội gốc sanh, lão, bệnh, tử, ưu, bi, khổ, não. Vì thế nên Như Lai, Ứng Cúng, Đẳng Chánh Giác được gọi là Đại Y vương."[195]

Tinh thần vững chải của Đức Phật khi đối diện với những cơn bệnh nặng của tứ đại không hòa, chúng ta cũng có thể hiểu được phần nào và lý do tại sao mà Ngài được xưng tụng là bậc Đại Y Vương, bởi lẽ thánh nhân chỉ có thân bệnh mà không còn tâm bệnh như người thường chúng ta. Trong Luận Bảo Vương Tam Muội, Đức Phật dạy mười điều tâm niệm, là chân ngôn sống rất hay, đặc biệt có hai câu:

1. Nghĩ đến thân thể, đừng cầu không bệnh khổ, vì không bệnh khổ thì dục vọng dễ sanh.

2. Ở đời đừng cầu không hoạn nạn, vì không hoạn nạn thì kiêu sa nổi dậy.

Chúng ta, ai cũng muốn không bệnh, nhưng bệnh khổ vẫn cứ đến. Nếu không có bệnh khổ, thân thể cường tráng, dễ sinh dục vọng và tham muốn vô cùng tận. Trong lúc thỏa mãn những dục vọng, lại tạo vô số phiền não nghiệp báo, vay trả, trả vay, nghiệp báo sẽ tương tục không dứt. Cho nên, Đức Phật dạy "Nghĩ đến thân thể, đừng cầu không bệnh khổ, nên coi bệnh khổ như là món thuốc thần, là tiên dược để điều trị những dục vọng và tăng trưởng sự kiên trì, tinh tấn tu tập của mình.

Cũng vậy, nghĩ đến hoạn nạn đại dịch Covid-19, đừng cầu không có, vì cõi ta bà này là cõi sẽ bị tam tai, bát

---

195. Tạp A Hàm Tập 2 - Kinh Số 389. Lương Y. Hán dịch: Tống, Tam Tạng Cầu-Na-Bạt-Đà-La.
Việt dịch: Thích Đức Thắng. Hiệu đính & Chú thích: Thích Tuệ Sỹ
https://www.budsas.org/uni/u-kinh-aham-tap/tap15.htm

nạn,[196] có cầu cũng bị. Tai họa lúc nào cũng rình rập bởi

---

196. Tam tai, Bát nạn:
A.Tam đại tai : Ba tai họa lớn :
1. Thủy tai: Nạn nước lụt tràn ngập hại phá cho tới cảnh Nhị thiền, trừ ra cảnh Tam thiền thì sức nước không thể tới được.
2. Hỏa tai: Nạn lửa cháy hại chúng sanh từ cõi Dục giới này đến cảnh tiên Sơ thiền ở cõi Sắc giới, trừ ra cõi Nhị thiền thì sức lửa chẳng tới.
3. Phong tai: Nạn gió bão, hại cho tới cảnh Tam thiền, trừ Tứ thiền sức gió chẳng tới nổi.
B. Tiểu tam tai: ba tai họa nhỏ :
1.Cơ cẩn tai: Nạn đói khát vào lúc con người tuổi thọ khoảng 30, thì nạn này xảy ra.
2. Ôn dịch tai: Nạn bệnh dịch lan tràn vào lúc con người tuổi thọ khoảng 20 thì nạn này xảy ra.
3. Đao binh tai: Nạn chiến tranh hủy hoại thế giới, vào lúc con người thọ mạng khoảng 20 tuổi, nạn này xảy ra.
(T*heo Phật Học Tự Điển của Đoàn Trung Còn)*
http://www.hoalinhthoai.com/buddhistdictionary/detail/char-2202/.html
Bát nạn: còn gọi là Bát nạn xứ hay Bát nạn giải pháp v.v… Nó có nhiều tên gọi khác nhau, nhưng tựu trung cũng chỉ cho tám chỗ mà chúng sanh thọ khổ. Bát nạn gồm có:
1.Nạn địa ngục: chúng sanh do tạo nghiệp ác, nên phải chiêu cảm quả báo đọa vào địa ngục, chịu khổ không ngừng, không được thấy Phật nghe pháp.
2. Nạn ngạ quỷ: Tức là loài quỷ đói. Chúng sanh do tạo nghiệp tham lam bỏn xẻn nên chiêu cảm thọ sanh vào loài ngạ quỷ phải chịu đói khát khổ sở trăm bề.
3. Nạn súc sanh: Chúng sanh do si mê tối tăm, hành động phi pháp trái với luân thường đạo lý, nên phải chiêu cảm quả báo thọ sanh vào loài súc sanh nầy.
4. Nạn sanh lên cõi trời Trường thọ: Cõi trời nầy thọ mạng dài lâu, bị chướng ngại không được thấy Phật nghe pháp.
5. Nạn sinh ở Uất đan việt hay còn gọi là Bắc cu lô châu hoặc Thắng xứ. Vì người sanh về cõi nầy, họ mãi mê tham đắm hưởng lạc, nên không gặp được Phật pháp tu hành.
6. Nạn đui điếc câm ngọng: Tuy sanh được làm người nhưng sáu căn của họ không được vẹn toàn, nên cũng không được thấy nghe học hỏi Phật pháp.

do cộng và biệt nghiệp của loài người.

Nói theo lý nhân-quả, những hoạn nạn xảy đến, chính do từng cá thể và cộng đồng đã gieo nhân không tốt (sát sanh, hại sinh vậy) vào một thời điểm nào trong quá khứ và hiện tại, bây giờ quả báo các SARS-CoV-2 đến xâm hại báo oán. Chỉ có cách, chúng ta có biện pháp ngừa tránh một cách khoa học và sám hối tu tập tâm linh.

Chúng ta nên khuyến hóa nhiều người biết quy y Tam Bảo tìm về nơi nương tựa vững chắc, thọ trì giới pháp đạo đức, tụng kinh ngồi thiền, quán chiếu về các pháp (khổ, không, vô thường, vô ngã), sám hối lỗi lầm, làm từ thiện, để chuyển hóa cộng và biệt nghiệp.

Có hoạn nạn, để con người thức tỉnh mà tu tập, chứ không cống cao, ngã mạn. Cho nên, dù Đức Phật là bâc giác ngộ, bậc Đại Y vương, Ngài cũng thị hiện đau bệnh, hoạn nạn, hành hạ thân xác, nhưng tâm kiên trì vững chải, vượt qua thân bệnh để giữ chánh niệm và tuệ giác.

Hãy gấp làm điều lành,
Ngăn tâm làm điều ác.
Ai chậm làm việc lành,
Ác nghiệp sẽ lộng hành.
(Kinh Pháp Cú, kệ 116)

Nếu người làm điều ác,

7. Nạn thế trí biện thông: hạng người nầy, tuy họ rất thông minh lanh lợi, chuyên nghiên cứu học sách ngoại đạo, nên họ không tin chánh pháp, không biết tu hành để được giải thoát sanh tử khổ đau.
8. Nạn sanh trước Phật và sau Phật: Chúng sanh do nghiệp chướng sâu dầy, nên sanh ra đời không được gặp Phật.
https://quangduc.com/a53655/98-bat-nan-la-gi

Chớ tiếp tục làm thêm.

Chớ ước muốn điều ác,

Chứa ác, tất chịu khổ.

(Kinh Pháp Cú, kệ 117)[197]

Như vậy, bậc Đại Y vương đã trao thuốc đặc trị các nghiệp bất thiện hay thiên tai động đất, sóng thần, đại dịch là Phật Pháp. Hãy ứng dụng Phật pháp, giữ giới tạo nghiệp lành, phát tâm trai giới thanh tịnh và chân chánh tu học. Thay vì sát sanh - thường hành phóng sanh; thay vì trộm cướp - thường hành bố thí; thay vì tà dâm - thường sống Đức hạnh; thay vì vọng ngữ - thường hành chánh, ái ngữ. Thay vì để tâm sống trong điên đảo - thường Tọa thiền, trì Chú, niệm Phật và sám hối sẽ mang nhiều oai lực và sức gia trì, giải nghiệp cho mình và xung quanh.

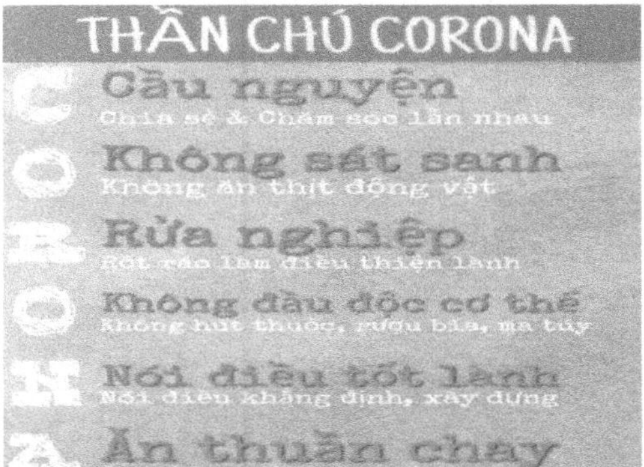

Thần chú Corona.[198] (Ảnh: Thích Tánh Tuệ)

197. Kinh Pháp Cú, 9: Phẩm Ác, dịch Việt: Hòa thượng Minh Châu. Ảnh: Họa sĩ: Mr. P. Wickramanayaka
Bản chuyển dịch thơ của Tâm Minh Ngô Tằng Giao ở cuối bài.
https://loiphatday.org/kinh-phap-cu-09-pham-ac/

198. Tư duy lời Phật dạy nhân mùa dịch
https://thuvienhoasen.org/a33622/tu-duy-loi-phat-day-nhan-mua-dich

CHƯƠNG 8
TRỢ NIỆM TINH THẦN NGƯỜI HẤP HỐI

Toàn cầu như phủ một màu tang chết chóc của đại dịch Covid-19. Giây phút nay còn đó đi đứng nói cười, nhưng phút tới đã nhiễm nặng Coronavirus và lặng lẽ nằm xuống ra đi, về bên kia thế giới. Cuộc sống rất vô thường, không biết ai còn ai mất, nên chúng ta càng tập trung tu tập và ngay bây giờ mỗi gia đình chuẩn bị cho mình những bài kinh trợ niệm người ốm yếu bệnh hoạn hay qua đời. Mục đích là giúp khai thị, vận chuyển tâm thức người hấp hối an trú trong tín hạnh nguyện, hướng tinh thần họ về con đường giải thoát không sợ hãi khi duyên nghiệp đã hết.

8.1. TRỢ NIỆM VÀ PHƯƠNG PHÁP CHỮA LÀNH GIÚP NGƯỜI HẤP HỐI

Trong kinh tạng Pali/Nikāya,[199] Phạn/Hán[200] và thiền tông có rất nhiều bài kinh hộ niệm cho người tại gia và xuất gia lúc cận tử nghiệp. Có nhiều phương pháp chữa lành như quán Tứ Niệm Xứ để nhẫn chịu cơn đau, khai thị Vô Ngã để nhẫn chịu tâm loạn động, thấu rõ Vô Tướng mới thấy Như Lai; trầm tư Vô Thường hay Mười Niệm để sinh vào Tịnh Độ Bất Lai; khởi bốn Lòng Tin Bất Động; thực hành Sáu Minh Pháp; dù không đắc thiền định lúc cận tử, vẫn vãng sanh nếu không phạm giới; quán nhân duyên, viên tịch, nhập Niết-bàn; giác tỉnh về sự Đoạn Diệt thân kiến; tâm ly dục, không nhiễm, lìa cả ba thời; không chấp thủ nơi sáu căn, sáu trần, sáu thức, ngũ đại, tứ thiền; dùng an tử hay trợ tử cho bệnh nan y; thay người mất lo chu toàn việc gia đình; buông xả tâm ái luyến đối với xác thân, v.v...

Mục đích các pháp chữa lành này giúp người hấp hối tỉnh táo, hoan hỉ với sự tu tập và thiện sự đã làm của họ, nhờ đó được tái sanh lên cõi lành, Cực lạc. Trừ những bậc đã chứng thiền định, biết trước ngày giờ vãng sanh và làm chủ sự sống chết của mình, còn lại thì rất khó tự chủ, nếu không có công phu sâu dày. Chính vì vậy, đã có những trường hợp chết với lòng sùng kính hoan hỷ và cũng có những trường hợp phải từ bỏ xác thân trong tâm thế đọa

199. Chúc Phú. Độ người hấp hối theo kinh tạng Nikāya https://www.vomonthientu.org/p29a1395/do-nguoi-hap-hoi-theo-kinh-tang-nik-ya

200. Kể Chuyện Vãng Sanh, Hòa Thượng Thích Tịnh Không | Dịch Giả :Cư Sĩ Như Hòa https://www.adidaphat.net/khaithi/4871/Ke-Chuyen-Vang-Sanh

đày như Kinh Ví Dụ Tấm Vải[201] dạy rằng, với tâm cấu uế sẽ sanh về cõi ác và cõi lành sẽ mở ra với tâm thanh tịnh, an nhiên.

Tùy theo sự hiểu biết, tu tập, phước báo và nghiệp lực dắt dẫn mà lúc cận tử nghiệp, mỗi người sắp chết có những tâm trạng khác nhau như hối tiếc, những việc đang làm dỡ dang ở cõi đời, có chí nguyện muốn người thân trợ niệm hay buông xả hoàn toàn, vv…

8.2. THAY NGƯỜI MẤT LO CHU TOÀN VIỆC GIA ĐÌNH

Kinh Tăng Chi Bộ[202] kể câu chuyện gia đình Nakula, chồng bệnh sắp chết, người vợ giúp chồng phân biệt, việc gì đáng ưu tư thì vợ sẽ giải quyết việc gì không đang, hay buông bỏ. Cuộc đối thoại như sau:

1- "Nữ gia chủ (vợ), mẹ của Nakula, sau khi ta mệnh chung, không có thể nuôi dưỡng các con và duy trì nhà cửa?"

- Thưa gia chủ (chồng), tôi khéo léo dệt vải và chải lông cừu. Thưa gia chủ, sau khi gia chủ mệnh chung, tôi có thể nuôi dưỡng các con và duy trì nhà cửa.

---

201. Cõi ác chờ đợi một tâm cấu uế…Cõi thiện chờ đợi một tâm không cấu uế. Xem, Kinh Trung bộ, tập 1, HT.Thích Minh Châu dịch, NXB. Tôn Giáo, 2012, tr.61.
https://www.vomonthientu.org/a1395/do-nguoi-hap-hoi-theo-kinh-tang-nik-ya

202. Kinh Tăng chi bộ (Aṅguttara Nikāya), II. Phẩm Cần Phải Nhớ, 6.16. Cha Mẹ Của Nakula, HT.Thích Minh Châu dịch, NXB.Tôn Giáo, 2015, tr.43-45.
https://suttacentral.net/an6.16/vi/minh_chau?lang=en&reference=none&highlight=false

2- "Nữ gia chủ, mẹ của Nakula, sau khi ta mệnh chung, sẽ đi đến một gia đình khác?"

- Thưa gia chủ, chớ có suy nghĩ như vậy! Thưa gia chủ, gia chủ cũng đã biết, trong mười sáu năm chúng ta sống làm vợ gia chủ, tôi đã sống thực hành Phạm hạnh như thế nào.

3- "Nữ gia chủ, mẹ của Nakula, sau khi ta mệnh chung, sẽ không còn muốn yết kiến Thế Tôn, sẽ không còn muốn yết kiến chúng Tăng?"

- Thưa gia chủ, chớ có suy nghĩ như vậy! Sau khi gia chủ mệnh chung, tôi sẽ muốn yết kiến Thế Tôn nhiều hơn, sẽ muốn yết kiến chúng Tăng nhiều hơn.

4- Nữ gia chủ, mẹ của Nakula, sau khi ta mệnh chung, sẽ không giữ giới một cách đầy đủ?"

- Thưa gia chủ, chớ có suy nghĩ như vậy! Thưa gia chủ, cho đến khi nào, các nữ đệ tử gia chủ mặc áo trắng của Thế Tôn còn chứng được nội tâm tịnh chỉ, tôi sẽ là một trong những vị ấy.

5- "Nữ gia chủ, mẹ của Nakula, trong Pháp và Luật này không đạt được thể nhập, không đạt được an trú, không đạt được thoải mái, không vượt khỏi nghi hoặc, không rời được do dự, không đạt được vô úy, còn phải nhờ người khác sống trong lời dạy Đức Bổn Sư?"

- Thưa Gia chủ, chớ có suy nghĩ như vậy! Thưa Gia chủ, cho đến khi nào, các nữ đệ tử gia chủ mặc áo trắng của Thế Tôn, trong Pháp và Luật này đạt được thể nhập, đạt được an trú, đạt được thoải mái, vượt khỏi nghi hoặc, rời được do dự, đạt được vô úy, không phải nhờ người khác sống trong lời dạy Đức Bổn Sư, tôi sẽ là một trong những người ấy.

Sau những câu trả lời đầy đủ của người vợ sẽ làm tròn đầy đủ bổn phận trách nhiệm vợ đối với con cái, gia đình và Tam bảo, gia chủ người chồng yên tâm nhắm mắt ra đi.

8.3. BUÔNG XẢ TÂM ÁI LUYẾN ĐỐI VỚI XÁC THÂN

Đức Thế Tôn tán thán nữ Phật tử Nakulamātā, khi bà biết khai thị người sắp mệnh chung còn tâm ái luyến [203] như sau:

- Nếu người sắp chết nói: "Tôi còn có lòng thương nhớ cha mẹ," thời nên nói với vị ấy như sau: "Thưa Tôn giả, Tôn giả thế nào cũng phải chết. Dầu Tôn giả có lòng thương nhớ cha mẹ, Tôn giả cũng sẽ chết. Dầu Tôn giả không có lòng thương nhớ cha mẹ, Tôn giả cũng sẽ chết. Vậy tốt hơn là Tôn giả hãy từ bỏ lòng thương nhớ đối với cha mẹ của Tôn giả."

- Nếu vị ấy nói: "Tôi có lòng thương nhớ vợ con," thời vị ấy cần phải được nói như sau: "Tôn giả thế nào cũng chết. Dầu Tôn giả có lòng thương nhớ vợ con, Tôn giả cũng sẽ chết. Dầu Tôn giả không có lòng thương nhớ vợ con, Tôn giả cũng sẽ chết. Vậy tốt hơn là Tôn giả hãy từ bỏ lòng thương nhớ đối với vợ con của Tôn giả."[204]

---

203. Kinh Tăng chi bộ, tập 1, HT.Thích Minh Châu dịch, NXB.Tôn Giáo, 2015, tr.63.

204. Kinh Tương ưng bộ, tập 2, HT.Thích Minh Châu dịch, NXB.Tôn Giáo, 2013, tr.771-772.

8.4. KHAI THỊ AN TRÚ VÀO TỨ NIỆM XỨ ĐỂ NHẪN CHỊU CƠN ĐAU

Kinh Tạp A-hàm kể Tôn giả A-na-luật bệnh nặng, đau đớn toàn thân và Ngài chia sẻ sự nhẫn chịu cơn đau của Ngài như sau:

"Bệnh tôi không yên, thật là khó chịu đựng, đau đớn toàn thân, càng lúc nặng thêm, không bớt."

"Dù thân tôi bị đau đớn như thế này, nhưng tôi vẫn chịu đựng được, với chánh niệm, chánh tri."

Các Tỳ-kheo hỏi Tôn giả A-na-luật: "Tâm an trụ ở chỗ nào mà có thể chịu đựng được cái khổ lớn như vậy với chánh niệm, chánh tri?"

Tôn giả A-na-luật bảo các Tỳ-kheo: "Tâm trụ bốn Niệm xứ nên mỗi khi tôi cử động, thân thể dù có bị đau đớn, cũng có thể chịu đựng được với chánh niệm, chánh tri. Những gì là bốn Niệm xứ? Đó là, niệm xứ quán thân trên nội thân cho đến niệm xứ quán thọ, tâm, pháp. Đó gọi là trụ bốn Niệm xứ, có thể chịu đựng tất cả mọi đau đớn nơi thân, với chánh niệm, chánh tri." [205]

8.5. KHAI THỊ LÝ VÔ NGÃ ĐỂ NHẪN CHỊU TÂM LOẠN ĐỘNG

Trong một số kinh, Đức Phật hỏi người bệnh là còn điều gì muốn nói hay làm như bày tỏ lòng sám hối khi có phạm giới. Dù lúc đó quá đau đớn vì cận tử nghiệp, tứ chi

205. Tạp A-hàm, số 540: Kinh cho Người Bệnh Nặng và Cận Tử. Bản dịch của hai Thầy Tuệ Sỹ, Đức Thắng.
https://thuvienhoasen.org/a36252/kinh-cho-nguoi-benh-nang-va-can-tu
https://suttacentral.net/sa540/vi/tue_sy-thang

rả rời, nhưng một lòng sám hối, quán lý vô ngã thì cũng có thể nhẫn chịu cơn đau mà vãng sanh cảnh giới an lành.

Như trường hợp Ngài A Thấp Ba Thệ, bệnh rất nặng, đến nỗi dường như bao nhiêu công phu biến mất, vì quá đau không định tâm (tam muội) được nữa. Đức Phật dạy dù chưa định tâm lúc hấp hối, nhưng nếu không có gì ân hận, và không phá giới, từ đây người bệnh nên quán rằng không hề có cái gì gọi là ngã (vô ngã) hay khác-ngã, trong sắc thọ tưởng hành thức, không chấp vào các sự tướng, như thế ngay khi còn bệnh sẽ có thể hướng thượng, đưa đến giải thoát an lạc.

Câu chuyện như sau:

Phật bảo A-thấp-ba-thệ: "Ông chớ hối hận."

A-thấp-ba-thệ bạch Phật: "Bạch Thế Tôn, thật sự con có điều hối hận!"

Phật bảo A-thấp-ba-thệ: "Ông có phá giới không?"

A-thấp-ba-thệ bạch Phật: "Bạch Thế Tôn, con không phá giới."

Phật bảo A-thấp-ba-thệ: "Ông không phá giới sao hối hận?"

A-thấp-ba-thệ bạch Phật: "Bạch Thế Tôn, trước khi con chưa bệnh, con tu tập nhiều, chứng nhập tịnh lạc của thân an chỉ. Tu tập tam-muội nhiều. Còn hôm nay, con lại không nhập tam-muội kia được. Con tự suy nghĩ không lẽ tam-muội này thoái thất chăng?"

Phật bảo A-thấp-ba-thệ: "Nay Ta hỏi ông, tùy ý đáp cho Ta. Này A-thấp-ba-thệ, ông có thấy sắc tức là ngã, khác ngã, hoặc ở trong nhau chăng?"

A-thấp-ba-thệ bạch Phật: "Bạch Thế Tôn, không."

Lại hỏi: "Ông có thấy thọ, tưởng, hành, thức là ngã, khác ngã, hoặc ở trong nhau chăng?"

A-thấp-ba-thệ bạch Phật: "Bạch Thế Tôn, không."

Phật bảo A-thấp-ba-thệ: "Ông đã không thấy sắc là ngã, khác ngã, hoặc ở trong nhau; không thấy thọ, tưởng, hành, thức là ngã, khác ngã, hoặc ở trong nhau, vậy vì sao lại hối hận?"

A-thấp-ba-thệ bạch Phật: "Bạch Thế Tôn, vì không chánh tư duy."

Phật bảo A-thấp-ba-thệ: "Nếu Sa-môn, Bà-la-môn nào tam-muội kiên cố, tam-muội bình đẳng, mà không nhập được tam-muội kia, thì không nên khởi nghĩ rằng mình thoái thất đối với tam-muội. Nếu Thánh đệ tử lại không thấy sắc là ngã, khác ngã, hoặc ở trong nhau; không thấy thọ, tưởng, hành, thức là ngã, khác ngã, hoặc ở trong nhau. Mà chỉ nên giác tri như vậy, thì tham dục hoàn toàn sạch hết không còn; sân nhuế, ngu si hết hẳn không còn. Khi tất cả lậu đã tận trừ, tâm vô lậu giải thoát, hiện tại tự biết tác chứng: 'Ta, sự sanh đã dứt, phạm hạnh đã lập, những việc cần làm đã xong, tự biết không còn tái sanh đời sau nữa."

Khi nghe Phật thuyết pháp này, Tôn giả A-thấp-ba-thệ không khởi các lậu, tâm được giải thoát, vui mừng, phấn khởi; vì tâm được vui mừng, phấn khởi nên thân bệnh liền dứt trừ."[206]

206. Tạp A-hàm, số 540: Kinh cho Người Bệnh Nặng và Cận Tử. Bản dịch của hai Thầy Tuệ Sỹ, Đức Thắng.

8.6. KHAI THỊ LÝ VÔ TƯỚNG (MỚI THẤY NHƯ LAI)

Kinh Tương Ưng có trình bày sự hướng dẫn của Đức Phật cho Tỳ-kheo Vakkali, người đang hấp hối như sau:

1. Này Vakkali, con có gì phân vân, hối hận không?

- Bạch Thế Tôn, thật sự con có nhiều phân vân, có nhiều hối hận!

2. Này Vakkali, con có gì tự trách mình về giới luật không?

- Bạch Thế Tôn, con không có gì tự trách mình về giới luật.

3. Này Vakkali, nếu con không có gì tự trách mình về giới luật, vậy con có gì phân vân, có gì hối hận?

- Đã từ lâu, bạch Thế Tôn, con muốn đến để được thấy Thế Tôn. Nhưng thân con không đủ sức mạnh để được đến thấy Thế Tôn.

4. Thôi vừa rồi, này Vakkali, có gì đáng thấy đối với cái thân hôi hám này. Này Vakkali, ai thấy Pháp, người ấy thấy Ta. Ai thấy Ta, người ấy thấy Pháp. Này Vakkali, đang thấy Pháp, là thấy Ta. Đang thấy Ta, là thấy Pháp.[207]

Cũng một ý này, trong Kinh Kim Cang Bát Nhã,[208] Đức Phật dạy:

---

https://thuvienhoasen.org/a36252/kinh-cho-nguoi-benh-nang-va-can-tu
https://suttacentral.net/sa540/vi/tue_sy-thang

207. Kinh Tương Ưng, Chương I: Tương Ưng Uẩn – Phẩm Thuyết Pháp. https://theravada.vn/tuong-ung-bo-iii-chuong-i-tuong-ung-uan-pham-thuyet-phap

208. Pháp Ngữ Kinh Kim Cang, Thích Nữ Giới Hương, NXB Hồng

Nếu lấy sắc mà thấy ta,
Lấy âm thanh mà cầu ta,
Người đó theo đạo tà,
Không thể thấy Như-lai.

8.7. TƯỞNG VÔ THƯỜNG HAY MƯỜI NIỆM ĐỂ GIẢM BỆNH TỨC THÌ

Trong Tăng Chi Bộ Kinh, Đức Phật dạy quán vô thường hay mười tưởng niệm có năng lực giúp bệnh nhân "thuyên giảm ngay lập tức" như sau:

Này Ananda, nếu Thầy đi đến Tỷ-kheo Girimànanda và đọc lên mười tưởng, thời sự kiện này có thể xảy ra: Tỷ-kheo Girimànanda sau khi được nghe mười tưởng, bệnh của vị ấy có thể được thuyên giảm ngay lập tức! Thế nào là mười?

1. Tưởng vô thường
2. Tởng vô ngã
3. Tưởng bất tịnh
4. Tưởng nguy hại
5. Tưởng đoạn tận
6. Tưởng từ bỏ
7. Tưởng đoạn diệt
8. Tưởng nhàm chán đối với tất cả thế giới
9. Tưởng vô thường trong tất cả hành
10. Tưởng niệm hơi thở vô hơi thở ra.

Đức, 2018. https://viengiac.info/2020/12/loi-gioi-thieu-phap-ngu-trong-kinh-kim-cang/

1) Và này Ananda, thế nào là tưởng vô thường?

Ở đây, này Ananda, Tỷ-kheo đi đến ngôi rừng, hay đến gốc cây, hay đi đến ngôi nhà trống, quán sát như sau: "Sắc là vô thường, thọ là vô thường, tưởng là vô thường, hành là vô thường, thức là vô thường." Như vậy vị ấy trú, tùy quán vô thường, trong năm thú uẩn này. Này Ananda, đây gọi là tưởng vô thường.

2) Và này Ananda, thế nào là tưởng vô ngã?

Ở đây, này Ananda, Tỷ-kheo đi đến khu rừng hay đi đến gốc cây, hay đi đến ngôi nhà trống, quán sát như sau: "Mắt là vô ngã, các sắc là vô ngã; tai là vô ngã, các tiếng là vô ngã; mũi là vô ngã, các hương là vô ngã; lưỡi là vô ngã, các vị là vô ngã; thân là vô ngã, xúc là vô ngã; ý là vô ngã, các pháp là vô ngã." Này Ananda, đây gọi là tưởng vô ngã.

3) Và này, Ananda thế nào là tưởng bất tịnh?

Ở đây, này Ananda, Tỷ-kheo quán sát thân này từ bàn chân trở lên, từ đỉnh tóc trở xuống, được da bao bọc, đầy những vật bất tịnh sai biệt như: "Trong thân này có tóc, lông, móng, răng, da, thịt, dây gân, xương, tủy, thận, quả tim, gan, hoành cách mô, lá lách, phổi, ruột, màng ruột, bụng, phân, mật, đàm (niêm dịch), mủ, máu, mồ hôi, mỡ, nước mắt, mỡ da, nước miếng, nước mũi, nước ở khớp xương, nước tiểu". Như vậy, vị ấy trú quán bất tịnh trong thân này. Này Ananda, đây gọi là tưởng bất tịnh.

4) Và này Ananda, thế nào là tưởng nguy hại?

Ở đây, này Ananda, Tỷ-kheo đi đến khu rừng, đi đến gốc cây, hay đi đến ngôi nhà trống, quán sát như sau: "Nhiều khổ là thân này, nhiều sự nguy hại. Như vậy trong thân này, nhiều loại bệnh khởi lên. Ví như bệnh đau mắt, bệnh đau về tai, bệnh đau mũi, bệnh đau lưỡi, bệnh đau thân, bệnh đau đầu, bệnh đau vành tai, bệnh đau miệng, bệnh đau răng, bệnh ho, bệnh suyễn, bệnh sổ mũi, bệnh sốt, bệnh già yếu, bệnh đau yếu, bệnh đau bụng, bất tỉnh, kiết lỵ, bệnh đau bụng quặn, bệnh thổ tả, bệnh hủi, bệnh ung nhọt, bệnh ghẻ lở, bệnh ho lao, bệnh trúng gió, bệnh da, bệnh ngứa, bệnh da đóng vảy, bệnh hắc lào lang ben, bệnh ghẻ, bệnh huyết đảm (mật trong máu), bệnh đái đường, bệnh trĩ, bệnh mụt nhọt, bệnh ung nhọt ung loét, các bệnh khởi lên do mật, bệnh khởi lên từ đàm, niêm dịch, các bệnh khởi lên từ gió; bệnh do hòa hợp các thể dịch sinh ra; các bệnh do thời tiết sinh ra, các bệnh do làm việc quá độ sanh, các bệnh do sự trùng hợp các sự kiêng; các bệnh do nghiệp thuần thục, lạnh, nóng, đói, khát, đại tiện, tiểu tiện". Như vậy, vị ấy sống, quán sự nguy hại trong thân này. Này Ananda, đây gọi là các tưởng nguy hại.

5) Và này Ananda, thế nào là tưởng đoạn tận?

Ở đây, này Ananda, Tỷ-kheo, không có chấp nhận dục tầm đã sanh, từ bỏ, tẩy sạch, chấm dứt, đi đến không sanh trưởng; không có chấp nhận sân tầm đã sanh, từ bỏ, tẩy sạch, chấm dứt, đi đến không sanh trưởng; không có chấp nhận hại tầm… đã sanh…; không có chấp nhận các ác bất thiện pháp tiếp tục khởi lên, từ bỏ, tẩy sạch, chấm dứt, đi đến không sanh trưởng. Này Ananda, đây được gọi tưởng đoạn tận.

6) Và này Ananda, thế nào là từ bỏ?

Ở đây, này Ananda, Tỷ-kheo đi đến khu rừng, hay đi đến gốc cây, hay đi đến ngôi nhà trống, suy xét như sau: "Đây là an tịnh, đây là thù thắng, tức là sự an chỉ tất cả hành, sự từ bỏ tất cả sanh y, ái diệt, ly tham, Niết bàn.

7) Và này Ananda, thế nào là tưởng đoạn diệt?

Ở đây, này Ananda, Tỷ-kheo đi đến khu rừng, hay đi đến gốc cây, hay đi đến ngôi nhà trống, suy xét như sau: "Đây là an tịnh, đây là thù thắng, tức là sự an chỉ tất cả hành, sự từ bỏ tất cả sanh y, ái diệt, ly tham, Niết bàn".

8) Và này Ananda, thế nào là tưởng không ưa thích trong tất cả thế giới?

Ở đây, này Ananda, phàm ở đời có những chấp thủ phương tiện, tâm quyết định, thiên kiến, tùy miên nào, Tỷ-kheo từ bỏ chúng, không ưa thích, không chấp thủ. Này Ananda, đây gọi là tưởng không hoan hỷ đối với tất cả thế giới.

9) Và này các Tỷ-kheo, thế nào là tưởng vô thường trong tất cả hành?

Ở đây, này Ananda, Tỷ-kheo bực phiền, xấu hổ, nhàm chán đối với tất cả hành. Này Ananda, đây gọi là vô thường trong tất cả hành.

10) Và này Ananda, thế nào là tưởng niệm hơi thở vào, hơi thở ra?

Ở đây, này Ananda, Tỷ-kheo đi đến khu rừng hay đi đến gốc cây, hay đi đến ngôi nhà trống, ngồi kiết-già, lưng thẳng, để niệm trước mặt. Chánh niệm, vị ấy thở vô; chánh niệm, vị ấy thở ra. Thở vô dài, vị ấy rõ biết: "Tôi thở vô dài". Thở ra dài, vị ấy rõ biết: "Tôi thở ra dài", Hay thở vô ngắn, vị ấy rõ biết "Tôi thở vô ngắn"; hay thở ra ngắn, vị ấy rõ biết: "Tôi thở ra ngắn". "Cảm giác toàn thân, tôi sẽ thở vô", vị ấy tập. "Cảm giác toàn thân, tôi sẽ thở ra", vị ấy tập. "An tịnh thân hành, tôi sẽ thở vô", vị ấy tập. "An tịnh thân hành, tôi sẽ thở ra", vị ấy tập. "Cảm giác hỷ thọ, tôi sẽ thở vô", vị ấy tập. "Cảm giác hỷ thọ, tôi sẽ thở ra," vị ấy tập. "Cảm giác lạc thọ, tôi sẽ thở vô", vị ấy tập.

"Cảm giác lạc thọ, tôi sẽ thở ra", vị ấy tập. "Cảm giác tâm hành, tôi sẽ thở vô", vị ấy tập. "Cảm giác tâm hành, tôi sẽ thở ra", vị ấy tập. "An tịnh tâm hành, tôi sẽ thở vô", vị ấy tập. "An tịnh tâm hành, tôi sẽ thở ra", vị ấy tập. "Cảm giác về tâm, tôi sẽ thở vô", vị ấy tập. "Cảm giác về tâm, tôi sẽ thở ra", vị ấy tập. "Với tâm hân hoan, tôi sẽ thở vô", vị ấy tập. "Với tâm hân hoan, tôi sẽ thở ra", vị ấy tập. "Với tâm định tĩnh, tôi sẽ thở vô", vị ấy tập. "Với tâm định tĩnh, tôi sẽ thở ra", vị ấy tập. "Với tâm giải thoát, tôi sẽ thở vô", vị ấy tập. "Với tâm giải thoát, tôi sẽ thở ra", vị ấy tập. "Quán vô thường, tôi sẽ thở vô", vị ấy tập. "Quán vô thường, tôi sẽ thở ra", vị ấy tập. "Quán ly tham, tôi sẽ thở vô", vị ấy tập. "Quán ly tham, tôi sẽ thở ra", vị ấy tập. "Quán đoạn diệt, tôi sẽ thở vô", vị ấy tập. "Quán đoạn diệt, tôi sẽ thở ra", vị ấy tập. "Quán từ bỏ, tôi sẽ thở vô", vị ấy tập. "Quán từ bỏ, tôi sẽ thở ra", vị ấy tập. Này Ananda, đó là niệm hơi thở vô, hơi thở ra.

Này Ananda, nếu Thầy đi đến Tỷ-kheo Girimànanda và đọc lên mười tưởng này, sự kiện này có xảy ra: Tỷ-kheo Girimànanda, sau khi nghe mười tưởng này, bệnh của vị ấy được thuyên giảm ngay lập tức."

Rồi Tôn giả Ananda, sau khi học thuộc từ Thế Tôn mười tưởng này, đi đến Tôn giả Girimànanda, sau khi đến, nói lên với Tôn giả Girimànanda mười tưởng này.

Và Tôn giả Girimànanda, sau khi nghe mười tưởng này, bệnh của vị ấy được thuyên giảm ngay lập tức. Tôn giả Girimànanda, được thoát khỏi bệnh ấy. Được đoạn tận chứng bệnh ấy của Tôn giả Girimànanda.[209]

---

209. Tăng Chi Bộ Kinh (Aṅguttara Nikāya), số 10.60. Kinh giải bệnh,

8.8. BỐN LÒNG TIN BẤT HOẠI (Phật, Pháp, Tăng, Giới)

Thân vương Mahānāma bạch Đức Thế tôn:

- Bạch Thế Tôn, một cư sĩ có trí bị bệnh, đau đớn, bị trọng bệnh, cần phải được một cư sĩ có trí giáo giới như thế nào?

Từ câu hỏi này, Đức Phật đã chỉ dạy một phương pháp quan trọng có thể hỗ trợ người hấp hối:

- Này Mahānāma, một cư sĩ có trí bị bệnh, đau đớn, bị trọng bệnh, cần phải được hướng dẫn với bốn lòng tín bất hoại (Tứ Bất Hoại Tín, assāsaniya dhamma) như sau:

1) Phật: Tôn giả hãy yên tâm, với lòng tịnh tín bất động của Tôn giả đối với Đức Phật: "Đây bậc Ứng Cúng, Chánh Biến Tri, Minh Hạnh Túc, Thiện Thệ, Thế Gian Giải, Vô Thượng Sĩ, Điều Ngự Trượng Phu, Thiên Nhân Sư, Phật, Thế Tôn".

2) Pháp: Tôn giả hãy yên tâm, với lòng tịnh tín bất động của Tôn giả đối với Pháp: "Pháp do Thế Tôn khéo thuyết, thiết thực hiện tại, có hiệu quả tức thời, đến để mà thấy, có khả năng hướng thượng, được người trí tự mình giác hiểu".

3) Tăng: Tôn giả hãy yên tâm, với lòng tịnh tín bất động của của Tôn giả đối với chúng Tăng: "Diệu hạnh là chúng đệ tử của Thế Tôn. Trực hạnh là chúng đệ tử của Thế Tôn. Ứng lý hạnh là chúng đệ tử của Thế Tôn. Chơn chánh hạnh là chúng đệ tử của Thế Tôn. Tức là bốn đôi tám chúng. Chúng đệ tử của Thế Tôn là đáng cung kính,

---

Kỳ-lợi-ma-nan (Girimànanda sutta)
VI. Phẩm Tâm Của Mình. Dict Việt: HT Thích Minh Châu.
https://thuvienhoasen.org/a40126/an-10-60-girimananda

đáng cúng dường, đáng tôn trọng, đáng được chắp tay, là phước điền vô thượng ở đời".

4) Giới: Tôn giả hãy yên tâm, với các giới của Tôn giả được các bậc Thánh ái kính không bị phá hoại, không bị đâm cắt, không bị nhiễm ô, không bị uế nhiễm, đem lại giải thoát, được người trí tán thán, không bị chấp thủ, đưa đến Thiền định.

Một cư sĩ có trí bị bệnh, đau đớn, bị trọng bệnh, này Mahānāma, phải được một cư sĩ có trí giáo giới với bốn pháp an ủi này. Cần phải nói như vậy.

Bốn pháp này còn được gọi là Tứ bất hoại tín (bốn niềm tin bất hoại), Tứ chủng chứng tịnh (bốn niềm tin trong sạch tuyệt đối: cattaro aveccappasādā), tức là tin Phật, tin Pháp, tin Tăng và tin Giới. Thành tựu được bốn pháp này, người hấp hối sẽ không bị đọa lạc, chứng quả Dự lưu và sẽ thiên về Niết-bàn, hướng về Niết-bàn, xuôi về Niết-bàn.[210]

8.9. SÁU MINH PHÁP (Sáu quyết trạch phần tưởng: vijjā bhāgiye dhamme)

Phật tử thuần thành Dīghāvu đã đắc quả Dự lưu. Khi bệnh nặng, biết mình không qua khỏi, ông đã nhờ cha của mình là ông Jotika đến tinh xá Trúc Lâm cầu thỉnh Đức Phật quang lâm tư gia vì lòng từ mẫn cứu độ.

Đức Phật tới thăm bệnh nhân Dīghāvu và khuyên ông khởi lòng tin bất động vào tam bảo, thọ giới và thực hành pháp quán. Khi Đức Phật vừa rời đi thì cư sĩ Dīghāvu lìa

210. Kinh Tương Ưng Bộ, Chương 55: Tương Ưng Dự Lưu. Phẩm Veludvàra, 55.3. Dīghāvu.
https://suttacentral.net/sn55.3/vi/minh_chau

đời. Đức Phật tuyên bố Dīghāvu đã hóa sanh vào cõi tịnh độ Bất-lai (A-na-hàm), quả thánh thứ ba trong bốn quả thánh.[211] Cuộc đối thoại như sau:

Thế Tôn nói với cư sĩ Dīghāvu: -Này Dīghāvu , Ông có kham nhẫn được chăng? Ông có chịu đựng được chăng? Có phải khổ thọ giảm thiểu, không có tăng trưởng? Có phải có dấu hiệu giảm thiểu, không tăng trưởng?

-Bạch Thế Tôn, con không có thể kham nhẫn, con không có thể chịu đựng. Đau đớn kịch liệt nơi con không có giảm thiểu, chúng tăng trưởng. Chúng có dấu hiệu tăng trưởng, không có dấu hiệu giảm thiểu.

Sau khi thăm hỏi bệnh tình, Đức Phật trùng tuyên Tứ bất hoại tín (có lòng tin bất động đối với Phật, Pháp, Tăng, Giới) và dạy thêm về Sáu Minh Pháp.

-Bạch Thế Tôn, dối với sáu minh phần pháp được Thế Tôn thuyết giảng này, chúng đều có ở trong con và con thực hiện chúng đầy đủ. Bạch Thế Tôn, con trú, quán sáu quyết trạch phần tưởng như:

1) Quán vô thường trong tất cả hành

---

211. Bốn quả thánh là bốn quả vị của hàng Thanh văn thừa, gồm có:
1. Tu-đà-hoàn (Phạn ngữ: śrotanni) dịch nghĩa: Nhập lưu, Dự lưu, là bậc bắt đầu dự vào hàng Thánh quả.
2. Tư-đà-hàm (Phạn ngữ: sakṛdgmin), dịch nghĩa: Nhất lai. Đây là quả vị chỉ còn tái sinh một lần nữa trước khi đạt giải thoát rốt ráo.
3. A-na-hàm (Phạn ngữ: angmin), dịch nghĩa: Bất lai, Bất hoàn, là bậc không còn phải trở lại vòng sanh tử vì nghiệp quả.
4. A-la-hán (Phạn ngữ: arhat), dịch nghĩa là Bất sanh, là bậc đã diệt trừ hết các phiền não, đoạn diệt nghiệp sanh tử. A-la-hán là quả vị cao nhất, cũng gọi là Hữu dư Niết-bàn hay Niết-bàn của Tiểu thừa. Tự điển Phật học online do Cổng Thông tin Phật giáo Việt Nam. https://phatgiao.org.vn/tu-dien-phat-hoc-online/bon-qua-thanh-k27591.html

2) Quán khổ tưởng trong vô thường

3) Quán vô ngã tưởng trong khổ

4) Quán tưởng đoạn tận

5) Quán tưởng ly tham

6) Quán tưởng đoạn diệt.[212]

Nhưng, bạch Thế Tôn, con có ý nghĩ sau đây: "Ta không có muốn gia chủ Jotika, ở đây khi ta chết phải rơi vào khốn khổ (vighàta)".

-Này Dīghāvu , chớ có tác ý như vậy! Hãy nhìn, này Dighàvu! Những gì Thế Tôn đang nói cho con, con hãy khéo tác ý.

Rồi Thế Tôn sau khi giáo giới cho cư sĩ Dīghāvu với lời giáo giới, từ chỗ ngồi đứng dậy, và ra đi. Cư sĩ Dīghāvu , sau khi Thế Tôn ra đi không bao lâu liền mệnh chung. Rồi nhiều Tỷ-kheo đi đến Thế Tôn; sau khi đến, đảnh lễ Thế Tôn rồi ngồi xuống một bên.

Ngồi một bên, các Tỷ-kheo ấy bạch Thế Tôn: -Bạch Thế Tôn, người cư sĩ tên là Dīghāvu; sau khi được nghe Thế Tôn giáo giới một cách tóm tắt, đã mệnh chung. Sanh thú cư sĩ ấy thế nào? Sanh xứ cư sĩ ấy chỗ nào?

-Hiền minh, này các Tỷ-kheo, là cư sĩ Dīghāvu ! Cư sĩ Dīghāvu thực hiện các pháp và tùy pháp, không làm phiền nhiễu Ta với những kiện tụng về pháp. Cư sĩ Dīghāvu, sau khi đoạn diệt năm hạ phần kiết sử, được hóa sanh nhập diệt ở tại đấy, không còn trở lui thế giới này nữa."[213]

---

212. Kinh Tương ưng bộ, tập 2, HT.Thích Minh Châu dịch, NXB.Tôn Giáo, 2013, tr.724.

Kinh Trường bộ, HT.Thích Minh Châu dịch, NXB.Tôn Giáo, 2013, tr. 674.

213. Kinh Tương Ưng Bộ, Chương 55: Tương Ưng Dự Lưu. Phẩm

Như vậy, để khai thị cho người sắp chết dù tại gia hay xuất gia, Đức Phật khuyên hãy lắng nghe, an ủi và tháo gỡ khúc mắc, vấn vương của người sắp chết, trùng tuyên những giới luật mà người sắp chết đã thọ, làm lễ sám hối nếu người sắp chết phát lồ.[214] Khuyến nhắc người hấp hối từ bỏ luyến ái, và chấp thủ, buông bỏ những gì không cần thiết và đặt niềm tin bất động nơi Tam bảo, giới luật và sáu minh pháp quán tưởng về vô thường, khổ, không, vô ngã.

8.10. NIỀM TIN TAM BẢO VÀ BỐ THÍ

Theo kinh Tương Ưng trong thời khắc mệnh chung, cư sĩ Citta được chư Thiên vây quanh trợ niệm, đó là các vị chư Thiên ở hoa viên, chư Thiên ở rừng, chư Thiên ở cây, chư Thiên ở rừng các dược thảo, các cây trong rừng.

Cuộc trao đổi giữa các vị chư Thiên và cư sĩ Citta như sau:

- Này gia chủ, hãy nguyện: 'Trong tương lai, ta sẽ thành vua Chuyển luân Thánh vương.'" Cho nên Citta mới trả lời với họ: 'Cái ấy là vô thường, cái ấy là không

---

Veludvàra, 55.3. Dīghāvu.
https://suttacentral.net/sn55.3/vi/minh_chau

214. Trong tang lễ hiện nay của người xuất gia, có mục Bố-tát, tức tụng giới. Thực ra, việc tụng giới sẽ có ý nghĩa hơn nếu như người hấp hối còn nghe được giới pháp. Vì khi ấy, tâm của người hấp hối có khả năng chuyển biến tích cực và đó là mục tiêu chính của hoạt động trợ niệm. Trong tang lễ của người tại gia không có mục tụng giới. Theo chúng tôi, nếu như cư sĩ đó đã từng thọ Tam quy và giữ năm giới, thì cần nên nhắc lại khi người ấy hấp hối. Trong trường hợp người hấp hối tự nhận giới bị sút kém, thì nên hướng họ thành tâm sám hối. Ngay như Devadatta, tuy phạm trọng tội, nhưng nhờ tâm niệm sám hối lúc cuối đời, nên đã mở ra con đường bước lên Thánh quả.
Nguồn: Nguyệt san Giác ngộ Online

thường hằng, cái ấy cần phải bỏ đi và vượt qua.'

Sau đó, mặc dù nằm trên giường bệnh, nhưng trước yêu cầu của đông đảo chư Thiên và bà con thân quyến, cư sĩ Citta đã giảng về niềm tin vững chắc vào ba ngôi Tam bảo và sau đó còn căn dặn:

"Tất cả những gì có thể đem cho trong gia tộc, tất cả phải đem cúng dường, phân phát cho những vị trì giới và có thiện tánh."[215]

Khi gia chủ Citta khiến cho các bạn bè thân hữu, các bà con huyết thống có tịnh tín đối với Đức Phật, đối với Pháp, đối với chúng Tăng và khuyên họ bố thí, vị ấy liền mệnh chung.

Như vậy, mặc dù đang hấp hối, nhưng trước cầu thỉnh của chư Thiên và thân quyến, cư sĩ Citta vẫn nỗ lực thuyết bài pháp cuối cùng. Chính vì vậy, cư sĩ Citta được Đức Phật tán thán là một trong mười vị ưu-bà-tắc (nam cư sĩ) tối thắng, với danh hiệu: "Thuyết pháp tối thắng."[216]

8.11. KHÔNG ĐẮC THIỀN ĐỊNH LÚC CẬN TỬ, VẪN VÃNG SANH NẾU KHÔNG PHẠM GIỚI

Kinh Tương Ưng mô tả Đức Phật đến vấn an tôn giả.

"Sau khi ngồi, Thế Tôn nói với Tôn giả Assaji: -Ông

215. Quan điểm chia sẻ vật dụng của người hấp hối, hoặc vì người hấp hối bố thí tài sản thường xuất hiện trong kinh điển Bắc truyền. Đây là trường hợp hiếm hoi xuất hiện trong kinh tạng Nikāya.

216. Kinh Tương Ưng Bộ (Samyutta Nikaya), tập IV – Thiên Sáu Xứ, dịch Việt: Hòa thượng Thích Minh Châu.
https://phatphapungdung.com/phap-bao/kinh-tuong-ung-bo-tap-4-thien-sau-xu-111625.html

có kham nhẫn được không, này Assaji? Ông có chịu đựng được không? … Có phải có những dấu hiệu thuyên giảm, không có tăng trưởng?

-Bạch Thế Tôn, con không có thể kham nhẫn!… Có những dấu hiệu tăng trưởng, không có thuyên giảm!

-Này Assaji, Ông có phân vân gì, có hối hận gì không?

-Chắc chắn, bạch Thế Tôn, con có nhiều phân vân, có nhiều hối hận!

-Này Assaji, Ông có điều gì tự trách mình về giới luật hay không?

-Bạch Thế Tôn, con không có điều gì tự trách mình về giới luật.

-Này Assaji, nếu Ông không có điều gì tự trách mình về giới luật, Ông có phân vân gì, có hối hận gì không?

-Trước đây, bạch Thế Tôn, sau khi cố gắng làm cho lắng xuống cơn bệnh, con sống với thân hành, do vậy con không chứng được Thiền định. Dầu cho không chứng được Thiền định, con tự nghĩ: "Ta sẽ không thối thất."

Những Sa-môn hay Bà-la-môn nào kiên trì trong Thiền định, tập trung trong Thiền định, nếu họ không chứng đắc Thiền định, họ sẽ nghĩ rằng: "Chúng ta sẽ không thối thất!"

-Này Assaji, Ông nghĩ thế nào, sắc là thường hay vô thường?

-Vô thường, bạch Thế Tôn! …Thức là thường hay vô thường? … do vậy… thấy vậy…" …không còn trở lui trạng thái này nữa". Vị ấy biết rõ như vậy.

Khi cảm giác lạc thọ, vị ấy biết rõ: "Là vô thường"; vị ấy biết rõ: "Là không nên đắm trước"; vị ấy biết rõ: "Là không nên hoan hỷ". Khi cảm giác khổ thọ, vị ấy biết rõ:

"Là vô thường"; vị ấy biết rõ: "Là không nên đắm trước"; vị ấy biết rõ: "Là không nên hoan hỷ". Khi cảm giác bất khổ bất lạc khổ, vị ấy biết rõ: "Là vô thường"; vị ấy biết rõ: "Là không nên đắm trước"; vị ấy biết rõ: "Là không nên hoan hỷ".

Nếu vị ấy cảm giác lạc thọ, vị ấy cảm thọ không có hệ lụy. Nếu vị ấy cảm giác khổ thọ, vị ấy cảm thọ không có hệ lụy. Nếu vị ấy cảm giác bất khổ bất lạc thọ, vị ấy cảm thọ không có hệ lụy.

Nếu vị ấy cảm thọ một cảm thọ cùng tận về thân, vị ấy biết rõ: "Ta đang cảm giác một cảm thọ cùng tận về thân". Nếu vị ấy cảm giác một cảm thọ cùng tận về sinh mạng, vị ấy biết rõ: "Ta đang cảm giác một cảm thọ cùng tận về sinh mạng". Vị ấy biết rõ rằng: "Khi thân hoại mạng chung trên cho đến khi sinh mạng đi đến chỗ cùng tận, ở đây tất cả những gì vị ấy cảm thọ, tất cả những gì vị ấy hoan hỷ, sẽ trở thành thanh lương!"

Ví như, này Assaji, do duyên dầu, do duyên tim bấc, một cây đèn dầu được cháy đỏ. Khi dầu và tim bấc của ngọn đèn ấy đoạn tận, không có mang lại nhiên liệu, ngọn đèn ấy sẽ tắt. Cũng vậy, này Assaji, Tỷ-kheo, khi cảm giác một cảm thọ cùng tận về thân, vị ấy biết rõ: "Ta đang cảm giác một cảm thọ cùng tận về thân". Khi cảm giác một cảm thọ cùng tận về sinh mạng, vị ấy biết rõ: "Ta đang cảm giác một cảm thọ cùng tận về sinh mạng". Sau khi thân hoại mạng chung cho đến khi sinh mạng đi đến chỗ cùng tận, ở đây tất cả những gì vị ấy cảm thọ, tất cả những gì vị ấy hoan hỷ, sẽ trở thành thanh lương!"[217]

---

217. Kinh Tương Ưng Bộ, Saṁyutta Nikāya (Connected Discourses on the Aggregates), 22.88. Assaji.
https://suttacentral.net/sn22.88/vi/minh_chau

8.12. QUÁN NHÂN DUYÊN, VIÊN TỊCH, NHẬP NIẾT BÀN

Có một thầy tỳ kheo trẻ lâm bệnh và cận tử được Đức Phật thương tưởng tới thăm viếng.

Tỳ-kheo bệnh bạch Phật: "Con tuổi trẻ xuất gia chưa bao lâu, đối với pháp Thượng nhân và tri kiến thắng diệu chưa có sở đắc; con tự nghĩ, lúc mạng chung biết sanh nơi đâu? Cho nên sanh ra hối hận."

Phật bảo Tỳ-kheo: "Nay Ta hỏi ông, cứ đáp theo ý cho Ta. Thế nào Tỳ-kheo, vì có nhãn nên có nhãn thức phải không?"

Tỳ-kheo bệnh bạch: "Bạch Thế Tôn, đúng vậy."

Lại hỏi: "Tỳ-kheo, ý ngươi thế nào? Vì có nhãn thức nên có nhãn xúc và do nhãn xúc làm nhân làm duyên nên sanh ra cảm thọ hoặc khổ, hoặc vui, hoặc không khổ không vui bên trong phải không?"

Tỳ-kheo bạch Phật: "Bạch Thế Tôn, đúng vậy." Đối với nhĩ, tỷ, thiệt, thân, ý cũng nói như vậy.

"Thế nào Tỳ-kheo? Nếu không có nhãn thì không có nhãn thức phải không?"

Tỳ-kheo bạch Phật: "Bạch Thế Tôn, đúng vậy."

Lại hỏi: "Tỳ-kheo, nếu không có nhãn thức thì không có nhãn xúc phải không? Nếu không có nhãn xúc thì không có nhãn xúc làm nhân làm duyên sanh ra cảm thọ hoặc khổ, hoặc vui, hoặc không khổ không vui bên trong, phải không?"

Tỳ-kheo bạch Phật: "Bạch Thế Tôn, đúng vậy." Đối

Nguyên Giác, Kinh cho Người Bệnh Nặng và Cận Tử. https://thuvienhoasen.org/a36252/kinh-cho-nguoi-benh-nang-va-can-tu

với nhĩ, tỷ, thiệt, thân, ý cũng nói như vậy.

"Cho nên, Tỳ-kheo, phải khéo tư duy pháp như vậy, thì lúc mạng chung mới tốt đẹp được và đời sau cũng tốt đẹp."

Bấy giờ, Thế Tôn vì Tỳ-kheo bệnh nói pháp, chỉ dạy, soi sáng, làm cho an vui, rồi từ chỗ ngồi đứng dậy ra đi. Sau khi Thế Tôn đi rồi, không lâu Tỳ-kheo mạng chung. Khi sắp mạng chung, các căn ông vui tươi, tướng mạo thanh tịnh, sắc da tươi sáng. Lúc ấy, nhiều Tỳ-kheo đi đến chỗ Phật, đảnh lễ dưới chân, rồi ngồi lui qua một bên, bạch Phật: "Tỳ-kheo trẻ tuổi kia bị bệnh nguy khốn, nay Tôn giả đã mạng chung. Khi vị này sắp qua đời, các căn vui tươi, tướng mạo thanh tịnh, sắc da tươi sáng. Thế nào Thế Tôn, Tỳ-kheo này sẽ sanh về nơi nào? Thọ sanh ra sao? Đời sau thế nào?"

Phật bảo các Tỳ-kheo: "Tỳ-kheo kia đã qua đời kia thật sự là bảo vật. Nghe Ta nói pháp hiểu biết rõ ràng, đối với pháp không sợ hãi, đắc Bát-niết-bàn. Các ông nên cúng dường xá-lợi." Bấy giờ, Thế Tôn thọ ký cho Tỳ-kheo này là bậc nhất."[218]

8.13. ĐOẠN DIỆT THÂN KIẾN LÀ HẾT KHỔ BỆNH

Kinh Tương Ưng và Trung Bộ ghi Đức Phật từ bi thường đến thăm các đệ tử xuất gia và tại gia bị bệnh, khai thị đoạn diệt thân kiến là chuyển hóa hết khổ bệnh như sau:

---

218. Kinh Tạp A-hàm, Kinh 1025. Tật bệnh.
https://suttacentral.net/sa1025/vi/tue_sy-thang
Nguyên Giác, Kinh cho Người Bệnh Nặng và Cận Tử.
https://thuvienhoasen.org/a36252/kinh-cho-nguoi-benh-nang-va-can-tu

Này Tỳ-kheo, mắt là thường hay vô thường?

- Là vô thường, bạch Thế Tôn...

- Tai... Mũi... Lưỡi... Thân... Ý là thường hay vô thường?

- Là vô thường, bạch Thế Tôn.

- Cái gì vô thường là khổ hay lạc?

- Là khổ, bạch Thế Tôn.

- Cái gì vô thường, khổ, chịu sự biến hoại, có hợp lý chăng nếu quán cái ấy là: "Cái này là của tôi, cái này là tôi, cái này là tự ngã của tôi"?

- Thưa không, bạch Thế Tôn.

- Thấy vậy, này Tỳ-kheo, bậc Đa văn Thánh đệ tử nhàm chán đối với mắt... "... không còn trở lui trạng thái này nữa".

Thế Tôn thuyết như vậy, Tỳ-kheo ấy hoan hỷ, tín thọ lời Thế Tôn dạy. Và trong khi lời dạy này được nói lên, Tỳ-kheo ấy khởi lên pháp nhãn ly trần vô cấu: "Phàm cái gì sanh khởi, tất cả đều chịu sự đoạn diệt."[219]

Một đoạn khác trong Kinh Tương Ưng Bộ, Đức Phật dạy:

"Và này các Tỷ-kheo, thế nào là con đường đưa đến thân kiến đoạn diệt? Ở đây, này các Tỷ-kheo, vị Đa văn Thánh đệ tử thấy rõ các bậc Thánh, thuần thục pháp các bậc Thánh, tu tập pháp các bậc Thánh, thấy rõ các bậc Chân nhân, thuần thục pháp các bậc Chân nhân, tu tập pháp các bậc Chân nhân; không quán sắc như là tự ngã,

219. Kinh Tương ưng bộ, tập 2. Thiên Nhân Duyên, HT.Thích Minh Châu dịch, NXB.Tôn Giáo, 2013, tr.143. https://phatphapungdung.com/phap-bao/kinh-tuong-ung-bo-tap-2-thien-

hay không quán tự ngã như là có sắc, hay không quán sắc ở trong tự ngã, hay không quán tự ngã ở trong sắc.

...Không quán thọ... không quán tưởng... không quán các hành... không quán thức như là tự ngã, hay không quán tự ngã như là có thức, hay không quán thức ở trong tự ngã, hay không quán tự ngã ở trong thức. Này các Tỷ-kheo, đây gọi là con đường đưa đến thân kiến đoạn diệt. Con đường đưa đến thân kiến đoạn diệt có nghĩa là: Sự quán sát đưa đến sự khổ đoạn diệt."[220]

Trong Kinh Trung Bộ Kinh, Ni sư Dhammadinna dạy:

"-Ở đây, Hiền giả Visākha, vị Đa văn Thánh đệ tử đến yết kiến các bậc Thánh, thuần thục pháp các bậc Thánh, tu tập pháp các bậc Thánh, đến yết kiến các bậc Chân nhân, thuần thục pháp các bậc Chân nhân, tu tập pháp các bậc Chân nhân, không xem sắc là tự ngã, không xem tự ngã là có sắc, không xem sắc là trong tự ngã, không xem tự ngã là trong sắc; không xem thọ là tự ngã, không xem tự ngã là có thọ, không xem thọ là trong tự ngã, không xem tự ngã là trong thọ; không xem tưởng là tự ngã, không xem tự ngã là có tưởng, không xem tưởng là trong tự ngã, không xem tự ngã là trong tưởng; không xem các hành là tự ngã, không xem tự ngã là có các hành, không xem các hành là trong tự ngã, không xem tự ngã là trong các hành; không xem thức là tự ngã, không xem tự ngã là có thức, không xem thức là trong tự ngã, không xem tự ngã là trong thức.

---

nhan-duyen-111621.html

220. Tương ưng bộ Chương 22: Tương Ưng Uẩn, V: Phẩm Tự Mình Làm Hòn Đảo. 22.44. Con Đường,
Dịch Việt: HT. Thích Minh Châu dịch.
https://suttacentral.net/sn22.44/vi/minh_chau

Như vậy, Hiền giả Visākha, là không có thân kiến."[221]

Một đoạn khác trong Trung Bộ Kinh, Đức Phật dạy về nguồn gốc và đoạn diệt thân kiến:

"Này các Tỷ-kheo, nhưng đây là con đường đưa đến sự tập khởi của thân kiến. Ai quán mắt là: "Cái này là của tôi, cái này là tôi, cái này là tự ngã của tôi". Ai quán các sắc ... Ai quán nhãn thức ... Ai quán nhãn xúc ... Ai quán thọ ... Ai quán ái ... Ai quán tai ... Ai quán mũi ... Ai quán lưỡi ... Ai quán thân ... Ai quán ý ... Ai quán các pháp ... Ai quán ý thức ... Ai quán ý xúc ... Ai quán ái: "Cái này là của tôi, cái này là tôi, cái này là tự ngã của tôi".

Nhưng này các Tỷ-kheo, đây là con đường đưa đến sự đoạn diệt của thân kiến. Ai quán mắt: "" Cái này không phải là của tôi, cái này không phải là tôi, cái này không phải là tự ngã của tôi". Ai quán sắc ... Ai quán nhãn thức ... Ai quán nhãn xúc ... Ai quán thọ ... Ai quán ái ... Ai quán tai ... Ai quán mũi ... Ai quán lưỡi ... Ai quán thân ... Ai quán ý ... Ai quán các pháp ... Ai quán ý thức ... Ai quán ý xúc ... Ai quán thọ ... Ai quán ái: "Cái này không phải của tôi, cái này không phải là tôi, cái này không phải tự ngã của tôi"."[222]

---

221. Trung Bộ Kinh, số 44. Tiểu kinh Phương quảng, dịch Việt: Hòa thượng Thích Minh Châu. https://suttacentral.net/mn44/vi/minh_chau

222. Kinh Trung Bộ (Majjhima Nikaya), số 148. Kinh Sáu Sáu (Chachakka sutta). Việt dịch: Ht Thích Minh Châu). https://phatphapungdung.com/phap-bao/kinh-trung-bo-148-kinh-sau-sau-111037.html

8.14. TÂM LY DỤC, KHÔNG NHIỄM, LÌA CẢ BA THỜI

Kinh Tạp-A-Hàm kể chuyện Đức Phật đến thăm Tôn giả Bà-kỳ-xá đang bị bệnh rất nặng như sau:

Thế Tôn liền ngồi xuống hỏi Tôn giả Bà-kỳ-xá: "Những bệnh khổ của ông có bình hòa, dễ chịu đựng không? Sự đau nhức nơi thân tăng hay giảm." Nói đầy đủ như kinh Diệm-ma-ca ở trước… cho đến "… những bệnh khổ của con có cảm giác càng tăng thêm chứ không thuyên giảm."

Phật bảo Bà-kỳ-xá: "Bây giờ Ta hỏi ông, tùy ý mà trả lời Ta. Ông đã được tâm không nhiễm, không đắm, không nhơ, giải thoát, lìa các điên đảo, phải không?"

Bà-kỳ-xá bạch Phật: "Tâm con không nhiễm, không đắm, không nhơ, giải thoát, lìa các điên đảo."

Phật bảo Bà-kỳ-xá: "Làm sao ông có được tâm không nhiễm, không đắm, không nhơ, giải thoát, lìa các điên đảo?"

Bà-kỳ-xá bạch Phật: "Con đối với sắc quá khứ được nhận thức bởi mắt, tâm không luyến tiếc, đối với sắc vị lai, không mơ tưởng, đối với sắc hiện tại không đắm nhiễm. Con ở nơi sắc quá khứ, vị lai, hiện tại được nhận thức bởi mắt, đã dứt sạch niệm tham dục, ái lạc, vô dục, diệt tận, tịch diệt, tịch tĩnh, viễn ly, giải thoát. Tâm đã giải thoát, cho nên không nhiễm, không đắm, không nhơ, lìa các điên đảo, an trụ chánh thọ. Cũng vậy, với nhĩ, tỷ, thiệt, thân, ý. Đối với pháp quá khứ được nhận thức bởi ý, tâm không luyến tiếc, đối với sắc vị lai, không mơ tưởng, đối với sắc hiện tại không đắm nhiễm. Trong pháp quá khứ, vị lai, hiện tại, niệm tham dục, niệm ái lạc không còn nữa, vô dục, diệt tận, tịch diệt, tịch tĩnh, viễn ly, giải thoát. Tâm đã giải thoát, cho nên không nhiễm, không đắm, không nhơ, lìa các điên đảo, an trụ chánh thọ. Xin Đức Thế Tôn hôm nay ban cho con điều lợi ích tối hậu, nghe con nói kệ."[223]

8.15. KHÔNG CHẤP THỦ NƠI SÁU CĂN, SÁU TRẦN, SÁU THỨC, NGŨ ĐẠI, TỨ THIỀN, VÀ TẤT CẢ THẾ GIỚI

Trưởng giả Cấp Cô Độc (Anāthapiṇḍika) là Phật tử thuần thành xây chùa, cúng dường Đức Phật và Tăng đoàn rất nhiều, nên có đến 18 bản kinh Nikaya nói về vị mạnh thường quân này.[224] Trong đó, có Kinh Giáo Giới Cấp Cô Độc (Anāthapiṇḍikovāda),[225] khi Cấp Cô Độc đau đớn khủng khiếp giữa làn ranh của sống và chết, tôn giả Xá-lợi-phất (Sāriputta) đã đến khuyến tấn cư sĩ hãy buông xả, không chấp thủ (na upādiyissāmi) như sau:

"Thưa Tôn giả Sāriputta, con không có thể kham nhẫn, con không có thể chịu đựng. Sự khổ thống của con gia tăng, không có giảm thiểu; sự gia tăng rõ rệt, không có giảm thiểu. Ví như một người lực sĩ chém đầu (một người khác) với một thanh kiếm sắc bén; cũng vậy, những ngọn gió kinh khủng thổi lên đau nhói trong đầu con.

223. Kinh Tạp A-hàm, Số 994. Bà-kỳ-xá tán Phật.Dịch Việt: Thầy Tuệ Sỹ và Đức Thắng.
https://suttacentral.net/sa994/vi/tue_sy-thang
Nguyên Giác, Kinh cho Người Bệnh Nặng và Cận Tử.
https://thuvienhoasen.org/a36252/kinh-cho-nguoi-benh-nang-va-can-tu

224. Nyanaponika Thera & Hellmuth Hecker, Great Disciple of the Buddha, Bhikkhu Bodhi, Edited. Boston: Wisdom Publications, 2003. p. 360. Nguồn: Nguyệt san Giác ngộ Online.

225. Trung Bộ, số 143, Kinh Giáo Giới Cấp Cô Độc, Hòa thượng Thích Minh Châu dịch.
https://thuvienhoasen.org/a1047/143-kinh-giao-gioi-cap-co-doc-anathapindikovada-sutta

Thưa Tôn giả Sāriputta, con không có thể kham nhẫn, con không có thể chịu đựng. Những khổ thống của con gia tăng, không có giảm thiểu; sự gia tăng rõ rệt, không có giảm thiểu. Ví như một người lực sĩ lấy một dây nịt bằng da cứng quấn tròn quanh đầu rồi xiết chặt; cũng vậy, con cảm thấy bị đau đầu một cách kinh khủng.

Thưa Tôn giả Sāriputta, con không có thể kham nhẫn, con không có thể chịu đựng. Những khổ thống của con gia tăng, không có giảm thiểu; sự gia tăng rõ rệt, không có giảm thiểu. Ví như một người đồ tể thiện xảo hay đệ tử người đồ tể cắt ngang bụng với một con dao cắt thịt bò sắc bén; cũng vậy, một ngọn gió kinh khủng cắt ngang bụng của con.

Thưa Tôn giả Sāriputta, con không có thể kham nhẫn, con không có thể chịu đựng. Những khổ thống của con gia tăng, không có giảm thiểu; sự gia tăng rõ rệt, không có giảm thiểu. Ví như hai người lực sĩ, sau khi nắm cánh tay của một người yếu hơn, nướng người ấy, đốt người ấy trên một hố than hừng; cũng vậy, một sức nóng kinh khủng khởi lên trong thân con. Con không có thể kham nhẫn, con không có thể chịu đựng. Những thống khổ của con gia tăng, không có giảm thiểu; sự gia tăng rõ rệt, không có giảm thiểu."

- Do vậy, này Cư sĩ hãy học tập như sau: " Tôi sẽ không chấp thủ con mắt, tai, mũi, lưỡi, thân, ý và tôi sẽ không có thức y cứ vào sáu căn." Này Cư sĩ, hãy học tập như vậy.

Do vậy, này Cư sĩ, hãy học tập như sau: "Tôi sẽ không chấp thủ sắc, thanh, hương, vị, xúc, pháp, và tôi sẽ không có thức y cứ vào sáu trần." Này Cư sĩ, hãy học tập như vậy.

Do vậy, này Cư sĩ, hãy học tập như sau: "Tôi sẽ không

chấp thủ nhãn thức, nhĩ thức, thiệt thức, tỷ thức, thân thức và ý thức và tôi sẽ không có thức y cứ vào sáu thức". Này Cư sĩ, hãy học tập như vậy.

Do vậy, này Cư sĩ, hãy học tập như sau: "Tôi sẽ không chấp thủ địa giới, và tôi sẽ không có thức y cứ vào địa giới". Này Cư sĩ, hãy học tập như vậy. Do vậy... "Tôi sẽ không chấp thủ thủy giới... Tôi sẽ không chấp thủ hỏa giới... Tôi sẽ không chấp thủ phong giới... Tôi sẽ không chấp thủ hư không giới... Tôi sẽ không chấp thủ thức giới, và tôi sẽ không có thức y cứ vào thức giới". Này Cư sĩ, hãy học tập như vậy.

Do vậy, này Cư sĩ, hãy học tập như sau: "Tôi sẽ không chấp thủ sắc, và tôi sẽ không có thức y cứ vào sắc". Này Cư sĩ, hãy học tập như vậy. Do vậy... "Tôi sẽ không chấp thủ thọ... Tôi sẽ không chấp thủ tưởng... Tôi sẽ không chấp thủ hành... Tôi sẽ không chấp thủ thức và tôi sẽ không có thức y cứ vào thức giới". Này Cư sĩ, hãy học tập như vậy.

Do vậy, này Cư sĩ, hãy học tập như sau: "Tôi sẽ không chấp thủ Hư không vô biên xứ, và tôi sẽ không có thức y cứ vào Hư không vô biên xứ". Này Cư sĩ, hãy học tập như vậy. Do vậy... "Tôi sẽ không chấp thủ Thức vô biên xứ... Tôi sẽ không chấp thủ Vô sở hữu xứ... Tôi sẽ không chấp thủ Phi tưởng phi phi tưởng xứ, và tôi sẽ không có thức y cứ vào Phi tưởng phi phi tưởng xứ". Này Cư sĩ, hãy học tập như vậy.

Do vậy, này Cư sĩ, hãy học tập như sau: "Tôi sẽ không chấp thủ thế giới ở đây và tôi sẽ không có thức y cứ vào thế giới ở đây". Này Cư sĩ, hãy học tập như vậy. Do vậy... "Tôi sẽ không chấp thủ thế giới khác, và tôi sẽ không có thức y cứ vào thế giới khác". Này Cư sĩ, hãy học tập như vậy.

Do vậy, này Cư sĩ, hãy học tập như sau: "Tôi sẽ không

chấp thủ những gì được thấy, được nghe, được cảm thọ, được nhận thức, được hy cầu, được tư sát với ý, và tôi sẽ không có thức y cứ vào các pháp (nói trên)". Này Cư sĩ, hãy học tập như vậy.

Khi nghe nói vậy, cư sĩ Cấp Cô Độc khóc và chảy nước mắt. Rồi Tôn giả Ananda nói với cư sĩ Cấp Cô Độc:

-- Này Cư sĩ, Ông đang gượng lên mà sống, hay chìm xuống (cõi chết)?

-- Thưa Tôn giả Ananda, con không gượng lên mà sống, con đang chìm xuống cõi chết. Dầu cho bậc Đạo sư được con hầu hạ đã lâu và dầu con đã từng gần gũi các vị Tỷ-kheo tu tập ý lực, con chưa từng được nghe một thời thuyết pháp như vậy.

-- Này Cư sĩ, thuyết pháp như vậy không nói cho các hàng cư sĩ mặc áo trắng. Này Cư sĩ, thuyết pháp như vậy nói cho các hàng xuất gia.

-- Vậy thưa Tôn giả Sariputta, hãy thuyết pháp như vậy cho hàng cư sĩ mặc áo trắng. Thưa Tôn giả Sariputta, có những Thiện gia nam tử sanh ra với cấu uế không nhiều, nếu không được nghe pháp, sẽ bị đọa lạc; nhưng nếu được nghe, họ có thể biết được (Chánh) pháp.

Rồi Tôn giả Sariputta và Tôn giả Ananda sau khi giảng dạy cho cư sĩ Cấp Cô Độc với bài thuyết giảng, từ chỗ ngồi đứng dậy và ra đi. Rồi cư sĩ Cấp Cô Độc, sau khi Tôn giả Sariputta và Tôn giả Ananda ra đi không bao lâu, thân hoại mạng chung, sau khi thân hoại mạng chung liền sanh lên cõi Đâu-suất thiên (Tusita).[226]

---

226. Kinh Trung Bộ (Majjhima Nikaya), tập 2, số 143. Kinh Giáo giới Cấp Cô Độc (Anàthapindikovàda sutta). Dịch Việt: HT.Thích Minh Châu, NXB.Tôn Giáo, 2012, tr.604-605.

8.16. AN TỬ HAY TRỢ TỬ CHO BỆNH NAN Y

Trưởng giả Cấp Cô Độc thân thể đau đớn, nhưng có thể kham nhẫn, đoạn kiến chấp để buông xả thân khổ uẩn và tái sanh lên cõi Đâu Suất. Nhưng trong Tăng đoàn có thầy tỳ kheo Channa khi bị bệnh nan y và quá đau đớn, chịu không nổi được nữa, bèn xin Phật cho dùng dao tự sát. Đức Phật dạy quan điểm không chấp thủ. Điều này ngầm hiểu là đồng ý để giúp tỳ-kheo thoát đau đớn cuối đời và ra đi bình an.

Câu chuyện được Kinh Tương Ưng ghi lại như sau:

"Này Tỳ-kheo, nếu con không hiểu pháp Ta dạy về mục đích thanh tịnh trì giới, thời này Tỳ-kheo, con hiểu pháp Ta dạy như thế nào?

- Bạch Thế Tôn, con hiểu pháp Thế Tôn dạy là với mục đích tịch tịnh hoàn toàn, không chấp thủ.

- Lành thay, lành thay, này Tỳ-kheo! Lành thay, này Tỳ-kheo! Con hiểu pháp Ta dạy là với mục đích tịch tịnh hoàn toàn, không có chấp thủ."[227]

Như vậy, quan điểm không chấp thủ còn được hiểu rộng là không chấp thủ về phương tiện để chết như "An tử tự nguyện (voluntary euthanasia)" (gây chết êm dịu, giết vì xót thương hay trợ tử (physician-assisted suicide). Giúp bệnh nhân chấm dứt cuộc sống với mục đích giảm thời gian chịu đau đớn về mặt thể lý cho người bệnh.

Nếu pháp luật địa phương, bản thân bệnh nhân, gia

---

https://budsas.net/uni/u-kinh-trungbo/trung143.htm

227. Kinh Tương ưng bộ, tập 2. Thiên Nhân Duyên, HT.Thích Minh Châu dịch, NXB.Tôn Giáo, 2013, tr.143-144. https://phatphapungdung.com/phap-bao/kinh-tuong-ung-bo-tap-2-thien-nhan-duyen-111621.html

đình cùng đồng ý thì vị bác sĩ/lương y có thể thực hiện việc kết thúc sự sống người bệnh bằng biện pháp không gây đau hoặc như tỳ kheo Channa tự ý mình dứt mạng căn để giải thoát.

Tôn giả Sāriputta nghi vấn về sanh thú và đời sau của Tôn giả Channa và được Đức Phật giải thích:

Này Sāriputta, với sự việc như vậy, Ta không nói Channa là có lỗi. Này Sāriputta, ai bỏ thân này và chấp thủ thân khác; người ấy, Ta nói là có lỗi. Nhưng Tỳ-kheo Channa thời không vậy.[228]

Sở dĩ Đức Phật khẳng định như vậy vì trước đó, Tôn giả Channa đã thành tựu tuệ tri: Cái này không phải của tôi, cái này không phải là tôi, cái này không phải tự ngã của tôi.[229]

Việc nỗ lực tu tập để thành tựu tâm không chấp thủ (na upādiyissāmi) mang một ý nghĩa quan trọng lúc còn sống và ngay cả khi hấp hối. Vì vậy "khi chấp thủ bị bẻ gãy, thì chuỗi 12 nhân duyên sẽ rời ra, và người hấp hối sẽ chạm ngõ giải thoát."[230]

Cho tới nay, pháp luật Việt Nam không cho phép gây chết êm dịu hay trợ tử. Điều 101 luật hình sự 2009 quy định[231] "Tội xúi giục hoặc giúp người khác tự sát, hoặc việc đưa ra quyền được chết là vi phạm điều luật này." Tuy nhiên, vài nước trên thế giới đã chấp thuận đạo luật cho an

228. Như trên, tr. 153.

229. Như trên, tr. 152.

230 Chúc Phú. Độ người hấp hối theo kinh tạng Nikāya https://www.vomonthientu.org/p29a1395/do-nguoi-hap-hoi-theo-kinh-tang-nik-ya

231. https://hdgmvietnam.com/chi-tiet/chet-trong-an-binh--44054

tử hoặc trợ tử như nước Bỉ, Luxembourg, Hà Lan,Thụy Sĩ, Argentina, Hoa Kỳ[232]...

8.17. MƯỜI CÂU CHUYỆN VÃNG SANH AN LẠC DO THỰC HÀNH CÁC PHÁP CHỮA LÀNH CỦA ĐỨC THẾ TÔN

1) Thứ nhất, đó là trường hợp của Tôn giả Pukkusāti.

Đã từ lâu, Pukkusāti quy ngưỡng Đức Phật và tự mình xuất gia, tuy chưa chính thức gặp Ngài, dù chỉ một lần. Nhân một chuyến du hành, cả hai cùng lưu trú trong căn nhà của người thợ gốm Bhaggava. Tại đây, Pukkusāti lần đầu tiên hạnh kiến Đức Phật, được nghe Đức Phật thuyết

232. A broad majority of Americans, 72%, continue to believe that doctors should be legally allowed, at a patient's and a family's request, to end a terminally ill patient's life using painless means. While support for legalized euthanasia is strong across nearly all subgroups of Americans, men, young adults, Democrats and liberals are especially likely to favor it. Support drops below a majority only among weekly churchgoers.
A broad majority of Americans, 72%, continue to believe that doctors should be legally allowed, at a patient's and a family's request, to end a terminally ill patient's life using painless means. While support for legalized euthanasia is strong across nearly all subgroups of Americans, men, young adults, Democrats and liberals are especially likely to favor it. Support drops below a majority only among weekly churchgoers.
Đại đa số người Mỹ, 72%, tiếp tục tin rằng các bác sĩ nên được phép hợp pháp, theo yêu cầu của bệnh nhân và gia đình, chấm dứt sự sống của một bệnh nhân mắc bệnh nan y bằng các biện pháp không gây đau đớn. Mặc dù sự ủng hộ đối với cái chết êm dịu được hợp pháp hóa rất mạnh mẽ ở hầu hết các nhóm nhỏ người Mỹ, nhưng nam giới, thanh niên, đảng viên Đảng Dân chủ và những người theo chủ nghĩa tự do lại đặc biệt ủng hộ nó. Sự ủng hộ chỉ giảm xuống dưới đa số trong số những người đi nhà thờ hàng tuần.
https://news.gallup.com/poll/235145/americans-strong-support-euthanasia-persists.aspx

giảng và Tôn giả đã phát tâm cầu thỉnh giới pháp. Trong thời gian đi tìm y bát để như lý tác pháp thọ giới Tỳ-kheo, một con bò cuồng chạy, đoạt mất mạng sống của Tôn giả[233]. Đối với trường hợp này, Đức Phật xác chứng rằng Pukkusāti đã chứng đệ tam Thánh quả.

2) Thứ hai, có một phụ nữ nghèo đang rang lúa, biết được Tôn giả Kassapa vừa xuất định sau bảy ngày miên mật thiền tư, bà đã phát tâm cúng dường phần lúa ít ỏi của mình cho Tôn giả. Sau khi dâng cúng xong và hoan hỷ trở về nhà với thiện sự vừa làm, trên đường đi, tín nữ bất ngờ bị một con rắn độc cắn chết. Nhưng do chết với tín tâm Tam bảo, cùng lòng hoan hỉ với thiện sự vừa làm, nên tín nữ tức khắc sanh lên cõi trời Ba mươi ba với tên gọi mới là thiên nữ Lājā.[234]

3) Thứ ba, thân phụ của Tôn giả Soṇa trước đây làm nghề săn bắn, về già ông bỏ nghiệp sát phát tâm xuất gia và trở thành một vị Tỳ-kheo. Khi lâm chung, những ác nghiệp trong quá khứ diễn ra kinh hoàng, khiến ông sợ hãi tột độ. Thấy vậy, Tôn giả Soṇa đã cho người khiêng cha đến gần một bảo tháp, cắt những cành hoa rồi yêu cầu cha hướng tâm cúng hoa lên tượng Phật và cây bồ-đề. Nhiệm mầu thay, ngay khi ấy những cảnh tượng kinh hoàng kia

233. Kinh Trung bộ, tập 2, HT.Thích Minh Châu dịch, NXB Tôn Giáo, 2012, tr.588.
Chúc Phú, Độ Người Hấp Hối Theo Kinh Tạng Nikāya.
https://thuvienhoasen.org/a25033/do-nguoi-hap-hoi-theo-kinh-tang-nik-ya

234. Tích truyện Pháp cú, tập 2, Viên Chiếu dịch, NXB.Tôn Giáo, 2012, tr.135-137
Chúc Phú, Độ Người Hấp Hối Theo Kinh Tạng Nikāya.
https://giacngo.vn/do-nguoi-hap-hoi-theo-kinh-tang-nikaya-post35558.html

biến mất và sau đó, người cha được sanh Thiên.[235]

4) Thứ tư, theo kinh Trung bộ, Bà-la-môn Dhānañjāni[236] có thiện cảm với Tôn giả Sāriputta trong bài thuyết giảng trước đó, mặc dù chưa phát tâm quy y Tam bảo, nhưng lúc lâm chung, Bà-la-môn Dhānañjāni đã cho người mời Tôn giả Sāriputta đến thăm mình. Tại tư thất Bà-la-môn Dhānañjāni, Tôn giả Sāriputta trầm tư: Vị Bà-la-môn này rất luyến ái Phạm thiên giới. Vậy ta hãy thuyết giảng con đường cộng trú với Phạm-thiên,[237] để ngay đó, Bà-la-môn Dhānañjāni đã mệnh chung và sanh lên Phạm thiên giới.[238]

5) Thứ năm, trong kinh Đại bát Niết-bàn, đã ghi nhận rằng, có bốn thánh tích, gọi là Tứ động tâm (saṃvejanīyāni ṭhānāni cattāri), đó là chỗ Như Lai đản sanh, là nơi Như Lai chứng Vô thượng Chánh giác, là nơi Như Lai thuyết

---

235. Pa-Auk Tawya Sayadaw, The Workings of Kamma. Helicon Publishing and Penguin Books Ltd: 1996, p.196.
Chúc Phú, Độ Người Hấp Hối Theo Kinh Tạng Nikāya.
https://giacngo.vn/do-nguoi-hap-hoi-theo-kinh-tang-nikaya-post35558.html

236. Kinh Trung bộ, tập 2, HT.Thích Minh Châu dịch, NXB.Tôn Giáo, 2012, tr.225.
Chúc Phú, Độ Người Hấp Hối Theo Kinh Tạng Nikāya.
https://giacngo.vn/do-nguoi-hap-hoi-theo-kinh-tang-nikaya-post35558.html

237. Con đường cộng trú với Phạm thiên là phải hoàn thiện bốn phẩm chất cao quý: Từ, Bi, Hỷ và Xả. Ibid, tr.234.
Chúc Phú, Độ Người Hấp Hối Theo Kinh Tạng Nikāya.
https://giacngo.vn/do-nguoi-hap-hoi-theo-kinh-tang-nikaya-post35558.html

238. Kinh Trung bộ, tập 2, HT.Thích Minh Châu dịch, NXB.Tôn Giáo, 2012, tr.235.
Chúc Phú, Độ Người Hấp Hối Theo Kinh Tạng Nikāya.
https://giacngo.vn/do-nguoi-hap-hoi-theo-kinh-tang-nikaya-post35558.html

pháp lần đầu tiên và là nơi Như Lai nhập Niết-bàn.[239]

Nếu như bất cứ ai, trong khi chiêm bái những Thánh tích mà từ trần với tâm thâm tín hoan hỷ, thời những vị ấy, sau khi thân hoại mạng chung sẽ được sanh cõi thiện thú, cảnh giới chư Thiên.[240]

Nhớ rằng khi chiêm bái những Thánh tích (Cetiyacārikaṁ āhiṇḍantā),[241] mà từ trần (kālaṁ) với tâm thâm tín hoan hỷ (pasannacittā) Tam bảo thì mới được sanh vào cảnh giới chư Thiên (saggaṃ lokaṃ).[242]

6) Pháp sư Tu Vô[243] là một người cực khổ cả đời và mù chữ; trong pháp hội truyền giới ở chùa Cực Lạc, thầy phát tâm giúp đỡ săn sóc cho người bệnh. Pháp hội truyền giới còn chưa kết thúc, thầy Tu Vô dự biết trước thời giờ vãng

239. Kinh Trường bộ, Kinh Đại Bát Niết Bàn, HT. Thích Minh Châu dịch, NXB.Tôn Giáo, 2013, tr.328.
https://thuvienhoasen.org/a8200/4-duc-phat-dan-sanh

240. Như trên.

241. Tỳ-kheo Thanissaro dịch cụm từ này là: on such a pilgrimage. Tác giả Maurice Walshe dịch là: while making the pilgrimage. Cf: The Long Discourses of the Buddha -Maha-parinibbana sutta. trans. Maurice Walshe. Boston: Wisdom Publications, 1995. p.264.
Chúc Phú, Độ Người Hấp Hối Theo Kinh Tạng Nikāya.
https://giacngo.vn/do-nguoi-hap-hoi-theo-kinh-tang-nikaya-post35558.html

242. Có ba yếu tố hiện diện đầy đủ mới được sanh thiên giới. Thứ nhất là trong khi chiêm bái thánh tích, thứ hai là với tâm thâm tín cao độ và thứ ba chết trong khi đang chiêm bái. Vì lẽ, nếu như chiêm bái thánh tích, nhưng trong tâm không khởi lòng thâm tín, dù có chết tại chỗ ấy thì cũng không thể sanh thiên. Trong một trường hợp khác, đã từng chiêm bái thánh tích và đã khởi tín tâm ngay khi đó, nhưng khi lâm chung mà tâm tư tán loạn, thì cũng không thể sanh thiên.

243. Kể Chuyện Vãng Sanh, Hòa Thượng Thích Tịnh Không, Dịch Giả: Cư Sĩ Như Hòa
https://www.adidaphat.net/khaithi/4871/Ke-Chuyen-Vang-Sanh

sanh đã đến, nên miên mật niệm Phật vãng sanh. Trước lúc vãng sanh, Ngài nhắc nhở đại chúng "Nói mà không thể làm thì chẳng phải trí huệ chơn thật."

7) Cư sĩ Trịnh Tích Tân là một người làm ăn buôn bán, được dịp nghe lão pháp sư Đàm Hư thuyết pháp nên rất vui vẻ, tán thán. Sau này nghỉ buôn bán, học giảng kinh Di Đà, ông đi đến nhiều nơi giảng kinh và khuyên người niệm Phật. Ông ngồi mà vãng sanh, thân không bệnh tật. Một hôm sau khi giảng kinh xong ông nói với đại chúng: 'Tôi phải đi đây!' Thật là tự tại siêu thoát! Người em của ông lúc trước cứ cho rằng anh mình học Phật quá mê lầm, sau khi nhìn thấy ông tự tại vãng sanh nên tỉnh ngộ và cũng siêng năng, thật thà niệm Phật. Ba năm sau, người em của ông mang bệnh nhẹ và niệm Phật qua đời với tinh thần minh tịnh.

8) Gia đình cư sĩ Trương ở chùa Trạm Sơn vô cùng nghèo túng, chồng bà làm nghề kéo xe chở khách. Bà làm công quả trong những pháp hội niệm Phật ở chùa Trạm Sơn, cả ngày từ sáng đến tối Phật hiệu không gián đoạn. Bà dự biết trước ngày giờ vãng sanh, hôm đó bà dặn dò chồng phải chăm sóc cho con xong, rồi an nhiên ngồi trên giường mà vãng sanh. Đây là tấm gương tốt cho những người học Phật chúng ta, tự tại trước giờ vãng sanh.

9) Pháp sư Đế Nhàn chỉ dạy pháp môn niệm Phật cho một Phật tử già là thợ vá nồi và không biết chữ. Vâng lời, ông già chuyên tâm chỉ chuyên niệm câu Phật hiệu "Nam mô A-di-đà Phật." Niệm đến mệt thì nghỉ, nghỉ ngơi xong thì niệm tiếp tục. Ông niệm trong vòng ba đến bốn năm thì thành công. Ông đứng mà vãng sanh, còn đứng ba ngày sau khi vãng sanh [để đợi lão pháp sư Đế Nhàn đến lo hậu sự]. Thật là vô cùng tự tại! Sư phụ Đế Nhàn khen ông già:

'So với những đại pháp sư giảng kinh thuyết pháp, những vị phương trượng trụ trì, [sự thành tựu của] ông vượt trỗi hơn họ quá nhiều, quá nhiều!'

10) Sắp tịch, Bàng Uẩn[244] bảo con gái Linh Chiếu ra xem mặt trời đúng ngọ vô cho ông hay. Linh Chiếu ra xem vào thưa: «Mặt trời đã đúng ngọ, mà có nhật thực." Ông ra cửa xem. Linh Chiếu lên tòa của ông, ngồi kiết già chấp tay thị tịch. Ông vào xem thấy cười, nói :" Con gái ta lanh lợi quá !». Ông bèn chậm lại bảy ngày sau mới tịch.

Tin ông tịch đưa về nhà cho bà (vợ Bàng Uẩn) hay. Bà nói:" Con gái ngu si, ông già vô tri, không báo tin mà đi, sao đành vậy?" Bà ra báo tin cho con trai đang làm ngoài đồng. Bà nói: "Long Công với Linh Chiếu đi rồi con!». Người con trai đang cày ruộng đáp: «Dạ!». Lặng thinh giây lâu bèn đứng mà tịch. Bà nói:» Thằng này sao ngu si lắm vậy!». Lo thiêu con trai xong, bà đi từ biệt thân thuộc rồi biệt tích.» Cả gia đình giác ngộ thiền tông và làm chủ sự sống chết của mình.

Qua mười câu chuyện trên cho thấy lúc cận tử nghiệp, tinh thần minh tịnh, hoan hỉ với những việc thiện mà khi sanh tiền đã làm, tín tâm nơi Tam bảo, an trú chánh niệm nơi danh hiệu Phật, hay chứng ngộ pháp thiền sẽ giúp việc vãng sanh nhẹ nhàng, biết trước ngày giờ ra đi, tự tại về cảnh giới an lành, không bị kẹt vào vòng luân hồi lục đạo hay đọa lạc vào các cảnh giới thấp nữa.

Như vậy, tính chất và sự chuyển vận của tâm thức lúc cận tử nghiệp là quan trọng. Những vị bị nhiễm Covid-19 có người biết trước mình yếu dần và sẽ chết, có người ra đi bất ngờ, thì chúng ta nên chuẩn bị tâm lý và khuyên những

244. Trung Hoa Chư Thiền Đức Hành Trạng, tập 1. https://thuvienhoasen.org/a7555/cu-si-bang-long-uan

người đang hấp hối giữ gìn tâm thức an trú trong tín hạnh nguyện với Tam Bảo và các pháp quán chữa lành của Đức thế Tôn, thì chúng ta sẽ không sợ hãi khi duyên nghiệp đã hết, vững chải, hoan hỉ với cảnh giới tái sanh.

CHƯƠNG 9
KẾT LUẬN

Trong suốt thời gian hơn hai năm (từ tháng 12 năm 2019 cho đến cuối năm 2022) toàn cầu rung động, xã hội suy sụp khi chịu đựng tai ương hoành hành của đại dịch siêu vi trùng vô hình SARS-CoV-2. Từ đó, cả thế giới đã được dịp nhận ra giá trị chữa lành hữu hiệu của Pháp bảo (Dharma) của Đức Phật Thích Ca.

Phật pháp là thuốc hay, toa thuốc trị liệu mọi nỗi khổ đau của nhân sinh. Phật pháp là cả một gia tài đồ sộ của Tam tạng thánh điển (Kinh, Luật, Luận) từ thế kỷ thứ VI trước Công nguyên cho đến thế kỷ XXI ngày nay vẫn vượt thời gian (26 thế kỷ) và không gian (toàn cầu) để hữu hiệu giúp ích cho muôn loài vạn vật ở khắp nơi trên thế giới.

Đức Phật được tôn xưng là bậc Đại Y vương bởi giáo pháp của Ngài là thuốc hay có công năng trị liệu thân đau - tâm khổ. Phật pháp chuyên trị tâm bệnh tiêu cực như buồn phiền, lo lắng, thất vọng, trầm cảm, khổ não, các tâm lý tiêu cực, phiền não nội kết, tự tử v.v... bằng cách dứt trừ các nguyên nhân gây bệnh Covid-19 như vô minh, tham lam, sân hận, si mê, ghen ghét, ích kỷ, kiêu mạn, đố kỵ, nghi ngờ, cố chấp v.v... giúp trau dồi nếp sống đạo đức, trí tuệ, lành mạnh là điều kiện thiết yếu để xây dựng bình an, hạnh phúc, hạn chế những nguy cơ nhiễm bệnh, phát huy phòng bệnh Coronavirus, giảm tổn hại sức khỏe, tổn thương đến tính mạng con người.

Pháp chữa lành của đạo Phật có tác dụng mang những lợi ích như cải thiện trí nhớ, nâng cao sự sáng suốt, chữa bệnh mất ngủ, giảm nguy cơ đột quỵ, bệnh tim, giảm căng thẳng (stress), lo lắng, miễn nhiễm Covid-19, não bộ được trẻ hóa, sáng tạo, thêm chất xám, tập trung vào mục tiêu trong cuộc sống, vượt qua nỗi sợ hãi về con Coronavirus, làm chủ tâm lý (tham, sân, si), bảo vệ kiện toàn sức khoẻ, phòng ngừa điều trị tật bệnh, để giữ lấy thân thể lành mạnh làm phương tiện giải thoát và độ sanh.

Phật pháp là các giới luật bảo hộ mình và người, là các triết lý duyên sinh, vô thường, vô ngã, khổ, không, là các pháp thực hành giới-định-tuệ, nội tâm tịch tĩnh, thành tựu quán hạnh... Phật pháp là thiện lành, là đạo đức của mọi người. Hãy lấy thiện pháp chuyển hóa ác pháp. Ác pháp là những nghiệp báo của thiên tai, lũ lụt, hỏa hoạn, động đất, sóng thần, bệnh tật, tai ương, đại dịch. Phật pháp giúp chúng ta chuyển hóa được cộng nghiệp, biệt nghiệp xấu thành tốt, vững chải vượt thử thách của đại nạn kiếp người.

Dịch bệnh SARS-CoV-2 đã ảnh hưởng nhiều mặt của đời sống xã hội như kinh tế, giáo dục, y tế, tôn giáo, chính trị, du lịch, tâm lý, trật tự trị an xã hội... Đời sống toàn cầu bị đảo lộn, sinh hoạt tê liệt, nỗi sợ dâng cao và đã tác động đến tâm linh của người Phật tử, nhưng nó cũng đã mang lại cơ hội để tăng cường lòng từ bi, phát triển sự hội nhập, tìm kiếm sự an tâm và niềm hy vọng trong cuộc sống. Dịch bệnh cũng giúp chúng ta sẽ hiểu thế giới (vũ trụ quan) và ý nghĩa thực sự của cuộc sống (nhân sinh quan). Chúng ta sẽ sống hài hòa và thay đổi nhận thức một cách tích cực, luôn có niềm tin, hy vọng, chánh kiến vững vàng trước mọi tình huống.

Dịch bệnh Coronavirus cũng chính là liều thuốc thử ý chí tích cực cho tất cả chúng ta. Vì nó mang đến nỗi sợ hãi, sợ phải đối mặt với bệnh tật với cái chết hiện diện trước mắt và cảm giác như có thể rờ chạm và nhìn thấy nó.

Đó là hiện tượng sanh-già-bệnh-chết hay sanh-trụ-di-diệt, là quy luật vô thường muôn đời của kiếp người. Con người không thể chống lại sức mạnh của mẹ thiên nhiên, tai ương, đại dịch, nghiệp báo, luật nhân quả... Tuy nhiên, giữa những vô thường khổ đau của đại dịch Covid-19 đó, chúng ta vẫn có thể hạn chế hoặc vượt qua được nỗi đau nơi thân tâm, cải thiện được tình trạng xấu nếu chúng ta chuyên nhất hành trì Phật pháp, niệm Phật, tụng kinh, ngồi thiền, quán tưởng, ăn chay, bái sám, phóng sanh, bố thí làm phước thiện, bái sám, nâng cao nội lực. Tùy theo mức công phu và thời gian tu tập, chúng ta sẽ có được một tâm thức vững vàng, tinh thần khỏe mạnh, ý chí siêu thoát không bị thân bệnh SARS-CoV-2 hệ lụy, khổ đau chi phối và cái chết không còn là nỗi ám ảnh.

Nếu như ai cũng biết tu tập pháp chữa lành của đạo Phật, biết điều chỉnh nhận thức, sửa đổi hành vi, thay đổi lối sống, rèn luyện bản thân và thực hành các phương pháp giới-định-tuệ thì sẽ hạn chế được số lượng tử vong hay nhiễm bệnh mà theo Tổ chức Y tế Thế giới (WHO),[245]

245. WHO ước tính có đã có 15 triệu người trên thế giới đã chết vì

tuyên bố khoảng 15 triệu người đã chết trong hai năm đầu tiên của đại dịch COVID-19 hay theo cổng thông tin của worldometers (ngày 28 tháng 4 năm 2023)[246], số tử vong trên toàn thế giới là 6,860,779 (7 triệu) và ca nhiễm là 704,753,890 (700 triệu).

Phật giáo là một phương pháp sống, giải thoát. Những người Phật tử đến với Phật giáo bằng sự tuệ tri rằng sự hiện hữu, biến dịch, thay đổi, mong manh, dễ tan của con người là gốc của khổ đau (*dukkha*), vô thường (*anicca*), và vô ngã (*anatta*). Đó là Lý Tứ Diệu Đế về Khổ (*vì bệnh Covid-19*), Khổ Tập (*do nguyên nhân tham sân si tạo các nghiệp*), Khổ Diệt (*khi chuyển hóa được tham sân si thì dịch bệnh sẽ hết, được an lạc, hạnh phúc*) và Khổ Diệt Đạo (*thực tập tám con đường chân chánh sẽ được giải thoát*). Bệnh dịch Covid-19 đã cho chúng ta thấy chân lý Khổ, nguyên nhân của Khổ, kết quả của Khổ Diệt và phương pháp chuyển hóa Khổ của Đức Phật,[247] thật hữu

---

COVID-19. (M.Q. Theo Nature)
World Health Organization (WHO) https://www.who.int
The United Nations agency working to promote health, keep the world safe and serve the vulnerable.
Cơ quan Y Tế của Liên Hợp Quốc hoạt động nhằm tăng cường sức khỏe, giữ cho thế giới an toàn và phục vụ những người dễ bị tổn thương.
https://bvbnd.vn/who-uoc-tinh-co-da-co-15-trieu-nguoi-tren-the-gioi-da-chet-vi-covid-19/
https://www.nature.com/articles/d41586-022-01245-6

246. Coronavirus Tracker. Report coronavirus cases.
https://www.worldometers.info/coronavirus/country/us/

247. Lý Tứ Đế: Khổ, Khổ tập, Khổ Diệt và Khổ Diệt Đạo.
Tứ diệu đế là Hán dịch từ chữ Phạn Catvary Aryasatyani. Arya là Diệu, cao quý, mầu nhiệm; Satya là Đế, là sự thật, là chân lý. Tứ diệu đế còn được gọi là Tứ chân đế, Tứ thánh đế, Bốn chân lý mầu nhiệm.
1- Khổ đế (Dukkha): là thực trạng đau khổ của con người.
2- Tập đế (Samudaya): là nguồn gốc hay nguyên nhân dẫn đến thực

ích, phù hợp, thiết thực trong cuộc đời đầy đại dịch này. Đây là bài chuyển Pháp luân đầu tiên của Đức Thế Tôn cho loài người chúng ta tại Sarnath, Varanasi, Ấn Độ, và vẫn có giá trị hiện hữu cho đến ngày nay.

Cho nên, mái chùa, nếp sống thiền môn và Pháp Phật thật sự là nơi trú ngụ của tâm hồn, nơi khám phá tâm mình, phát huy tâm mình, là nơi gần gũi với trái tim của nhiều người, nơi đặt lợi ích của người khác lên trước bản thân mình, nơi có thể chữa lành giúp đỡ mình và người khác trở thành hữu ích, tích cực và thánh thiện giữa thế gian này.

Do vậy, bậc Hiền trí
Giữa các sự bất hạnh
Không hoảng hốt run sợ
Biết phân tích lợi ích.[248]

Vâng, hơn hai năm đã trôi qua, nỗi đau tổn thương mất mát của nhân mạng vẫn còn đó; dịch bệnh Covid-19 đã đến và đi theo quy luật vô thường muôn đời của vũ trụ,

---

trạng đau khổ.

3- Diệt đế (Nirodha): là sự kết thúc hay sự chấm dứt khổ đau.

4- Đạo đế (Magga): là con đường hay phương pháp thực hành dẫn đến chấm dứt khổ đau.

Giáo lý Tứ diệu đế được nói đến trong các kinh: Đế phân biệt tâm kinh (Trung Bộ III), kinh Phân biệt thánh đế (Trung A Hàm), kinh Chuyển pháp luân (Tương Ưng & Tạp A Hàm), và rải rác trong kinh tạng Pàli cũng như Hán tạng.

Ban Hoằng pháp Trung ương Giáo Hội Phật Giáo Việt Nam

Phật Học Cơ Bản, Chương trình Phật học Hàm thụ (1998-2002), Nhà xuất bản Thành Phố Hồ Chí Minh

https://thuvienhoasen.org/a11636/bai-1-bon-chan-ly-tu-dieu-de

248. Tăng Chi Bộ Kinh, tập 2, phẩm 5, số 9. Kinh Người Kosala. https://www.chuahoangphap.com.vn/thu-vien-kinh-sach/chi-tiet-vua-pasenadi-ba-tu-nac-206/index-2413/

nhưng qua đó chúng ta đã có được một sự trải nghiệm quán chiếu bản chất thực tại của lý Tứ Đế qua siêu vi trùng vô hình Covid-19. Chúng ta được trải nghiệm về bài học chữa lành của nghiệp lực chuyển hóa, nhân quả hiện tiền, khiến chúng ta trở nên trưởng thành hơn, chín chắn hơn, ý nghĩa hơn, nhân văn và cao thượng hơn.

Như từ một đống hoa,
Nhiều tràng hoa được làm.
Cũng vậy, thân sanh tử,
Làm được nhiều việc lành.
(Pháp Cú, kệ 46)[249]

249. Kinh Pháp Cú, Việt dịch: Hòa Thượng Thích Minh Châu. https://www.buddhismtoday.com/viet/kinh/pali/phapcu1.htm

NGUỒN THAM KHẢO

- Kinh Phật Thuyết Đại Thừa Vô Lượng Thọ Trang Nghiêm Thanh Tịnh Bình Đẳng Giác, Nguyên Hán bản: Ngài Hạ Liên Cư (hội tập), Việt dịch: HT. Thích Đức Niệm & Cư sĩ Minh Chánh, Nhà Xuất Bản Tôn Giáo. Hà Nội, PL. 2553, DL.2009.
- Kinh Thủ Lăng Nghiêm, Hán dịch: Bát Thích Mật Đế, Việt Dịch: Cư Sĩ Tâm Minh Lê Đình Thám, Phật Học Viện quốc Tế Xuất Bản PL 2527 – 1983, Nhà xuất bản Tôn Giáo Hà Nội, 2000, tr. 292-3.
- Kinh Đại Phương Quảng Phật Hoa Nghiêm, 22. Phẩm Vô Tận Tạng.

  https://quangduc.com/a76113/phap-ngu-kinh-hoa-nghiem-tap-1-

  https://thuvienhoasen.org/a40140/tinh-hoa-kinh-hoa-nghiem-thich-nu-gioi-huong
- Tăng Chi Bộ (Anguttaranikàya), Đại Tạng Kinh Việt Nam, Tăng Chi Bộ II, chương 5, phẩm Kimbila, phần Nghe pháp, VNCPHVN ấn hành, 1996.
- Trung Bộ Kinh (Majjhima Nikaya).tập 1, 2, 3. Dịch Việt: Hòa thượng Thích Minh Châu.

  https://www.budsas.org/uni/u-kinh-trungbo/trung135.htm
- Kinh Tương ưng bộ, 55.21. Việt dịch: Hòa thượng Thích Minh Châu.

  https://suttacentral.net/sn55.21/vi/minh_chau
- Kinh Tăng Nhất A Hàm. Hán Dịch: Tam tạng Cù-đàm

Tăng-già-đề-bà. Việt dịch: Thích Đức Thắng - Hiệu đính & Chú thích: Tuệ Sỹ.

https://thuvienhoasen.org/a11264/mot-phap

- Trung A-hàm, Kinh Anh vũ, 170; Trung bộ, kinh Tiểu nghiệp phân biệt, 135.

  https://www.phatgiaobinhdinh.vn/mPost/872/can-hieu-dung-ve-nhan-qua-nghiep-bao

- Kinh Pháp Cú, Việt dịch: Hòa Thượng Thích Minh Châu.

  https://www.buddhismtoday.com/viet/kinh/pali/phapcu1.htm

- Tích truyện Pháp Cú, kệ 277, 278, 279, Thiền viện Viên Chiếu, Nguyên tác: "Buddhist Legends", Eugene Watson Burlingame

  https://www.budsas.org/uni/u-kinh-phapcu-ev/ttpc20.htm

- Kinh Pháp Cú, 9: Phẩm Ác, dịch Việt: Hòa thượng Minh Châu. Ảnh: Họa sĩ: Mr. P. Wickramanayaka

- Bản chuyển dịch thơ của Tâm Minh Ngô Tằng Giao ở cuối bài.

  https://loiphatday.org/kinh-phap-cu-09-pham-ac/

- Trưởng Lão Tăng Kệ, Xá Lợi Phất, Bản Việt dịch của Thầy Indacanda.

  https://suttacentral.net/thag17.2/vi/indacanda

- Nghi Thức Cầu An Kinh Dược Sư, Thích Nữ Giới Hương biên soạn, Nhà xuất bản Hồng Đức

  https://www.huongsentemple.com/index.php/vn/phat-phap/nghi-le/8560-duoc-su-kinh

- Từ Bi Thủy Sám Pháp, Việt dịch: Thích Huyền Dung, Nxb Tôn Giáo.

  https://daibaothapmandalataythien.org/tu-bi-thuy-sam-phap-viet-dich-ht-thich-huyen-dung

- Pakiṇṇakaparitta – Kinh Tụng Sau Cùng Các Kinh Cầu An.

  https://theravada.vn/

- Hòa thượng T Trí Quảng, "Không Lo Sợ, Bình Tĩnh Để Vượt Qua Khó Khăn"

  https://giacngo.vn/khong-lo-so-binh-tinh-de-vuot-qua-kho-khan-post58175.html

- Tenzin Gyatso, Đức Đạt Lai Lạt Ma thứ 14, "Cầu nguyện thôi chưa đủ. Chúng ta cần chiến đấu với vi rút corona với lòng Từ Bi.

  https://vn.dalailama.com/news

- Tứ Niệm Xứ, Sư bà Hải Triều Âm giải nghĩa.

  https://daibaothapmandalataythien.org/kinh-tu-niem-xu-tkn-hai-trieu-am

- Tâm Thái, Lục tổ Huệ Năng - Pháp môn Vô Niệm.

  https://www.buddhismtoday.com/viet/phatphap/phapmon_vo_niem.htm

- Kinh Duy Ma Cật. Dịch giả cẩn chí Thích Huệ Hưng.

  https://www.matthuongnhindoi.org/index.php/phap-am/ii-kinh-van-phat-trien/kinh-duy-ma-cat

- Niệm Phật được 10 điều lợi ích, Dật Nhân pháp sư biên thuật, Ấn Quang pháp sư giám định.

- Chuyển ngữ: Như Hòa - Trích "Trùng Đính Tây Phương Công Cứ" https://www.chuahoangphap.com.vn/tin-tuc/chi-tiet-niem-phat-duoc-10-dieu-loi-ich-122/

- Nghi Thức Cầu An Kinh Phổ Môn, Thích Nữ Giới Hương biên soạn, NXB Hồng Đức, 2022.

  https://www.huongsentemple.com/index.php/vn/phat-phap/nghi-la-ha-ng-nga-y/6313-i-2-kinh-pho-mon

- Tuyển Tập 42 Câu Chú Mật Tông (Kim Cang Thừa)

  https://www.facebook.com/PhapKhiMatTong.

- Hương Đức, Linh ứng liên tiếp nhờ trì tụng và hướng dẫn mọi người trì chú Đại Bi.

  https://phatgiao.org.vn/linh-ung-lien-tiep-nho-tri-tung-va-huong-dan-moi-nguoi-tri-chu-dai-bi-d84465.html

- Thông điệp của Đức Tenzin Gyatso, Đạt-lai-lạt-ma thứ 14, về Covid-19.

  https://thuvienhoasen.org/a33678/thu-cua-duc-dat-lai-lat-ma-ve-dai-dich-coronavirus

- Kể Chuyện Vãng Sanh, Hòa Thượng Thích Tịnh Không | Dịch Giả :Cư Sĩ Như Hòa

  https://www.adidaphat.net/khaithi/4871/Ke-Chuyen-Vang-Sanh

- Thích Nữ Giới Hương, Tinh Hoa Kinh Hoa Nghiêm. Giới thiệu: Hòa thượng T Như Minh.

  https://www.huongsentemple.com/index.php/vn/kinh-sach/tu-sach-bao-anh-lac/8313-75-hoa-tinh

- Khóa Tịnh Độ – Kinh A Di Đà, Thích Nữ Giới Hương biên soạn, NXB Hồng Đức, 2022.

  https://www.huongsentemple.com/index.php/vn/

phat-phap/kinh-ta-ng-ca-a-cha-a-hs/6211-6-kinh-a-di-da-20

- Nguyên giác, Từ Huyền Thoại tới Tâm Kinh, Nhà Xuất Bản Ananda Viet Foundation, 2021.

  https://thuvienhoasen.org/a35895/7-ngua-hoanh-tu-tang-tho-niem-tu

- Nguyên Giác, Kinh cho Người Bệnh Nặng và Cận Tử.

  https://thuvienhoasen.org/a36252/kinh-cho-nguoi-benh-nang-va-can-tu

- Chúc Phú, Khảo Biện về Kinh Dược Sư.

  https://giacngo.vn/khao-bien-ve-kinh-duoc-su-post38425.html

- Thích nữ Giới Hương, Vòng Luân Hồi, NXB Hồng Đức 2008.

  https://www.huongsentemple.com/index.php/vn/kinh-sach/tu-sach-bao-anh-lac/1900-vong-luan-hoi-thich-nu-gioi-huong

- Truyền Bình, Hiểu rõ về Đại dịch Covid-19 và Cách Đối Trị.

  https://thuvienhoasen.org/a36944/hieu-ro-ve-dai-dich-covid-19-va-cach-doi-tri

- Phật Giáo & Cơn Đại Dịch Coronavirus

  (Tuyển tập nhiều bài viết về Đại Dịch Covid 19)

  https://thuvienhoasen.org/a33700/phat-giao-va-con-dai-dich-coronavirus

- Thích Trung Định, Sáu Tùy Niệm.

  https://thuvienhoasen.org/a30841/sau-tuy-niem

- Thiện Quả Đào Văn Bình, Hy Sinh Người Già Để Cứu Vãn Kinh Tế, California, 25/03/2020.

  https://thuvienhoasen.org/a33639/hy-sinh-nguoi-gia-de-cuu-van-kinh-te-
- Tư duy lời Phật dạy nhân mùa dịch

  https://thuvienhoasen.org/a33622/tu-duy-loi-phat-day-nhan-mua-dich
- Pháp Ngữ Kinh Kim Cang, Thích Nữ Giới Hương, NXB Hồng Đức, 2018.
- Thích Đồng Trí, Sử dụng thời gian ở yên - cách ly tránh dịch bệnh corona hiệu quả nhất.

  https://thuvienhoasen.org/a33726/su-dung-thoi-gian-o-yen-cach-ly-tranh-dich-benh-corona-hieu-qua-nhat
- Chúc Phú, Độ Người Hấp Hối Theo Kinh Tạng Nikāya.

  https://thuvienhoasen.org/a25033/do-nguoi-hap-hoi-theo-kinh-tang-nik-ya
- Những Mùa An Cư Đáng Nhớ Trong Cuộc Đời Đức Phật

  https://daibaothapmandalataythien.org/nhung-mua-cu-dang-nho-trong-cuoc-doi-duc-phat
- Kim Út, Các tôn giáo chung tay chống dịch.

  https://tuoitre.vn/cac-ton-giao-chung-tay-chong-dich-20210828150111496.htm
- Đáp ứng của Phật Giáo trước Đại Dịch Covid-19 từ gốc độ lịch sử (Buddhist Responses to the Covid-19 Pandemic in Historical Perspective), Nguyên Tác : C. Pierce Salguero. Việt dịch: Trần Như Mai

  https://quangduc.com/a71642/dap-ung-cua-phat-giao-truoc-dai-dich-covid-19-tu-goc-do-lich-su-buddhist-responses-to-the-covid-19-pandemic-in-historical-perspe

- Liên minh Phật giáo Hoa Kỳ tích cực chống dịch Covid-19. Việt dịch: Trần Trọng Hiếu

  (Theo The Interfaith Center of New York) lien minh HK.jpg

  https://giacngo.vn/lien-minh-phat-giao-hoa-ky-tich-cuc-chong-dich-covid-19-post52333.html

- Góc Nhìn Phật Giáo Về Khủng Hoảng Covid-19, Giáo sư Tavivat Puntarigvivat. Thích Vân Phong dịch Việt.

  https://thuvienhoasen.org/a36909/goc-nhin-phat-giao-ve-khung-hoang-covid-19-tavivat-puntarigvivat-thich-van-phong-dich-viet

- C. Pierce Salguero, Việt dịch: Trần Như Mai, Đáp ứng của Phật Giáo

- Trước đại dịch covid-19 Từ góc độ lịch sử (Buddhist Responses to the Covid-19 Pandemic in Historical Perspective)

  https://www.buddhistdoor.net/features/buddhist-responses-to-the-covid-19-pandemic-in-historical-perspective

  https://thuvienhoasen.org/a36487/dap-ung-cua-phat-giao-truoc-dai-dich-covid-19-tu-goc-do-lich-su

- Xuân Khu, Giáo hội Phật giáo Việt Nam trao tặng thiết bị y tế hỗ trợ Ấn Độ phòng, chống dịch COVID-19.

  https://baotintuc.vn/thoi-su/giao-hoi-phat-giao-viet-nam-trao-tang-thiet-bi-y-te-ho-tro-an-do-phong-chong-dich-covid19-20210518133542303.htm

- Giáo hội Phật giáo Việt Nam ủng hộ hơn 300 tỉ đồng chống dịch

  https://dangcongsan.vn/tu-tuong-van-hoa/giao-hoi-phat-giao-viet-nam-ung-ho-hon-300-ti-dong-chong-dich-590855.html

- Khánh Linh, COVID-19 ra sao sau 3 năm WHO tuyên bố đại dịch?

  https://dangcongsan.vn/tieu-diem/covid-19-ra-sao-sau-3-nam-who-tuyen-bo-dai-dich-636336.html

- PGS.TS. Đinh Xuân Lý, Đại dịch Covid-19: Những thách thức chính trị đối với thế giới.

  https://sps.ussh.vnu.edu.vn/vi/nghien-cuu-khoa-hoc/tac-gia-tac-pham/bai-viet-dai-dich-covid-19-nhung-thach-thuc-chinh-tri-do

- Nữ Tu và Tù Nhân Hoa Kỳ, Thích Nữ Giới Hương, tái bản lần thứ 6, NXB Hồng Đức, 2020.

  https://www.dieungu.org/a40179/nu-tu-va-tu-nhan-hoa-ky

- C. Pierce Salguero, Việt dịch: Trần Như Mai, Đáp ứng của Phật Giáo

- Trước đại dịch covid-19 Từ góc độ lịch sử

  (Buddhist Responses to the Covid-19 Pandemic in Historical Perspective)

  https://www.buddhistdoor.net/features/buddhist-responses-to-the-covid-19-pandemic-in-historical-perspective

  https://thuvienhoasen.org/a36487/dap-ung-cua-phat-giao-truoc-dai-dich-covid-19-tu-goc-do-lich-su

- Tỉnh thức Đối diện với Bệnh tật và Cái chết. Tỳ-khưu Anālayo - Nguyên tác: Anālayo, Bhikkhu. Mindfully Facing Disease and Death, Compassionate Advice from Early Buddhist Texts, Cambridge: Windhorse, 2016.
- Bác Sĩ Phạm Đức Thành Dũng trong bài viết "Đối Trị Corona: Bình Tâm Chữa Khi Chưa Bệnh"

  https://quangduc.com/a71755/doi-tri-corona-binh-tam-chua-khi-chua-benh
- Benjamin Schonthal & Tilak Jayatilake, Tôn giáo giữa đại dịch: Trường hợp Phật giáo, Nguyên Hiệp dịch.

  https://giacngo.vn/ton-giao-giua-dai-dich-truong-hop-phat-giao-post59507.html
- Hương Đạo trong Đời 2022, Thi viết Phật Pháp Ứng Dụng, Thích Nữ Giới Hương tuyển tập.2022.

  https://huongsentemple.com/index.php/vn/kinh-sach/tu-sach-bao-anh-lac/huong-dao-trong-doi-2022

TỰ ĐIỂN

- Tự Điển Phật Học Hán Việt (Dictionary of Vietnamese-Chinese Buddhist Terms) Phân viện Phật học xuất bản, Việt Nam: Hà Nội, 1992.
- Tuyển Tập Tự điển Từ ngữ Phật học Thường Dùng, Minh Thông, 1-2002 trong Website: buddhismtoday.com

CẬP NHẬT HÀNG GIỜ
THÔNG TIN COVID-19

https://www.newsbreak.com/topics/coronavirus

https://www.worldometers.info/coronavirus/country/us/

- Distribution of coronavirus (COVID-19) cases in select countries worldwide as of December 22, 2022

  https://www.statista.com/statistics/1111696/covid19-cases-percentage-by-country/

- Coronavirus Tracker. Report coronavirus cases.

  https://www.worldometers.info/coronavirus/country/us/

TỦ SÁCH BẢO ANH LẠC

do Ni Sư Tiến Sĩ TN Giới Hương biên soạn

1.1. SÁCH TIẾNG VIỆT

1. *Bồ-tát và Tánh Không Trong Kinh Tạng Pali và Đại Thừa*
2. *Ban Mai Xứ Ấn* (The Dawn in India) - *Tuyển tập các Tiểu Luận Phật Giáo* (Collection of Buddhist Essays), (3 tập).
3. *Sārnātha - Vườn Nai – Chiếc Nôi Phật Giáo*
4. *Quy Y Tam Bảo và Năm Giới*
5. *Vòng Luân Hồi*
6. *Hoa Tuyết Milwaukee*
7. *Luân Hồi trong Lăng Kính Lăng Nghiêm*
8. *Nghi Thức Hộ Niệm, Cầu Siêu*
9. *Quan Âm Quảng Trần*
10. *Nữ Tu và Tù Nhân Hoa Kỳ*
11. *Nếp Sống Tỉnh Thức của Đức Đạt Lai Lạt Ma Thứ XIV*
12. *A-Hàm: Mưa pháp chuyển hóa phiền não* - 2 tập
13. *Góp Từng Hạt Nắng Perris*
14. *Pháp Ngữ của Kinh Kim Cang*
15. *Tập Thơ Nhạc Nắng Lăng Nghiêm*
16. *Nét Bút Bên Song Cửa*

17. *Máy Nghe MP3 Hương Sen* (Hương Sen Digital Mp3 Radio Speaker): Các Bài Giảng, Sách, Bài viết và Thơ Nhạc của Thích Nữ Giới Hương (383/201 bài).
18. *DVD Giới Thiệu về Chùa Hương Sen*, USA
19. *Ni Giới Việt Nam Hoằng Pháp tại Hoa Kỳ*
20. *Tuyển Tập 40 Năm Tu Học & Hoằng Pháp của Ni sư Giới Hương*, Thích Nữ Viên Quang, TN Viên Nhuận, TN Viên Tiến, and TN Viên Khuông.
21. *Tập Thơ Nhạc Lối Về Sen Nở*
22. *Nghi Thức Công Phu Khuya – Thần Chú Thủ Lăng Nghiêm*
23. *Nghi Thức Cầu An – Kinh Phổ Môn*
24. *Nghi Thức Cầu An – Kinh Dược Sư*
25. *Nghi Thức Sám Hối Hồng Danh*
26. *Nghi Thức Công Phu Chiều – Mông Sơn Thí Thực*
27. *Khóa Tịnh Độ – Kinh A Di Đà*
28. *Nghi Thức Cúng Linh và Cầu Siêu*
29. *Nghi Lễ Hàng Ngày - 50 Kinh Tụng và các Lễ Vía trong Năm*
30. *Hương Đạo Trong Đời 2022* (Tuyển tập 60 Bài Thi trong Cuộc Thi Viết Văn Ứng Dụng Phật Pháp 2022)
31. *Hương Pháp 2022* (Tuyển Tập Các Bài Thi Trúng Giải Cuộc Thi Viết Văn Ứng Dụng Phật Pháp 2022).
32. *Giới Hương - Thơm Ngược Gió Ngàn*, Nguyên Hà.
33. *Pháp Ngữ Kinh Hoa Nghiêm* - 2 tập
34. *Tinh Hoa Kinh Hoa Nghiêm*
35. *Phật Giáo – Tầm Nhìn Lịch Sử Và Thực Hành*. Hiệu đính: Thích Hạnh Chánh và Thích Nữ Giới Hương.

36. Nhật ký Hành Thiền Vipassana và Kinh Tứ Niệm Xứ
37. Nghi cúng Giao Thừa
38. Nghi cúng Rằm Tháng Giêng
39. Nghi thức Lễ Phật Đản
40. Nghi thức Vu Lan
41. Lễ Vía Quan Âm
42. Nghi cúng Thánh Tổ Kiều Đàm Di
43. Nghi thức cúng Tổ và Giác linh Sư trưởng
44. Nghi Lễ Chẩn Tế Mười Hai Loại Cô Hồn
45. Kỷ Yếu Lễ Tưởng Niệm Thánh Tổ Kiều Đàm Di tại Chùa Hương Sen năm 2024
46. Nghi Thức Cầu Siêu Chư Hương Linh Thai Nhi
47. Kim Quang Minh Kinh Sám Trai Thiên Khóa Nghi
48. Phật Giáo và Thánh Tích Sri Lanka
49. Đấu Tranh Bất Bạo Động Là Nền Tảng Xây Dựng Hòa Bình Toàn Cầu
50. Vũ Trụ Luận dưới lăng kính Khoa học và Phật Giáo
51. COVID-19: Vai trò Phật Giáo trong Việc Chữa Lành
52. Đại Dịch Coronavirus trong Thế Kỷ XXI
53. Đóng góp của Phật Giáo cho Hòa Bình Thế Giới và Hòa Hợp Xã Hội
54. Phật Giáo Toàn Cầu - Đặc Biệt Liên Kết Với Sri Lanka
55. Phật Giáo Sri Lanka từ Thế Kỷ 19-21
56. Ngày Nhà Giáo Việt Nam 20/11 - Tri Ân Người Khai Trí

1.2. SÁCH TIẾNG ANH

1. *Boddhisattva and Sunyata in the Early and Developed Buddhist Traditions.*
2. *Rebirth Views in the Śūraṅgama Sūtra.*
3. *Commentary of Avalokiteśvara Bodhisattva.*
4. *The Key Words in Vajracchedikā Sūtra.*
5. *Sārnātha-The Cradle of Buddhism in the Archeological View.*
6. *Take Refuge in the Three Gems and Keep the Five Precepts.*
7. *Cycle of Life.*
8. *Forty Years in the Dharma: A Life of Study and Service—Venerable Bhikkhuni Giới Hương.*
9. *Sharing the Dharma -Vietnamese Buddhist Nuns in the United States.*
10. *A Buddhist Nun and American Inmates.*
11. *Daily Monastic Chanting.*
12. *Weekly Buddhist Discourse Chanting.*
13. *Practice Meditation and Pure Land.*
14. *The Ceremony for Peace.*
15. *The Lunch Offering Ritual.*
16. *The Ritual Offering Food to Hungry Ghosts.*
17. *The Pureland Course of Amitabha Sutra.*
18. *The Medicine Buddha Sutra.*
19. *The New Year Ceremony.*
20. *The Great Parinirvana Ceremony.*

21. *The Buddha's Birthday Ceremony.*
22. *The Ullambana Festival (Parents' Day).*
23. *The Marriage Ceremony.*
24. *The Blessing Ceremony for The Deceased.*
25. *The Ceremony Praising Ancestral Masters.*
26. *The Enlightened Buddha Ceremony.*
27. *The Uposatha Ceremony (Reciting Precepts)*
28. *Buddhism: A Historical And Practical Vision.* Edited by Ven. Dr. Thich Hanh Chanh and Ven. Dr. Bhikṣuṇī TN Gioi Huong.
29. *Contribution of Buddhism For World Peace & Social Harmony.* Edited by Ven. Dr. Buddha Priya Mahathero and Ven. Dr. Bhikṣuṇī TN Gioi Huong.
30. *Global Spread of Buddhism with Special Reference to Sri Lanka.* Buddhist Studies Seminar in Kandy University. Edited by Dr. Ven. Kahawatte Sumedha Thero and Dr. Bhikṣuṇī TN Gioi Huong.
31. *Buddhism In Sri Lanka During The Period of 19th to 21st Centuries.* Buddhist Studies Seminar in Colombo. Edited by Prof. Ven. Medagama Nandawansa and Dr. Bhikṣuṇī TN Gioi Huong.
32. *Diary: Practicing Vipassana and the Four Foundations of Mindfulness Sutta.*
33. *Prayer for the Souls of Unborn Babies.*
34. *Nonviolent Struggle - The Foundation for Building Global Peace*

1.3. SÁCH SONG NGỮ (VIETNAMESE-ENGLISH)

1. *Bản Tin Hương Sen: Xuân, Phật Đản, Vu Lan (*Hương Sen Newsletter: Spring, Buddha Birthday and Vu Lan, annual/ Mỗi Năm).
2. *Danh Ngôn Nuôi Dưỡng Nhân Cách - Good Sentences Nurture a Good Manner.*
3. *Văn Hóa Đặc Sắc của Nước Nhật Bản-Exploring the Unique Culture of Japan.*
4. *Sống An Lạc dù Đời không Đẹp như Mơ - Live Peacefully though Life is not Beautiful as a Dream.*
5. *Hãy Nói Lời Yêu Thương-Words of Love and Understanding.*
6. *Văn Hóa Cổ Kim qua Hành Hương Chiêm Bái -The Ancient- Present Culture in Pilgrim.*
7. *Nghệ Thuật Biết Sống - Art of Living.*
8. *Dharamshala - Hành Hương Vùng Đất Thiêng, Ấn Độ, Dharamshala - Pilgrimage to the Sacred Land, India.*
9. *The Great Contribution to World Peace and Social Harmony of Emperor Ashoka and Emperor Trần Nhân Tông* - Sự Đóng Góp cho Hòa Bình Thế Giới và An Toàn Xã Hội của Hoàng Đế A-Dục và Vua Trần Nhan Tông

1.4. SÁCH CHUYỂN NGỮ

1. *Xá Lợi Của Đức Phật* (Relics of the Buddha), Tham Weng Yew.
2. *Sen Nở Nơi Chốn Tử Tù* (Lotus in Prison), many authors.

3. *Chùa Việt Nam Hải Ngoại* (Overseas Vietnamese Buddhist Temples).
4. *Việt Nam Danh Lam Cổ Tự* (The Famous Ancient Buddhist Temples in Vietnam).
5. *Hương Sen, Thơ và Nhạc* – (Lotus Fragrance, Poem and Music).
6. *Phật Giáo-Một Bậc Đạo Sư, Nhiều Truyền Thống* (Buddhism: One Teacher – Many Traditions), Đức Đạt Lai Lạt Ma 14th & Ni Sư Thubten Chodren.
7. *Cách Chuẩn Bị Chết và Giúp Người Sắp Chết-Quan Điểm Phật Giáo* (Preparing for Death and Helping the Dying – A Buddhist Perspective)

2. ALBUMS NHẠC

Từ Thơ Thích Nữ Giới Hương

1. *Đào Xuân Lộng Ý Kinh* (The Buddha's Teachings Reflected in Cherry Flowers).
2. *Niềm Tin Tam Bảo* (Trust in the Three Gems).
3. *Trăng Tròn Nghìn Năm Đón Chờ Ai* (Who Is the Full Moon Waiting for for Over a Thousand Years?).
4. *Ánh Trăng Phật Pháp* (Moonlight of Dharma-Buddha).
5. *Bình Minh Tỉnh Thức* (Awakened Mind at the Dawn) (*Piano Variations for Meditation*).
6. *Tiếng Hát Già Lam* (Song from Temple).
7. *Cảnh Đẹp Chùa Xưa* (The Magnificent, Ancient Buddhist Temple).
8. *Karaoke Hoa Ưu Đàm Đã Nở* (An Udumbara Flower Is Blooming).

9. *Hương Sen Ca* (Hương Sen's Songs)
10. *Về Chùa Vui Tu* (Happily Go to Temple for Spiritual Practices)
11. *Gọi Nắng Xuân Về* (Call the Spring Sunlight).
12. *Đệ Tử Phật* (Buddhist Disciples)
13. *Hoa Pháp Cú* (Dhammapada Flower)
14. *Vu Lan Báo Hiếu* (The Filial Piety on Vu Lan Season)

Mời xem: http://www.huongsentemple.com/index.php/ kinh-sach/tu-sach-bao-anh-lac

HỘI LUẬT GIA VIỆT NAM
NHÀ XUẤT BẢN HỒNG ĐỨC
65 Tràng Thi - Quận Hoàn Kiếm - Hà Nội
Email: nhaxuatbanhongduc65@gmail.com
Điện thoại: 024.39260024 Fax: 024.39260031

COVID-19: VAI TRÒ PHẬT GIÁO TRONG VIỆC CHỮA LÀNH
Tác giả: Thích Nữ Giới Hương

Chịu trách nhiệm xuất bản
Giám đốc **PHẠM THỊ MAI**

Chịu trách nhiệm nội dung
Tổng Biên tập **LÝ BÁ TOÀN**

Biên tập: **Phan Thị Ngọc Minh**
Trình bày: **Vũ Đình Trọng**
Sửa bản in: **Vũ Đình Trọng**

Đối tác liên kết xuất bản: PHẠM THỊ NGỌC DUNG
120/2 đường Phạm Văn Sáng, ấp 2, xã Xuân Thới Thượng, huyện Hóc Môn, TP.HCM

Số lượng in: 1.000 bản, Khổ: 14,5cm x 21,5cm
Tại Công ty TNHH SXTM DV in ấn Trâm Anh, 159/57 Bạch Đằng, P. 2, quận Tân Bình, TP.HCM
Số XNĐKXB:166-2025/CXBIPH/4-11/HĐ ngày 14/1/2025
QĐXB: 121/QĐ-NXBHĐ, cấp ngày 20 tháng 1, 2025
In xong và nộp lưu chiểu năm 2025
ISBN: 978-632-600-808-1

www.ingramcontent.com/pod-product-compliance
Lightning Source LLC
LaVergne TN
LVHW050627051026
849532LV00002B/301

* 9 7 8 6 3 2 6 0 0 8 0 8 1 *